શાશ્વત પ્રણયનો અજબ અનુભવ કરાવતી
રોમાંચક નવલકથા

અજવાળી રાત અમાસની

પન્નાલાલ પટેલ

સંજીવની
જી-૧૭, યુનિવર્સિટી પ્લાઝા
દાદાસાહેબનાં પગલાં પાસે
નવરંગપુરા, અમદાવાદ ૩૮૦ ૦૦૯

AJWALI RAAT AMAASNI

A Gujarati Novel By Pannalal Patel

Published By: Sanjeevani, G-14 University Plaza, Nr. Dada Sahebna Paglan, Navrangpura, Ahmedabad - 380009

☎ (079) 2791-0990 ✉ pannalalpatel@yahoo.com

Fifth Edition : 2012 Price : ₹ 170

ISBN : 978-93-80126-33-3

© Bharat P. Patel H. U. F.

કિંમત : ₹ ૧૭૦

કુલ પાનાં : ૨૭૨

આવૃત્તિઓ

૧૯૭૧, ૧૯૭૬, ૧૯૮૨, ૨૦૦૯, ૨૦૧૨

પ્રકાશક

દૃષ્ટિ પટેલ, જી-૧૪, યુનિવર્સિટી પ્લાઝા, નવરંગપુરા,
અમદાવાદ ૩૮૦૦૦૯ ☎ (૦૭૯) ૨૭૯૧-૦૯૯૦

ટાઈપસેટીંગ

પ્રિન્ટ પૉઇન્ટ, ૪૨૩, ઇલોરા કૉમ. સેન્ટર, અમદાવાદ - ૩૮૦૦૦૧

મુદ્રક

ચંદ્રિકા પ્રિન્ટરી, મિરઝાપુર, અમદાવાદ - ૩૮૦૦૦૧

કવિમિત્ર
ભાઈશ્રી ડાહ્યાભાઈ એ. પટેલ(એડવોકેટ)ને

કમ્પાલા !
દેવોના કેમ્પ જેવી
ચોગમ પથરાયેલી
આઠ-દસ ટેકરીઓ–
વૃક્ષો વીંટળાયલી–
રાતે જ્યાં તારલા
ટોળે વળે.

એક રે એમાં ટેકરી એવી :
ટેકરી ઉપર મહોલાત ઊભી
જોયા જેવી–
રસિકડાંને રહેવા જેવી
મહેમાની ત્યાં
મન ભરીને માણવા જેવી.

એ તો જાણે ઠીક બધું !
પણ–
આ વાદળમહેલમાં વસી રહેલા
સારસ્વત એવા યજમાન જીવની
કેકા-કવિતા કમ્પાલામાં પ્રાણ પૂરતી
મેં મારી આ નજરે જોયેલી...

ને એ કરતાંની ય મારે મન
આ કવિ જીવને મૈત્રી મોંઘી
ઉષ્માભરી ને એવી મીઠી !–
જીવનભર મમળાવવા જેવી !

કૃતજ્ઞતા

આ કથા વિષે આટલું જ કહીશ : 'સૂચિત છે.'

મારા પોતાના સર્જન વિષે કહેવાનું તો ઘણું છે પણ કહેવા કરતાં મૂંગા રહેવું એ વધારે મુશ્કેલ છે. એટલે પછી આપણે અહીં મૂંગા રહેવાનો માર્ગ સ્વીકાર્યો છે.

છતાંય ગુજરાતી સાહિત્યરસિકોની મારા તરફની મમતા બદલ હું અહીં કૃતજ્ઞતા વ્યક્ત કર્યા વગર રહી શકતો નથી.

૧૫, પ્રજ્ઞા સોસાયટી
નવરંગપુરા,
અમદાવાદ-૯

પન્નાલાલ પટેલ
૧૧-૬-'૭૧

૧

એક વાર, અમે કુદરતી દશ્ય અને ઐતિહાસિક સ્થળો જોતા જોતા અરવલ્લીની ગિરિમાળામાં ફરતા હતા. અમારી સાથે ત્યાંનો એક જાણકાર મિત્ર પણ હતો. એણે મોગલો અને રાણાઓની લડાઈની ને એવી બધી ઘણી વાતો કહેવા માંડી...

પણ આ બધામાં એ મિત્રની એક વાતે મારી જિજ્ઞાસાવૃત્તિને વધારી મૂકી–

ડુંગર ઉપર ડુંગર ને એની ય ઉપર આવેલી નાની મોટી ડુંગરીઓ તથા ગામડાંઓ ઉપર નજર ફેરવતો ફેરવતો હું જતો હતો ત્યાં મિત્રે કહ્યું :

'આ ડુંગરી જોઈ લો સાહેબ... કંઈ ચમત્કાર જેવું લાગે છે ?'

મેં કહ્યું : 'ચમત્કાર તો શું પણ આસપાસની ટેકરીઓમાં એ ઊંચામાં ઊંચી છત્રી જેવી છે એ.'

'એની પાછળ એક દંતકથા પડેલી છે. આ ડુંગરી ભેરવ ડુંગરી કહેવાય છે. નીચે આવેલી આ તળેટીને લોકો રતન તળેટી કહે છે.'

'આપણ ઊભા છે એ ભૈરવ ડુંગરી ને નીચેની પેલી રતન તળેટી એમ !' ધ્યાનમાં વાત લેતાં મેં કહ્યું.

'હા જી.' આમ કહી એણે દંતકથાનો ઉલ્લેખ કરી ઉમેર્યું : 'આ ટેકરી ઉપર ચૈત્રી અમાસની રાતે અજવાળું થઈ જાય છે સાહેબ.'

'હોય નહિ.' મેં કહ્યું

મિત્ર કે' છે : 'આસપાસના લોકોએ અહીં આવીને ખાતરી કરેલી છે.'

'અજવાળું તો નીચેથી ને દૂરથી પણ દેખાતું જ હશેને ?' અમારા એક સાથીદારે પૂછ્યું.

'ના જી. ઉપર ચઢીને જુઓ તો જ આપને જોવા મળે. અહીં જ એકલું નહિ પણ ચારે બાજુએ અજવાળી રાત હોય એવો દેખાવ નજરે પડે.'

અમારા એક ત્રીજા સાથીને હસવું આવ્યું એણે કહ્યું : 'એમ જ કહોને કે અમાસની અજવાળી રાત.'

'હા સાહેબ, અજવાળી રાત અમાસની.' વાત કહેનાર મિત્રે આંખો પણ પહોળી કરી.

મેં કહ્યું : 'વિગતે વાત કરો તો સમજાય કંઈક. કહો તો બેસીએ થોડીક વાર અહીં.'

'એમ નહિ ફાવે સાહેબ. રાતે મુકામ ઉપર માંડીને વાત કરીશ. બહુ મઝાની વાત છે.'

અને પછી એ રાતે પેલા મિત્રે એ આખી ય દંતકથા માંડીને અમને કહી સંભળાવી. અંતમાં કહ્યું : 'આ કથાનો છેલ્લો બનાવ બન્યા પછી પેલી ટેકરી પર ને તળેટી આસપાસ પ્રકાશ ઊતર્યો હતો ને એ પછી ચૈત્ર માસની દર અમાસે આ ભૈરવ ડુંગરી ને રતન તળેટી ઉપર જઈને જોઈએ તો ચારે બાજુ અજવાળાં આજે ય દેખાય છે.' અંતમાં એણે ઉમેર્યું : 'લોકો કે'છે સાહેબ, સાચી ખોટી તો રામ જાણે !'

મેં કહ્યું : 'સાચી હોય કે ખોટી હોય, ભૈરવ ડુંગરી હોય કે ન હોય પણ વાત તમારી મઝાની છે.'

વાત કહેનાર મિત્રે તાનમાં આવી આ દંતકથાના અનુસંધાનમાં રચાયેલું એક ગીત પણ અમને ગાઈ સંભળાવ્યું :

ધણની   વળતેરી   ઘંટડી
ચાંદની   ચમકી   ચૈતરની.
રૂમઝૂમ   જોવનાઈવાળી
કે ઝીલવા આવી ગોવાલણી.
કે ઝીલવા આવી ગોવાલણી.

વાદળું ડોકાયું ડુંગરે,
પ્રેતનો ઓછાયો ઊતરે,
સોનેરી માછલી ભાળી
રતન નામવાળી ગોવાલણી.
અંગ અંગ ભર્યો ભોરીંગ હા,
રોમ રોમ રમતો ફાગણ જ્યાં,
સમણે આંજેલ એની આંખો
ભમ્મરમાં આંધી આળોટતી
પ્રેતની મંડાઈ આંખડી,
હેતની ગંગાઓ ઊમટી,
ગંગાના વહેણમાં વહી ગઈ
કે સૂધબૂધ ભેગી રતનની.
કોણ આ અલબેલો આદમી,
પૂછવું ઘેલી ભૂલી ગઈ,
ગંઠાઈ વાયરે ગાંઠો
કે હાય રે મનખાના હેતની !

મધુરા કંઠે ગવાયેલા આ ગીત પછીતો વાર્તાએ મારા ઉપર એવી પ્રબળ અસર કરી કે આજે હું આ કથા આલેખ્યા વગર રહી શકતો નથી :

ચૈત્રના તાપ તપતા હતા...

ઢળતી સાંજનો સમય હતો...

પક્ષીઓએ ચણવાનું છોડ્યું. પશુઓએ ચરવાનું બંધ કર્યું...

આભને આંગણે ઉડાઊડ થોડીક કર્યા પછી પક્ષીઓએ ઝાડનો ખોળો શોધવા માંડ્યો. ઘરઢાળાં થયેલાં ઢોરોએ ડુંગરાળ ગોચર વટાવી વચ્ચે આવતી નદીમાંથી પાણી પીને કાંઠેથી થોડેક દૂર આવેલા ગામનો શેરડો પકડી લીધો.

ઢોરની પાછળ આવી રહેલાં નાનાં મોટાં આઠદસ ગોવાળિયામાંથી કોઈકે પાણી પીધું, કોઈકે હાથમોં ધોયાં તો કોઈકે વળી નદીની કાંકરીમાંથી રૂપિયા જેવડી જેવડી પથ્થરની પતરીઓ શોધી પાણીની સપાટી ઉપર એવી

રીતે ધમધમાવી કે રોટલા જ રોટલા !

એક વડી ગોવાલણીએ એ બધાને ધમકાવી પટાવીને ઢોર પાછળ રવાના કરતાં કહ્યું : 'ઢોર જો કોઈકના ખેતરમાં પેસી જશે તો આપણા બધાનું આવી બનશે. ઊપડો હવે !'

કોઈક છોકરાએ પૂછ્યું : 'ને તમે ?'

બીજા છોકરાએ સવાલ પૂછનારને પોતાની સાથે ખેંચ્યો. 'હેંડને હવે. એમને નાહવું હશે.'

ગોવાલણી હસી. એને જોઈને સામે કાંઠે ઊગી રહેલો પૂનમનો ચંદ્ર હસ્યો. ચંદ્ર આગળથી પસાર થતું એક વાદળું મલક્યું ને વાદળામાંથી નીકળી નદીકાંઠે આવેલા બહેડા (ઝાડ) ઉપર બેસવા જતો એક પ્રેત પણ આ રૂપાળી છોકરીનો મલકાટ જોઈને પ્રસન્ન પ્રસન્ન થઈ રહ્યો...

ગોવાલણીએ રસ્તાથી થોડેક આઘે જઈ બહેડાના ઝાડની બરાબર સામે આવી નાહવા માટે એક પછી એક કપડાં ઉતારવા માંડ્યાં.

ફૂટતું યૌવન, ગોરું ગોરું સૂરખીભર્યું અંગ ને એના ઉપર ચંદન જેવી ચાંદની જાણે વારી વારી જતી હતી ! પછી બિચારા પ્રેતની ક્યાં વાત રહી ! ખુદ પવન તે ય પાણી ઉપર ઠારી ઠારી ઠંડા વાયરા ઢોળનો હતો. ને–

નદીનાં એ ચાંદની પીધેલાં નીરમાં જ્યારે આ નવયૌવનાએ પ્રવેશ કર્યો તે વખતે તો પ્રેતનો આત્મા પ્રેતપણું પણ ભૂલી ગયા ને નજરમાં જાણે જીવ પ્રોવીને સોનેરી માછલી સરખી એ છોકરીને જળવિહાર કરતી જોઈ જ રહ્યો !...

ઘડીકમાં એ ડૂબકી મારે, તો ઘડીકમાં પાણી ઉપર ચત્તી થઈને તરવા લાગે. ઘડીકમાં પાણી ઉડાડે તો ઘડીક વળી અંગો ચોળવા લાગી જતી હતી. ગીત પણ તૂટક તૂટક ગણગણતી હતી–

બહેડા ઉપર બેઠેલા પ્રેત માટે એ ગીત સાંભળવું અશક્ય પણ ન હતું. એને એવું લાગ્યું જાણે એ છોકરી શરીરભાન પણ ભૂલી ગઈ છે ને ગીતમાંનો ભાવ બનીને એનો આત્મા વહી રહ્યો છે.

હું તો ઊડી જાઉં રે ઊડી જઉં એમ થાય છે.
ઓલ્યા ગગનમાં હું ઘૂમી લઉં એમ થાય છે.

પેલા ચાંદલિયાને ચૂમી લઉં એમ થાય છે.
મારી છાતડિયોમાં છાનું છાનું કાંક થાય છે.

કોઈકની વાતચીત ઉપરથી પ્રેત ધ્યાનભંગ થયો. પાછળથી આવતા અવાજ પરથી એ સમજી ગયો કે પોતાની પાછળ પડેલી કાળી ગોરી બે વંતરીયો જ છે. મોં બગાડતાં બબડ્યો : 'આ સાલીઓ હવે જીવ ખાવાની... આટઆટલી એમને તિરસ્કારું છું પણ મારો કેડો બેમાંથી એકેય વંતરી છોડતી નથી. આ ગોવાલણીને જોઈને એ લોક મને બનાવવાના.' ચીઢ સાથે એ ઊભો થયો.

પણ ગોવાલણીને પાણી બહાર નીકળતી જોઈને વળી એની નજર ચાંદનીચોળેલા ને ચળકવળક થઈ રહેલાં છોકરીનાં એ અંગો ઉપર ચંદન ઘોની જેમ ચોંટી ગઈ. ગતિ પણ પ્રેતની થંભી ગઈ.

'અલ્યા શું તાકે છે મૂર્ખા એ છોકરીમાં' કાળી વંતરી પ્રેત આગળ આવીને હાથના ચાળા સાથે પ્રેતને બનાવવા લાગી.

'રે'વા દે' લી. બિચારો પ્રેમમાં પડ્યો છે.' ગોરીએ વ્યંગમાં કહ્યું.

'પ્રેમની ઝંખનામાં ને ઝંખનામાં જ તો આ મૂર્ખાને પ્રેત થવું પડ્યું છે ને છતાં ય ક્યાં આ ગધેડો–' આમ બબડતી કાળી વંતરી પ્રેતનો ખભો પકડી ઝંઝેડવા લાગી. પણ પ્રેતની નજર તો હજી ય પલી ગોવાલણી ઉપર હતી. એ હવે કાપડું પહેરતી હતી.

ગોરી વંતરી પ્રેતના બીજા ખભે વળગીને કહેવા લાગી : 'એની સામે જોયા વગર મારી સામે જોને મૂર્ખા. એના કરતાં તો હું ક્યાંય ગોરી છું ! ને યુવાન પણ–'

પ્રેતે એને અધવચ્ચે જ તિરસ્કારી નાખી. 'જા જા ચિબાવલી ! તું તો-મને લાગે છે કે માંકડીમાંથી વંતરી થઈ છે. તારામાં વળી પ્રેમ જ ક્યાં છે !'

'ને મારામાં, દોસ્ત !' પ્રેતના મોં આગળ પોતાનું મોં ધરીને કાળી વંતરી પૂછવા લાગી.

'તું પણ એની બહેન જ છે. આ માંકડી ને તું વાંદરી.' પ્રેતે પોતાના ખભા ઝંઝેડી એ લોકોને ફંગોળ્યા.

ગોવાલણી માથા પર ઓઢણી નાખીને ગાતી ગાતી રવાના થઈ. પ્રેત

પણ કોઈ અદશ્ય તારથી બંધાયેલો હોય એ રીતે ગોવાલણી પાછળ જવા લાગ્યો.

વંતરીઓ એનો જીવ હજી ખાતી જ હતી – વંતરી શાનું નામ !

કાળી એને કહેતી હતી : 'અરે મૂર્ખ, એટલું તો તું પણ સારી પેઠે સમજે છે કે પ્રેતનું પેટ કદી ભરાયું નથી ને ભરાવાનું નથી. છતાં ય શા માટે આ બિચારી છોકરીની પાછળ જાય છે ! એને તું વળગીશ તો એનો અવતાર બગાડી નાખીશ.'

પ્રેત થંભી ગયો. ડહાપણ ડહોળતી એ કાળી વંતરીને કહેવા લાગ્યો : 'એમ ન સમજતી કે આ છોકરીને હું વળગીશ ! હું એવો છું જ નહિ.'

ગોરી બોલી : 'એ વાત જવા જ દે, ભલા ભાઈ ! પ્રેત એટલે પ્રેત. તું જો એવો ન હોત તો પ્રેતલોકમાં આવત જ શું કામ !'

કાળી બોલી : 'કહોને કે ચિત્રગુપ્તનો ચોપડો જ ખોટો.'

'ખોટો... ખોટો... સત્તર વખત ખોટો ચિત્રગુપ્તનો ચોપડો.'

ગોરી બોલી : 'ચોપડો કદાચ ખોટો-કોઈ કોઈ વાર આવી ભૂલ થઈ જતા હશે, પણ આપણા પ્રેતલોકના દેવ પણ ખોટા ? તું જો સાચો પ્રેત ન હોત તો એમણે જ તને પાછો મોકલ્યો હોત !'

કાળી કે' છે : 'દેવની ક્યાં વાત કરે છે ? પ્રેતલોકનો દરવાજો જ ન ઊઘડ્યો હોત.'

પ્રેતે કહ્યું : 'બીજું ગમે તેમ હોય પણ આ છોકરી તરફની મારી નજરમાં પણ પ્રેતપણું છે જ નહિ.'

બેઉ વંતરીઓએ ઉપહાસને હોઠના સાણસામાં પકડી રાખી ગંભીર ચહેરે સવાલ કર્યો : 'તો ?'

'મને એના તરફ પ્રેમ છે.'

ગોરી બોલી : 'અચ્છા ભાઈ તને પ્રેમ છે. પણ સામી બાજુ આ છોકરીને પણ તારા તરફ પ્રેમ હોવો જોઈએ કે નહિ, મૂર્ખા ?'

'કે એમ જ વળગવું છે ?' કાળી વંતરી પૂછવા લાગી.

આ વખતે એ ગોવાલણ છોકરીએ ગામમાં પ્રવેશ કર્યો. એના હોઠમાં હજી ય ગીત ફરફરતું હતું :

વા'લા મીં તો જોઈ જોઈ તારી વાટ,
વાટે ઊગ્યાં ઝાડવાં રે !

પ્રેત એની પાછળ પાછળ જવા લાગ્યો.

વંતરીઓ વળી પાછી પ્રેતના બેઉ હાથે અક્કેકી વળગી પડી. કે'છે : 'અરે મૂર્ખ, કેમ ભૂલી જાય છે ? આદેશ વગર કોઈના અંગમાં પેસવાની આપણને રજા નથી ?'

'મારે ક્યાં એના અંગમાં પ્રવેશવું છે ?' પ્રેતે તરત ઉમેર્યું.

'પ્રવેશવું હોય તોપણ એનામાં પ્રવેશી શકાય એવું નથી.'

'છોકરીના ગળામાં કંઈ તાવીજ-બાવીજ બાંધેલું હશે.' કાળી વંતરીએ ગોરીને કહ્યું.

'હેં 'લ્યા, એવું છે ?' ગોરીએ પૂછ્યું.

પ્રેતને આટલા દુઃખમાં પણ હસવું આવ્યું. કે' છે : 'મૂર્ખીઓ, એની પાસે તાવીજ પણ નથી ને મંત્ર પણ નથી. જોયું નહિ તમે ? એના દિલમાં પાપ જ નથી. ને પાપ ન હોય ત્યાં આપણાથી કેવી રીતે માણસમાં પ્રવેશી શકાય ?'

'બસ. તો તો તું એને હવે પામી રહ્યો – ત્યાં.' કાળીએ આકાશ તરફ આંગળી ચીંધી.

'ચાલ હવે જઈએ.' ગોરીએ પ્રેતનો હાથ પકડીને ખેંચવા માંડ્યો.

'જીવ ન ખા હાં !' પ્રેતની નજર હજી પણ ઊભી ફળીએ જઈ રહેલી ગોવાલણી તરફ હતી. એણે જોયું તો ખાલી બેડે આ તરફ આવી રહેલી એક પાણિયારીને જોઈ ગોવાલણી થંભી ગઈ. પાણિયારીએ મશ્કરી કરી : 'કેમ રતન, ઊભી રહી ગઈ ? ખાલી બેડાનાં અપશુકન ગણીને કે શું અલી ?'

'ના રે ના. આપણે તો માલી, સદાય સારાં શુકન હોય છે. પણ-ઊભી રહે. હું બેડું ખાલી કરતીકને આવું છું.'

'હેંડજે ઝટ.' માલીએ ખાલી બેડું રસ્તાની બાજુમાં મૂકી દીધું.

વંતરીઓ પ્રેતને સમજાવવા લાગી.

ગોરી કહેતી હતી : 'ચાલને ભલા'દમી, જોઈ જોઈને જીવ બાળ્યા વગર !

પ્રેતનો જીવ ગોવાલણી ગઈ એ ખાંચા આગળ ખૂંટો થઈને ઊભો હતો ને આ લોકોની એકે ય વાત કાને ધરતો ન હતો.

ઘડીક થઈ ને ખાલી બેડા સાથે ગોવાલણી ખાંચામાંથી ઝબ્બ કરતીકને નીકળી ગઈ. આ સાથે પ્રેતના મોં ઉપર આનંદનું અજવાળું પથરાઈ ગયું. એણે કાળીગોરી વંતરીઓને – વિશ્વાસમાં લેતો હોય એ રીતે કહ્યું : 'મારે જાણવું છે આ ગોવાલણી પરણેલી છે કે કુંવારી.'

'ને કુંવારી હશે તો ?' ગોરીએ પૂછ્યું.

'હું એને પરણીશ.'

કાળી ખડખડ હસી પડી. 'અક્કલના ખાં, તારી પાસે શરીર ક્યાં છે ? કંઈ સૂક્ષ્મ શરીર તે પરણવામાં ચાલતું હશે ?'

ગોવાલણી પાછળ મોં ફેરવતાં પ્રેતે કહ્યું : 'દેવને કરગરીને હું માણસનું શરીર મેળવીશ.'

'દેવ એમ કોઈને શરીર આપે-બાપે નહિ હાંકે.' ગોરીએ કહ્યું.

કાળીએ સવાલ કર્યો : 'ધાર કે આ ગોવાલણી પરણેલી નીકળી તો ?'

'તો તો આ ગોવાલણી ફરીનો અવતાર લેશે ને યુવાન થશે ત્યાં લગી હું આ પ્રેતલોકમાં બેસી રહીશ. પણ એની સાથે એક વાર તો પરણીશ જ.' જો કે પ્રેતની નજર તો કાખમાં ઘડો, ને એ જ હાથમાં લટકી રહેલી માણ સાથે મદભર ચાલે ને ઊઘડી રહેલી અજવાળી રાતે પાણીશેરડે જઈ રહેલી રતન પર જ મંડાયેલી હતી.

ગોરીએ કહ્યું : 'અલ્યા, અમે તારા ઉપર આટઆટલો પ્રેમ રાખીએ છીએ એ તને ઓછો પડે છે તે–'

પાણિયારીઓને બોલતી સાંભળીને પ્રેતે અહીં છાશિયું કર્યું... 'ચૂપ મર હવે ?'

ને પછી પ્રેતની સાથે વંતરીઓએ પણ એકાગ્ર બની પાણિયારીઓની વાતો ઉપર કાન માંડ્યા.

❑

૨

રતન તથા માલી બેઉ જણ જોડે જોડે ચાલતાં હતાં.

ચારે બાજુ નજર નાખતી રતન ધરતી ઉપર વરસી રહેલી ચાંદની પીતી હતી.

રતનની આ નજર જોઈને જ હશે. માલી કે' છે : 'આવતા અજવાળિયામાં અખાત્રીજનો ઉત્સવ, રતન.'

'કેમ તને ઉત્સવ યાદ આવ્યો 'લી ? હજી તો ખાસ્સા પંદર સત્તર દિવસ આડા છે ને આજથી કેમ તું ઉત્સવ ઝંખવા લાગી છે ?'

'ચૈતરની આ પૂનમ જોઈને.' માલીએ આંખો ઊલાળી સામેની ક્ષિતિજે ટીલડી સરખા શોભી રહેલા ચંદ્રમાને નજર ભરીને જોઈ પણ લીધો.

'ઉત્સવ કોને સાંભરે એ જાણે છે તું ?'

'ના રે ભાઈ, તું જાણતી હોય તો કે' જોઉં ?'

'જેને એમાં ફાલીફૂલીને ફરવું હોય ને લોકોની નજરે ચઢવું હોય એને.'

'તારા જેવીને એમ જ કહે ને !'

'મારા જેવી ને તારા જેવી ને જેટલી જેટલી કુંવારી હોય એ બધાંને, માલી.'

'જો જે ક્યાંય તું મને તારી ગાડીમાં બેસાડતી, રતન. આપણે તો હવે વર ખોળવાનું રહ્યું જ નથી.'

'તો તો તને હવે પૈણવાનાં જ સમણાં આવતાં હશે. ને તું જાણે કે અખાત્રીજ બેઠા પછી લગનસરા ઊલવા માંડશે એટલે–'

'સમણાં તો ઘણાં ય આવે પણ તું પૈણે તો હું પૈણુંને ?'

'હું ક્યાં આડે આવું છું, 'લી ?' રતનના અવાજમાં રોષ હતો.

'આડી નથી આવતી પણ ખૂંટો થઈને બારણા વચ્ચે ઊભી છે ને ?'

'સાંભળીને બોલ, હાં માલી ?'

'મારું કહેવું શું ખોટું છે ? તારા ભાઈ કરતાં તું મોટી છે ને છે ય પાછી હેંડબા !–'

'જો, તું એમ જાણે છે કે રતનને આમ મહેણું મારીશ તો પરણી જશે. પણ એમ તો રતનને તું પૈણાવી રહી. બોલ, તું કહેતી હો તો મારાં માબાપને કહી દઉં કે મારી વાટ જોયા વગર રૂપાને માલી સાથે પૈણાવી દો. કરું વાત !'

'ને પછી લોક મને મહેણું નહિ મારે કે માલીનામાં પૈણ ઊભરાયું તે પૈણી ગઈ ! ને તારાં પછી લોક વખાણ કરે કે રતન કેવી જબરી કે માલી કરતાં બે વરસે મોટી છે તો ય મૂઠીમાં જોવનાઈ રાખીને બેસી રહી છે !'

'સાંભળવું ય પડે ભાઈ. લોક તો જેવું જુએ એવું જ કે'વાનું.'

'પણ તું કેમ પૈણતી નથી એ તો મને કે' ?' માલીએ મીઠાશથી પૂછ્યું.

પ્રેતની સાથે વંતરીઓએ પણ કાન માંડ્યા.

રતન જાણે સ્વગતની જેમ કહેવા લાગી : 'પૈણું તો ઘણી ય પણ કોની સાથે પૈણું, માલી ?'

'ઓહોહો ! ગામમાં અને આસપાસનાં ગામોમાં આટલા બધા કુંવારા મોટિયાર (જુવાન) છે ને એકે ય તને નથી રંગતો ? અલી અરજણ બંકો પણ નથી ગમતો, રતન ?'

'અરજણ ખરો પણ ચઢાઉ કાટલું છે. આપણને તો કેવો – કોઈ કહ્યાગરો આદમી જોઈએ.'

'તો પછી-વસ્તો સું ખોટો છે ? તું કહીશ તો તારા પગ સુધ્ધાં–'

'હેંડ હેંડ હવે, સમજ્યા વગર બોલ બોલ કર્યા વગર. ધણી તો એવો જોઈએ કે–'

'દેવતા જેવો, કેમ ?' માલી બોલી પડી.

રતન સાટે હસી રહી. કે' છે :

'દેવતા ખરો પણ આપણા આગળ ટાઢો ટાઢો !'

'એ વળી કેવું ?'

'એ તને નહિ સમજાય. છોડ હવે આ વાત. પાછળ કોઈક આવે છે.'

આવનાર છોકરીઓ કહેતી હતી : 'અમે ય સંગાથ જોઈને સાસરે હેંડ્યાં, રતનબુન ! તમને આ અજવાળી રાતે પાણી ભરવા નીકળેલાં જોઈને અમને ય મન થયું...'

આ પછી એ લોકો પાણી ભરીને ગામમાં પાછાં પ્રવેશ્યાં ત્યાં સુધી અખાત્રીજના ઉત્સવની ને એવી તેવી વાતો કરતાં હતાં.

દરમિયાન પ્રેત ને વંતરીઓ પણ મૂંગાં જ હતાં.

પ્રેતે મૌન તોડતાં વંતરીઓને કહ્યું : 'તમે અહીં ઊભાં રહો. હું આ રતનનું ઘર જોઈ આવું.'

'હેંડને અમે ય આવીએ. તારી રતનને તો જોઈ પણ એનું ઘર તો જોઈએ.'

વંતરીઓએ 'તારી રતન' કહ્યું એ પ્રેતના કાનમાં અમૃત સરખું બની રહ્યું.

ત્રણે વંતરાં રતનની પાછળ પાછળ જવા લાગ્યાં.

રતનનું ઘર જોઈને પ્રેત પાછો ફર્યો. વંતરીઓ પણ એની પાછળ પાછળ આવતી હતી.

ત્રણે જણ પ્રેતલોકને પંથે પડ્યાં.

પ્રેતની ભાંગેલી ચાલ જોઈને ગોરીને એની દયા આવી. કહ્યું : 'ભલાભાઈ, આ છોકરી છે માનવી ને તું છે પ્રેત એટલો તો જરા ખ્યાલ કર ?'

કાળી વંતરી કહેવા લાગી : 'દેવ જો તારી આ સ્થિતિ જાણી જશે તો એકાદ વર્ષ પછી મનુષ્યયોની મળવાની છે એ પણ નહિ મળે.'

'ભલે ન મળે. બાકી આપણે તો-દેવ પૂછશે તોપણ સાચી જ વાત કરવાના છીએ.'

'અમને તો કે' એ સાચી વાત ?' ગોરીએ જરા લાડ કર્યાં.

એ જ વળી : 'આ છોકરી સાથે આપણને પ્રેમ થયો છે. ગમે તે ભોગે

પણ એની સાથે એક વાર તો જીવન માણવું જ છે !'

ગોરીને ચીઢ ચડી. કે' છે : 'હત્ત મૂર્ખા, આટઆટલું સમજાવ્યા છતાંય !'

'ફૂટ ત્યારે કપાળ !'

બેઉ વંતરીઓ ચાલતી થઈ. કાળી વંતરીએ પાછા ફરીને પ્રેતને કહ્યું પણ ખરું : 'અલ્યા અત્યાર સુધી તો આપણે માણસને વળગતાં હતાં પણ આજે તો આ નવું કૌતુક જોવા મલ્યું : માણસ પ્રેતને વળગ્યું છે !'

ગોરી વંતરી ખડખડ કરી હસવા લાગી ને કહેવા લાગી : 'માણસ પ્રેતને વળગ્યું છે, ખરી વાત ?'

'હા હા જા.' પ્રેતે એને છાશિયું કર્યું.

'બહુ કરીશ તો દેવને કહી દઈશ.' કાળી વંતરીએ આંખો કાઢી ધમકી આપી.

'કહી દે જા.

'કહી દઈશું તો પૃથ્વી ઉપર આવવાનું ને ફરવાનું ય મટી જશે ને કાળી કોટડીમાં–'

ચિઢાયેલો પ્રેત, 'તારી જાતની વાંદરી માંકડી-માનતી નથી પણ–' આમ કહેતો એવો તો પાછળ પડ્યો કે બેઉ વંતરીઓ જીવ લઈને પ્રેતલોક તરફ ભાગી ગઈ.

એકલા પડેલા પ્રેતે રતન સાથે લગ્ન કરવાનો રસ્તો શોધવા માંડ્યો પણ–

પ્રેત ભૂતકાળને આછોપાતળો ય જોઈ શકતો હતો પણ ભવિષ્ય એને ઊકલી શકતું ન હતું. વળી પોતાના હાથમાં પોતાનું જીવન કે ભાવિ કશું જ ન હતું. એ પણ એક અનુભવની વાત હતી.

હા. પ્રેતલોકના અધિષ્ઠાતા દેવ જો રીઝે તો કંઈક શક્યતા ખરી. પણ આ કામ એટલું બધું દુષ્કર હતું કે–

પ્રેત પોતે જ નિઃશ્વાસ નાખતો બબડી પડ્યો : એનો અર્થ કંઈ નહિ ! દેવોના દેવ રીઝે પણ પ્રેતનો દેવ પ્રેત કરતાંય કઠોર ! એ તે કદી કોઈના ઉપર રીઝતો હશે !

પણ આશા બહુ અદ્દ્ભુત વસ્તુ છે !

પ્રેતને થવા લાગ્યું : 'રિઝે પણ ખરા હો. આખર તો દેવ છે ! ભલેને પછી પ્રેતનો દેવ હોય પણ દેવ તો ખરોને... આપણી માગણી જો સાચી હોય ને સાચા દિલની હોય તો પ્રેતના દેવ પણ રિઝે હાં કે ?–'

આ વિચાર સાથે એ પ્રેતલોકના દરવાજે પહોંચ્યો. પેલી બે વંતરીઓ એની રાહ જોતી ઓટલા પર બેઠી હતી. એ લોકોએ ઠેકડી કરવી શરૂ કરી : 'અમે તો સમજ્યાં કે ભાઈસાહેબ રતનના ઘર આગળ પેલી આંબલી છે ત્યાં જામી ગયા !'

'ના હાં. હું તો કાળીને કહેતી જ હતી કે આવ્યા વગર નહિ રહે. બેસ અહીં. શ્વાસ ખા જરા. એટલી વારમાં તો તું અડધો ઓસમાઈ ગયો છે !'

'તમારી દયાની મારે કંઈ જરૂર નથી. મારી સાથે બોલશો નહિ, નહિ તો કાળી કોટડીની સજા થાય તો થાય ભલે પણ બેઉને ભેગાં ઝાલીને ધોબી જેમ લૂગડાં ધૂવે એ રીતે આ ઓટલા ઉપર ઝીંકીને તમારા ફડચે ફડચા કરી નાખીશ.'

'અલ્યા એકી શ્વાસે આટલું લાંબું ન બોલ્યો હોત તો !' કાળીએ એના તરફ તિરસ્કાર વેરતાં કહ્યું : 'તું એમ જાણે છે કે અમે તારાથી ડરી જઈશું ?'

ગોરી બોલી : 'તારી પેલી રતન માણસ છે તો ય નથી ડરતી તો- અમે તો વળી તારા જેવાં પ્રેત છીએ.'

પ્રેત નહિ, તમે તો વંતરીઓ છો. હલકામાં હલકી પિશાચની જાતની !' પ્રેતે દાંત પીસીને વાત કરી.

'એક વાત પૂછું દોસ્ત ?' આમ કહી ગોરી વંતરીએ દરવાજાના ઓટલા પરથી કૂદકો માર્યો. પ્રેતના ખભે વળગી લાડપૂર્વક સવાલ કર્યો : 'અમારામાં તને શું વાંકું લાગે છે એ તો તું કહે અમને ?'–

કાળી પણ આવી ઊભી. કે' છે : હું આમ કાળી છું પણ આંખો તો તું જો જરા એક વાર તો. આપણો પેલો જમાદાર જ મારાં વખાણ કરતો હતો. કે' છે : 'તારી આંખો આસમાની છે ને દાંત તો તારા આ કાળા ચહેરામાં'–

'હટ અહીંથી. જવા દે મને.' પ્રેતે એને હડસેલી મૂકી.

ગોરી એને કરગરી પડી : 'આટલું કહીને પછી જા : અમારામાં શું નથી ?'

'બધું જ છે પણ આ ક્યાં છે ?' હાથ વડે પ્રેતે પોતાની છાતી દેખાડી.

'હાય હાય ! અલ્યા આવડી આવડી મોટી તો અમારે'–

'છાતીઓ ભલેને તૂંબડા જેવી રહી પણ એની નીચે માનવીનું પેલું દિલ ક્યાં બળ્યું છે ? એમ તો પેલા પૂતળાને ય ક્યાં છાતીની કસર હોય છે ?'

'દિલ તો-અમારાથી તું દિલ લગાડે તો તને એ જોવા મલેને ?' ગોરીએ ચાંપલૂસી કરી.

'જા જા હવે. બક બક કર્યા વગર હટ વચ્ચેથી, જવા દે મને.' એને પણ પ્રેતે હડસેલો મારી હટાવી દીધી.

'ઠીક છે ! યાદ રાખ જો દેવને અમે ન કહી દઈએ તો !' કાળીએ દાંત કટકટાવ્યા.

'જા ને જા. દેવનું કાર્યાલય ન જોયું હોય તો ચાલ હું તને દેખાડું. મોટી દેવવાળી આવી છે તે–

'જવા દે 'લી જીવ પર આવ્યો લાગે છે !' ગોરી બોલી.

'હડકાયો થયો છે સાલો.' આમ કહી કાળી ભાગી ગઈ. થોડેક જઈને ઊભી રહી. પછી પ્રેતના ગયા પછી એ બે જણીઓ ગુસપુસ કરતી સંતલસ કરવા લાગી.–

કાળી કહેતી હતી : 'કહી દઈએ. ભલેને આ સાલો થોડાક દિવસ પૂરાઈ રહેતો.' ગોરી એને વારતી હતી : 'બે ચાર દિવસ રાહ જોઈએ. એ જો પેલી ગોવાલણીને ભૂલી જશે તો ઠીક, નહિ તો દેવને આપણે કહી દઈશું.'

'કંઈ નહિ ભૂલે. પેલી ય સાલી એવી છે કે – ઉનાળો છે એટલે રોજ સાંજે નદીમાં નવસ્ત્રી થઈને નાહવાની ને આ સાલો બહેડા ઉપર બેઠો બેઠો જોવાનો.

ગોરી બોલી : 'એ વાત તારી સાચી છે. આપણે સ્ત્રી છીએ તો ય એ સાલી છોકરીનું રૂપ જોઈને ડોલી જઈએ છીએ. તો'–

'તું ડોલી જાય છે ને હું બળી ઊઠું છું ! દેવને આપણે કહી જ દઈએ. ભલેને આ સાલો પ્રેમ મમળાવતો કાળી કોટડીમાં ભરાઈ રહેતો. શિક્ષા પણ થશે ને છોકરીને પણ ભૂલી જશે.'

ગોરીને પ્રેત તરફ આછો આછો સદ્‌ભાવ હતો. એણે કાળીને સમજાવી લેતાં કહ્યું : 'એની શી ઉતાવળ છે ? જ્યારે ત્યારે ય દેવના જાણવામાં આ વાત આવવાની જ છે. તો શા માટે આપણે નાહકનો અપયશ માથે લેવો.'

'તારી એના ઉપર કૂણી લાગણી છે એ હું જાણું છું. પણ સાલો તને ય કેવું કરે છે ? એટલે તો મને વધારે દાઝ ચઢે છે એના પર.' ક્ષણેક થંભી કાળીએ ઉમેર્યું : 'અચ્છા એમ કરીએ – એ જો પેલી ગોવાલણીને નહિ ભૂલે ને કાલે પણ જો સાંજટાણે, નદી પર જઈને બેસશે તો'–

'તો જોઈશું.' ગોરીએ કહ્યું. ઉમેર્યું : 'બે-ચાર દિવસ ખેલ તો જોઈએ.'

પણ સાંજની ક્યાં વાત ! વંતરીઓએ બીજા દિવસે જોયું તો પ્રેત જેવો ઊઠ્યો એવો સીધો જ પેલા ગામના ઝાંપે !

એ આખો ય દિવસ વંતરીઓએ છુપાઈને જોયા કર્યું. ગોવાલણી ઢોર લઈને ચરાવવા ગઈ તો પ્રેત પણ એની પાછળ પાછળ. ગોવાળિયા સાથે એ છોકરી નાચેકૂદે તો પ્રેત પણ ઝાડ ઉપર બેઠો બેઠો નાચવા લાગે...

સાંજ પડ્યે વચ્ચે આવતી નદીમાં એ ગોવાલણી જ્યારે નાહવા પડી ત્યારે તો–ચંદ્રનું અજવાળું આજ ન હોવાથી પ્રેતભાઈ તો ગોવાલણીથી નજીકમાં નજીક ડાળી હતી એ ઉપર બેસી જોવા લાગ્યા...

બીજા દિવસ તો એનાં કાંઠે ઉતારેલાં કપડાં ઉપર જઈ બેઠો.–

ને આ જોઈને પેલી બે વંતરીઓ એટલી હદે બળીઝળી ઊઠી કે આજે તો એ સીધી જ અધિષ્ઠતા દેવતાના કાર્યાલય પર જઈ પહોંચી.

કાળીએ જ-દેવ આગળ પ્રેતની ઓળખાણ આપી ફરિયાદ કરી : 'દેવ, આ પ્રેતે તો આખા ય પ્રેતલોકની આબરૂ બગાડવા માંડી છે... નથી તો એ કોઈ માનવીને વળગતો કે નથી એ અહીં પ્રેતલોકમાં નૈવદની ઊપજ કરતો ને'–

ગોરી વચ્ચે બોલી ઊઠી : 'ખુદ આ પ્રેતને જ એક ગોવાલણી છોકરી વળગી છે, દેવ.'

'શી વાત છે ! માનવજાતની છોકરી આપણા પ્રેતને વળગી છે !' દેવ કાળઝાળ થઈ ઊઠ્યા.

'હાં, દેવ ! આપણે તો આપણા પ્રેતલોકની આબરૂ ખોઈ છે.' ગોરીએ કહ્યું.

'કેવી રીતે ?' દેવે શાન્ત પડતાં પૂછ્યું : 'વિગતે મને વાત કરો. એને શિક્ષા કરવી જ પડશે.'

ને પછી બેઉ વંતરીઓ દેવની આગળ પેલી ગોવાલણીના નાહવાની ને ગાવાની વાતો પ્રેતના પ્રત્યાઘાત સાથે કરવા લાગી.

વાત પૂરી થઈ ન થઈ ત્યાં તો ગોરી વંતરી બોલી ઊઠી : 'ઓ આવે પ્રેત, દેવ, આ તરફ આવતો લાગે છે.'

કાળી વંતરી ઊભી થઈને જોવા લાગી. બબડી : 'કાં તો નર્કાગાર રસ્તા તરફ વળી જશે.'

ગોરી બોલી : 'જુઓને દેવ, કેવો એ થઈ ગયો છે ને ગતિ પણ એની કેવી મંદ પડી ગઈ છે !'

દેવે ડોક લંબાવીને જોયું તો સાચેસાચ એ પ્રેતની ગતિ મડદાલ હતી.

કાળી વંતરી દ્વાર બહાર જઈને ઊભી રહી. એનો વિચાર પ્રેત જો નર્કાગારને રસ્તે જાય તો દેવ પાસે બોલાવવાનો હતો.

ત્યાં તો કાર્યાલયના પ્રાંગણામાં પ્રવેશ કરતાં પ્રેતની ગતિ વધી ગઈ. કાળી વંતરી ગભરાટની મારી કાર્યાલયમાં પેસી ગઈ. ગોરી પણ ભયની મારી કાળીને વળગી પડી. એમની આંખો એકમેકને કહેતી હતી : 'પાગલ થઈ ગયો છે ! ભગવાન જાણે અહીં આવીને શું કરશે !'

આ લોકના ગભરાટનું કારણ દેવથી છાનું ન હતું. પ્રેતની ગતિ જ એટલા બધા જોસ્સાભરી હતી કે એમને પણ વહેમ પડ્યો : 'ઉન્માદવશ તો નથી બની ગયો ?'

દેવના અંગોમાંથી ક્રોધની જ્વાળાઓ ઊઠવા લાગી.

❑

3

❧❧❧

પ્રેતે કાર્યાલયના દ્વારમાં પેસતાં પોકાર કર્યો, 'દેવ, દેવ, મનુષ્યનો મને દેહ આપો... દેવ ! માનવીનું મને ખોળિયું આપો !' એ દેવના પગમાં ઢળી પડ્યો.

દેવનો ક્રોધ પ્રેતનાં આંસુએ જાણે ધોઈ નાખ્યો.

દેવે કહ્યું : 'ઊભો થા. એક વાર શાન્ત થા, સ્વસ્થ થા ને પછી બધી વાત કર.' એમણે વંતરીઓને હુકમ કર્યો : 'એને એક વાર પાણી આપો.'

વંતરીઓ પણ હવે ભયમુક્ત બની ગઈ. ગોરીએ પ્રેતને પાણી આપ્યું.

પાણી પીને પ્રેતે દેવ સામે દયા યાચતી નજર નાખી વળી કહ્યું : 'દેવ, મને માનવદેહ આપો, પુરુષનું ખોળિયું આપો !'

'શું કામ ?' દેવે પૂછ્યું.

'એક રતન નામની ગોવાલણીથી મારો જીવ લાગ્યો છે. દેવ, મને દેહ આપો !'

'તારો જીવ લાગ્યો હશે પણ છોકરીના જીવનો તેં વિચાર કર્યો છે કદી ?'

'હા દેવ, છોકરીને મેં વાતો કરતી સાંભળી છે એને જેવા પતિના ઓરતા છે એ બધા જ ઓરતા પૂરવા માટે હું શક્તિમાન છું – મને જો આપ માનવદેહ આપો તો દેવ.'

'ઓરતા પૂરા કરવા એ એક વાત છે ને પ્રેમ હોવો એ બીજી વાત છે, પ્રેતાત્મા.'

'પ્રેમની તો એ નરી પ્રતિમા લાગે છે દેવ.'

'તને કેમ ખબર પડી ? એની સામે તું હજી દેહ ધરીને ઉપસ્થિત તો થયો નથી.'

'મારો અંતરાત્મા કહે છે દેવ ! હું દેહ લઈને એની સામે ઉપસ્થિત થઈશ કે એ મને અપનાવ્યા વગર રહેવાની જ નથી-જો મને આપ દેહ આપો તો.'

વંતરીઓ ખડખડ કરતી હસી પડી. કાળી વંતરીએ દેવને કહ્યું : દેવ, ગરજવાનને અક્કલ ન હોય-એવું જ આનું લાગે છે.'

એ તરફ દુર્લક્ષ્ય કરતાં પ્રેતે વળી વિનંતી કરી : દેવ, મારી વાત ઉપર વિશ્વાસ કરી એક વાર આપ મને એ છોકરીને અનુરૂપ દેહ આપવાની કરુણા કરી તો જુઓ !'

દેવ હસ્યા. કે' છે : 'મૂર્ખ પ્રેત, પ્રેમી હંમેશા પાગલ હોય છે. પણ હું કંઈ ઓછો પાગલ છું ?'એમ તે દેહ અપાતો હશે ?'

'દેવ, હું પાગલ નથી. જે દિવસથી આ છોકરીને મેં નાહતી જોઈ છે તે દિવસથી મારી બુદ્ધિ મરી ગઈ છે. એક જ રટણા રાત ને દિવસ ચાલી રહી છે : 'આ છોકરી સાથે લગ્ન કરીને ધરતી પરનું સ્વર્ગ માણવું !'

બાજુમાં ઊભેલી બેઉ વંતરીઓ વળી પાછી ખડખડ કરતી હસી પડી. ગોરી કહે છે : 'ધરતી પર તો એવું સ્વર્ગ છે કે-જો ને આ આપણી જ દશા !'

એના જ ઉત્તરમાં પ્રેત જરા કઠોર અવાજે કહેવા લાગ્યો : 'હા હા, પ્રેમ એ જ ધરતી પરનું સ્વર્ગ છે ને સત્ય પણ એ જ છે.'

દેવે થોડીક વાર આંખો મીંચી. એ પ્રેતનો ભૂતકાળ જોવા લાગ્યા. આગલા જન્મમાં એ એક રાજાનો કુંવર હતો. એના મહેલમાં અતિશય સુંદર એવી દાસીની એક છોકરી હતી. છોકરીને એ ખૂબ જ ચાહતો હતો. છોકરી પણ એને એટલો જ ચાહતી હતી. એક વાર કુંવરે છોકરીને કહ્યું : 'ચાલ, આપણે ભાગી જઈએ.'

છોકરીએ ભાગી જવાની ના પાડી. એ પોતે દાસી હતી છતાં ય ગૌરવને સમજતી હતી. એણે કહ્યું : 'હે રાજકુમાર, હું તો તમને ચાહું જ છું પણ તમે પણ જો મને ચાહતા હો તો શાસ્ત્રવિધિથી મારી સાથે લગ્ન

કરો ને મને તમે રાણી તરીકે સ્વીકારો.'

કુંવર માટે આ શક્ય નો'તું. અલબત્ત લગ્ન તો કદાચ એ કરી શકે પણ એક શૂદ્ર જાતિની છોકરીને રાણી બનાવવી શક્ય જ નો'તી.

આ બાજુ છોકરી પણ પોતાની હઠને વળગી રહી. રાજકુંવરે આપઘાત કરી મરી જવાની છોકરીને ધમકી આપી. પણ છોકરી એકની બે ન થઈ. એણે કહ્યું 'હું મારું અપમાન સહી શકું પણ પ્રેમનું અપમાન થાય એવું પગલું તો હું કદી ય નહિ ભરી શકું !'

પરિણામ એ આવ્યું કે રાજકુમાર આપઘાત કરીને મરી ગયો !

ને આપઘાત જેવા મહાપાપથી ખરડાયેલો આ પ્રેત આપઘાતની આકરી સજા ભોગવતો વર્ષોથી અહીં પ્રેતલોકમાં પડ્યો હતો.

દેવે આંખો ઉઘાડી પ્રેત સામે નજર નાખી. બે-પાંચ પળના મૌન પછી હસીને કહ્યું : 'હે પ્રેતાત્મા ! જે જીવે પ્રેમ કરતાં સામાજિક પ્રતિષ્ઠાને વધારે મહત્ત્વ આપ્યું છે એ જીવને હું કેવી રીતે દેહ આપી શકું !

'દેવ, માણસ માત્ર ભૂલમાંથી શીખે છે તો આટલાં વર્ષ હું પ્રેતયોનિમાં રહીને કશું જ નહિ શીખ્યો હોઉં ? ક્ષણેક થંભી પ્રેતે ઉમેર્યું : હું એ છોકરીને મારા અણુએ અણુ ચાહું છું, દેવ.'

દેવે પેલી વંતરીઓ સામે જોયું, વંતરીઓ કંઈક કહેવા માગતી હતી. કાળીએ કહ્યું : 'ખોટી વાત છે દેવ. આ પ્રેત પેલી ગોવાલણીને નવસ્ત્રી નાહતી જોઈ ગયો છે એમાંથી એને રઢ જાગી છે. આ એનો સાચો પ્રેમ નથી, દેહનો પ્રેમ છે.'

દેવે ગોરી વંતરી સામે જોયું.

ગોરીએ પણ ટાપસી પૂરી : 'હાં દેવ. વાસનાથી જ પ્રેરાયેલો છે.'

દેવ પ્રેતને પૂછ્યું : 'શું કહે છે આ લોકો !'

પ્રેત ગુંચવાયો. પોતાના અંતરમાં ઊતરીને બોલતો હોય એ રીતે કહેવા લાગ્યો : 'ના ના દેવ, એવું કંઈ નથી લાગતું. આવાં દશ્યો અમારા માટે નવાઈનાં નથી દેવ. આથી પણ વધારે બીભત્સ દશ્યો જોવા મળે છે. પણ કોઈ દિવસ મારામાં કોઈની તરફ આટલી હદે આકર્ષણ જન્મ્યું નથી, દેવ.' ક્ષણેક થંભી દેવને જ એણે સવાલ કર્યો : 'દેવ મનુષ્યલોકમાંથી પ્રેમ

ને દેહને કેવી રીતે છૂટાં પડાય !'

કાળી વંતરી ભૂલી ગઈ કે પોતે અત્યારે દેવ પાસે ઊભી છે. કે' છે : 'અલ્યા, પ્રેમને ને વાસનાને તો છૂટાં પાડી શકાયને !'

ગોરી પણ અહીં કહ્યા વગર ન રહી શકી : 'તારે એ ગોવાલણીને ચાહવું હોય તો ચાહને, કોણ તને રોકે છે ? પણ તું તો અહીં દેવ આગળ દેહ માગવા બેઠો છે.'

કાળી બોલી : 'ત્યારે એનો અર્થ તો એ જ ને કે તારે એ છોકરીનો દેહ ભોગવવો છે.

આંખોમાં સવાલ ભરી દેવે ફરી પ્રેત સામે નજર નાખી. પ્રેત વળી ગૂંચવાયો. માનવજીવનને સમજવા મથતો હોય એ રીતે બોલવા લાગ્યો : 'મનુષ્ય જીવન આપણને કંઈ સમજાતું નથી દેવ, પણ અમે રહ્યા માનવ પ્રેતાત્માઓ એટલે કાં તો-માનવરૂપની મારફતે જ અમારે પ્રેમને પામવાનું નિર્માણ હશે.'

કાળી વંતરી ગોરીના કાનમાં બોલી : 'કેવી સાલો મોટી મોટી વાતો કરે છે !'

'લાગે છે જબરો પણ !' ગોરી પ્રેતના જવાબથી પ્રભાવિત બનેલી લાગતી હતી.

ત્યાં તો કાળી વંતરીએ ગોરી ઉપર પડેલો પ્રેતનો પ્રભાવ ધોઈ નાખ્યો. કહે છે : 'એને સાલાને જેમ તેમ કરીને દેવ પાસેથી દેહ લેવો છે, બીજું કંઈ જ નથી.'

દેવ હવે ટટાર થયા. કહેવા લાગ્યા : 'જો પ્રેતાત્મા, એ વાત તારી સાચી છે કે મનુષ્યમાં વાસના અને પ્રેમ બન્ને સેળભેળ છે ને આજના વિકાસક્રમમાં એ છૂટાં પાડવાં મુશ્કેલ પણ છે. પણ એમ કર. શાન્ત મગજે બે દિવસ તું આ તારાં મિત્રોની વાત પણ ધ્યાનથી સાંભળ ને એ દરમિયાન પૃથ્વીલોક ઉપર જવાનું બંધ કરી દે. બે દિવસ પછી અમાવાસ્યાના દિવસે તું મળજે મને !' દેવે ઊભા થયા.

'ભલે દેવ. આપની આજ્ઞા હું માથે ચઢાવું છું. પણ પછી તો આપ મને માનવદેહ આપશોને ?'

દેવ હસ્યા. કહે છે : 'વિચારતા પહેલાં ?'

'વિચારેલું જ દેવ. આ તો આપની આજ્ઞા માથે ચઢાવું છું એટલું જ. બાકી મારા વિચારમાં તલ ભારે ય તફાવત પડવાનો નથી.'

'એ તું જાણે. બાકી માનવદેહ હું તને આપીશ તોપણ એની સામે આકરી શરત હશે એ ભૂલતો નહિ.'

આ સાથે જ પ્રેતના અંતરમાંથી ફૂવારાની જેમ આનંદ ઊછળી આવ્યો. મહામુસીબતે સંયમ રાખતાં કહ્યું : 'ગમે તેવી આકરી શરત હશે પણ આપણે એ કબૂલ છે, દેવ.'

'એ પહેલાં એક વાર' – દેવે કાળી વંતરી સામે જોઈને કહ્યું : 'એને જરા નર્કલોક દેખાડજે કે શરત સ્વીકારે એ પહેલાં એને ખ્યાલ આવી જાય.' ને હસતા હસતા અંતર્ધાન થઈ ગયા.

બહાર નીકળતાં કાળીએ કહ્યું : 'ચાલ, દેવે કહ્યું છે તો હું તને નર્કલોક દેખાડું.'

'જોયું છે હવે નર્કલોક, મૂકને કેડો !' પ્રેત ચીઢાયો.

'શું જોયું છે, કહે જોઉં ?' ગોરી એને ખભે વળગી.

'નર્ક એટલે નર્ક વળી. નરી યાતનાઓ.'

'બસ. તો તું જાણે ને તારું કરમ જાણે. હેંડ 'લી મરવા દે એને. જે સાલો આપણને છોડીને પૃથ્વી ઉપર જવા બેઠો છે એની સાથે લપછપ શી વળી !' કાળી વંતરીએ ગોરીને ખેંચવા માંડી.

પ્રેતને તરછોડતાં ગોરીએ કહ્યું : 'અમે તો તારા ભલા ખાતર કહીએ છીએ. નહિ તો-પડને સાલા નર્કલોકમાં, અમારે શું.'

'અમારે તો નર્કલોકનો આંટો મારવાની ને તને સાલા રીબાતો જોવાની મઝા આવશે.' બેઉ વંતરીઓ પ્રેત તરફ ચાળા કરતી ને ચીઢવતી ચીઢવતી ઊપડી ગઈ.

એકલા પડેલા પ્રેતને તો વંતરીઓના ગયા પછી જાણે સજા સરખું લાગવા માંડ્યું. પૃથ્વી ઉપર પણ આ બે દિવસ જવાનું હતું જ નહિ. વળી એને કશું વિચારવાનું પણ ન હતું.

ને જુગ જુગ જેવડી લાંબી લાગતી પળોને એ, ઈધર ઉધર ભટકીને

તો એક જ ઠેકાણે પૂતળા સરખા બેસી રહીને વિતાવવા લાગ્યો...

બે દિવસ પછી વળી પ્રેત કાર્યાલયમાં બેઠેલા દેવ પાસે હાજર થયો. કાળીગોરી વંતરીઓ પણ જાણે રાહ જોતી દેવ પાસે બેઠી હતી ને આ બે દિવસથી પ્રેત પૃથ્વી ઉપર ગયો નથી એટલે એનો ઊભરો કાં તો શમી ગયો હશે, એવી આશા સેવતી હતી.

આજે પણ દ્વારમાં પ્રવેશ કરતાં પ્રેતે કહ્યું : 'કરી લીધો વિચાર, દેવ.'

'શો જવાબ છે ?' દેવે પૂછ્યું.

'એ જ-આપની શરત કબૂલ છે.'

દેવ હસ્યા. કહે છે : 'અરે અબુધ, હજી મેં તારી આગળ શરત તો મૂકી નથી – મેં તો માત્ર ઇશારો જ કર્યો છે એ પહેલાં તું કહે કે શર્ત કબૂલ છે; ત્યારે તું અક્કલ જ ગુમાવી બેઠો છે એમ જ થયું ને ?'

'એ તો મેં આપની આગળ પહેલેથી જ કબૂલ્યું છે, દેવ. મગજ જ મારું બહેર મારી ગયું છે.'પ્રેતના મોં ઉપર લાચારી ને ખિન્નતા હતી.

'હજી હું તને ચેતવું છું કે જે છોકરીને તું પ્રેમની પ્રતિમા કહે છે એ છોકરી આખર તો માનવી છે. એટલે કે માનવીનાં મન-પ્રાણ ભગવાને અજ્ઞાન અને ભૂખાળવાં પહેલેથી જ ઘડ્યાં છે. માટે જેના ઉપર મદાર બાંધીને તું નર્કલોકની યાતનાઓ સ્વીકારવા જેવી આકરી શર્ત કબૂલવા તૈયાર થયો છે એ છોકરીના પ્રેમનો હજી ય તું વિચાર કર.' ક્ષણેક થંભી દેવે ઉમેર્યું : 'એટલું યાદ રાખ : માનવી હંમેશાં સંજોગોનો ને વાતાવરણનો શિકાર રહ્યો છે. આ દૃષ્ટિએ છોકરીનો તું ફરીથી એક વાર વિચાર કરી લે.'

'આપ મને માનવદેહ તો આપો છો ને ?'

'આ શર્ત : જેને તું પ્રેમની પ્રતિમા કહે છે એ છોકરીનો પ્રેમ જે દિવસે નંદવાશે એ દિવસે તારે તારો માનવદેહ છોડવો પડશે ને સજારૂપે હંમેશના માટે તારે નર્કલોક સ્વીકારવો રહેશે... બોલ છે કબૂલ ?' છેલ્લા શબ્દો મૃત્યુ વખતે વાગતા ઘંટ જેવા ભેંકાર હતા.

'કબૂલ છે દેવ. આપો મને માનવદેહ.'

પ્રેતની આ ધૃષ્ટતા જોઈને દેવ એના પર પ્રસન્ન થયા. કહેવા લાગ્યા : 'માનવી પ્રત્યેનો બલ્કે આ છોકરી પ્રત્યેનો તારો વિશ્વાસ જોઈને હું

તારા પર પ્રસન્ન થયો છું ને આ શર્તની મર્યાદા પણ હું માત્ર એક જ વર્ષની બાંધુ છું. જો એ છોકરીનો પ્રેમ તારા પ્રત્યે એક જ વર્ષ અખંડિત રહેશે તો પછી તું આ તારા પ્રેતપણામાંથી મુક્ત થઈને અસલ માનવી બની રહીશ.'

'ખરેખર દેવ ? એક જ વર્ષ !' પ્રેતના આનંદનો પાર ન હતો.

દેવે કહ્યું : 'એક જ વર્ષ. પણ આ એક વર્ષના પ્રેમના ખંડનની મુદત ને વાત તારે એ છોકરીને કદી કરવાની નહિ. નહિ તો શરતચૂક ગણાશે એ પણ યાદ રાખ.'

'ભલે ભલે દેવ, ભલે.'

'હાં તો યાદ રાખ હવે : આજે ચૈત્રી અમાસ છે. જો આવતા ચૈત્રની અમાસની મધરાત સુધી એ છોકરીનો પ્રેમ અખંડિત...'

પ્રેત એટલો બધો અધીરો હતો ! અધીરા કરતાંય છોકરીના પ્રેમ માટે એટલો બધો એને અટલ વિશ્વાસ હતો કે દેવને આ વાત દોહરાવતા જોઈને વચ્ચે જ બોલી ઊઠ્યો : 'સમજી ગયો દેવ... ક્યાં છે દેહ, પ્રભો ?'

દેવે કહ્યું : 'જો આપણી સામે આ કાળોધબ ચંદ્રમા ઊભો છે. આપણા આ પ્રેતલોક તરફ તો સદાય એ પીઠ ફેરવીને ઊભો છે પણ આજે તો પૃથ્વીથી પણ એ ઢંકાયેલો છે-પૃથ્વીની જ છાયાથી. સમજ્યો તું મારી વાત ?'

'સમજ્યો દેવ.' અધીરા પ્રેતે વગર સમજ્યે હાંકે રાખ્યું.

'હવે ચંદ્ર નીચે જો. દેખાય છે કંઈ ?'

'ના દેવ. તારા પણ નથી ત્યાં તો.' પ્રેતે શક્ય એટલી નજર ખેંચી ઉમેર્યું : 'ઘનઘોર અંધારું છે.'

'એ છે ભૂતકાળ. મારી આજ્ઞાથી એક વાદળું તને ત્યાં લઈ જશે. ત્યાં એક ઝાડ હશે. ઝાડ પાસે ઘોડો હશે ને ઝાડની ડાળે એક જુવાનની લાશ લટકતી હશે. એમાં તું પ્રવેશ કરજે ને વાદળ ઉપર ચઢીને પૃથ્વી ઉપર પહોંચી જજે.'

પ્રેતના આનંદનો પાર ન હતો.

વંતરીઓની સિકલો જોયા જેવી હતી.

દેવે કહ્યું : 'જો, સામે પેલા સપ્તર્ષિ આગળથી જે વાદળું પસાર થઈ

રહ્યું છે એ જ વાદળું અહીં આવશે. એમાં તું પ્રવેશ કરજે.'

'જેવી આજ્ઞા, દેવ.' આમ કહી પ્રેત દેવના પગે પડવા જતો હતો પણ એ પહેલાં દેવ અંતર્ધાન થઈ ગયા.

નિરાશ ન થતાં પ્રેતે, દેવનાં જ્યાં પગલાં હતાં એ ઉપર પોતાનું માથું ઢાળી દીધું.

વંતરીઓ હસવા લાગી. કાળી કહે છે : 'મૂર્ખા, દેવ તો અંતર્ધાન થઈ ગયા છે ને કોને પગે લાગે છે !'

પ્રેતે કહ્યું : 'તમને એ નહિ સમજાય, વંતરીઓ.' અને પછી પેલા વાદળાના આવવાની રાહ જોતો સપ્તર્ષિ તરફ તાકી રહ્યો.

થોડીક જ વારમાં વાદળું પ્રેત પાસે આવી લાગ્યું. પ્રેતે એમાં પ્રવેશ કર્યો ને હર્ષાવેશમાં વંતરીઓથી વિદાય ટાણે વદ્યો : 'આવજો.'

પ્રેતના આ વિજય ઉપર બળીઝળી ઊઠેલી વંતરીઓને તો પ્રેતનો 'આવજો' શબ્દ પણ મસાલ જેવો કાળઝાળ લાગ્યો.

કાળી વંતરી એટલી બધી છેડાઈ પડી કે દાંત પીસીને ધીમેકથી બબડી પણ ખરી : 'ઠીક છે સાલા, આવજો એમ કહીને ગયો છે પણ હવે તો અમે એવાં આવીશું કે એક વર્ષ જો પૂરું થવા દઈએ તો અમને તું વંતરીઓ નહિ-કૂતરીઓ કહેજે.'

વંતરી બિચારી એમ સમજતી હતી કે વંતરીના કરતાં કૂતરી ઘણી હલકી અને દંશીલી છે !

ગોરીએ પણ કાળીની વાતમાં ટાપસી પૂરી : 'બદલો તો એવો લઈશું કે'–

'ચાલ આપણે એની પહેલાં પૃથ્વી પર પહોંચી જઈએ ને પેલી ગોવાલણીને ગામ જઈને બેસી જઈએ. જોઈએ તો ખરાં, સાલાને માનવદેહ કેવો મળ્યો છે ને પરણવા માટે એ ત્યાં જઈને શાં શાં કારસ્તાન કરે છે એ.'

ને દંશથી ભરેલી કાળી ગોરી બેઉ વંતરીઓ પૃથ્વી તરફ રવાના થઈ ગઈ.

❑

૪

ગામને ગોંદરે આવેલા ધરતી માતાના મંદિરે અખાત્રીજનો ઉત્સવ મંડાયો હતો. ખેડૂતોના આ જલસામાં ગામની ઇતર કોમો પણ જોડાઈ હતી. બ્રાહ્મણે મુખી પાસે ભૂમિપૂજન કરાવ્યું. પ્રસાદ વહેંચાયો. ને આ બધી વિધિ પત્યા પછી યુવાન વર્ગ ગીત ગાવાની વેતરણમાં પડ્યો. આધેડ ઉંમરનાં સ્ત્રીપુરુષો-એક પગ વૈરાગમાં ને બીજો પગ શૃંગારમાં રાખીને યુવાનોને પ્રોત્સાહન આપવાનું કામ કરતાં હતાં. તો વૃદ્ધજનો બેઉ પગ વાળીને ઓટલે બેસી ગયાં હતાં.

ગીતની શરૂઆત તો નાનાં નાનાં છોકરાંએ ક્યારની ય કરી દીધી હતી. એ પછી કેટલાક કિશોરો, છોકરાંને શિખવાડતા હોય એ રીતે જઈ ભળ્યા. યુવાન અને યુવતીઓએ પણ અડધું ગાણું થતામાં તો એકલદોકલ ઘેરમાં જોડાવા માંડ્યું.

પણ આ બધું અવિધિસરનું હતું. ચાલુ ગીત પૂરું થતાં ગામની એક આધેડ બાઈએ ઘાંટો પાડી કહ્યું :

'અલી રતન, કાન-ગોપીનો રાસ આજ તો થવા દો.'

'હા...! ખરું કહ્યું દિવાભાભી. બોલો, તમે જો જોડી થતાં હો તો આપણે રાસમાં જોડાવું.'

'મરો તમે શામળભાઈ ! આ ઉમ્મરે આપણને તે રાસડે રમવું શોભતું હશે ?'

ત્યાં તો મંદિરના ઊંચે ઓટલે બેઠેલો એક ડોસો બોલી ઊઠ્યો : 'રમી રહ્યા રાસડો, ભાઈ !... ન માનો તો જુઓ આ પા ઉત્તરમાં. ભેરવ ડુંગરે

એકે ય તારો દેખાય છે ?'

બીજો એક અવાજ આવ્યો : 'ખરી વાત હો. વાયરો ઊપડ્યો છે તે વંટોળ કાં તો આવ્યામાં છે.'

'આવશે આવવું હશે તો, હેંડોને ભાઈ, આપણે બધાં જોડીમાં તો ગોઠવાઈએ.' ભેરવ ડુંગર તરફ જોઈ રહેલા ટોળામાં પ્રવેશ કરતાં રતને કહ્યું.

'આવશે તો નહિ ને આ આવ્યો-નદીકાંઠે ખોડિયારના મંદિર તરફ જુઓ જરા. વરસાદે ય પડે કાં તો.'

'ના રે ના. વૈશાખ મહિનો બેઠો એટલે વંટોળ તો ઊઠવાના, ભાઈ.'

'વંટોળ તો નહિ ને-સાંભળતા નથી હરિભાઈ, ધોમધડાકા બોલાવતો આવે છે એ !'

પણ હરિભાઈનું કાળજું દોઢ મણનું હતું. કે' છે : 'એક છાંટો પડે તો લેખ કરી આપું.'

'હરિકાકા ખરું કહે છે. હેંડો આપણે-ક્યાં ગઈ માલી ? આપણા બેની જોડી હાંકે.'

મીઠી શી ચીઢ સાથે માલી ધીમેકથી બોલી : 'બૂમો ન પાડને રૂપા. જોડી છે તે છે જ તો હવે.'

'તો મારી ને રતનની જોડી.' બીજો એક જુવાન બોલી ઊઠ્યો.

પણ રતનનો જીવ અત્યારે વંટોળમાં ભરાયો હતો. કે' છે : 'વંટોળ તો જો, અરજણ.'

'અરે વાહ ! તું ક્યારથી વળી વંટોળથી બીવા લાગી ? હમણાં તો તું જ કે'તી 'તી કે'–

'છાતીમાં કંઈક ધ્રાસકા જેવું પડી ગયું છે, અરજણ. મશ્કરી નથી કરતી.'

'અરે કશું નહિ રતન, ધીમો પડી ગયો જો. આ તો ખાલી પવનની ઘૂંટી હતી. લે હેંડ આપણા બેની જોડી.'

રતન હજીય કશાક ભ્રમમાં હતી. એની નજર ખોડિયારમાના મંદિરની દિશામાં હતી. એકાએક એ બોલી ઊઠી : 'જો પેલો કોક આદમી આવે.'

'આવતો હશે કોક રાસડે રમવા. હેંડને આપણે શરૂ કરીએ.' અરજણે રતનનો હાથ પકડી ખેંચવા માંડી. બીજાં લોકો તૈયાર થઈને ઊભાં હતાં એ તરફ જોતાં અરજણે કહ્યું : 'હેંડો ભાઈ, અમે તો જોડી બનાવી લીધી. મારી ને રતનની'–

ત્યાં તો પેલો આગન્તુક રતન સામે ખડો થતાંકને જુગજૂની ઓળખાણ હોય એ રીતે કહેવા લાગ્યો : 'આપણા બેની જોડી, રતન.'

ને રતન જ્યાં આ અજાણ્યા યુવાન ઉપર નજર નાખી કે સીધી જ જાણે પેલાની આંખમાં પરોવાઈ ગઈ ! પૂછી પણ ન શકી : 'કોણ છે તું ? હું તો તને ઓળખતી પણ નથી.'–

એને કોઈ પ્રશ્ન જ નહોતો ઊઠતો પછી કેવી રીતે પૂછી શકે ? ચિત્ત જ જાણે ચોરાઈ ગયું !

રતનની વહારે અરજણ આવ્યો. રતન આડે ખડા થતાં કહ્યું : 'કોણ છે 'લ્યા તું વળી રતન સાથે રાસ રમનાર ?'

આગન્તુકે-અરજણને જાણે સાંભળ્યો જ ન હોય એ રીતે રતનને વળી કહ્યું : 'હેંડ રતન, રમીશુંને રાસ આજે ?'

યુવાનની આ ધૃષ્ટતા જોઈ બીજા લોકોને પણ નવાઈ લાગી.

શામળભાઈએ આગળ આવી નવાઈ સાથે કહ્યું : 'આ પણ ઠીક ! ન ઓળખાણ, ન પારખણ ને'–

'રમીશુંને રતન, રાસ ?' પેલો તો જાણે આસપાસનાં લોકોને જ નહિ, દુનિયાને પણ ભૂલી ગયેલો લાગતો હતો. નજર પણ એની એકધારી રતન ઉપર મંડાયેલી હતી.

અરજણનો હવે મિજાજ ગયો. એની તરફ ડગ ભરતાં કે' છે : 'અલ્યા, હું ત્યારનો કહું છું કે રતનની ને મારી જોડી છે ને તું સાલા'–

આગન્તુકે અરજણ તરફ વગર જોયે જ કહ્યું : 'પૂછને તું રતનને ? હેંડ ને રતન, રમીશું ને રાસ આપણે.'

'વગર પૂછે પૂછેલું છે. હેંડતો થા અહીંથી, નહિ તો માર ખાઈશ આજ સપરમા દને.'

'તું કે હું ?' પેલાએ એની બેઠી નજર અરજણ ઉપર માંડી દીધી.

'અરજણ બંકાને તું હજી ઓળખતો હોય એમ લાગતું નથી.' અરજણે એની નજર સામે જોયા વગર જ કહ્યું.

'મારે તને શું કામ ઓળખવો છે ?'

'ઓળખીશ તો તારા લાભમાં છે...'

એક તરફ આ લોકોની વચ્ચે બોલાચાલી ચાલતી હતી તો બીજી તરફ ગામનાં પેલા આધેડ તથા વૃદ્ધજનો એકબીજાને પૂછતાં હતાં : 'આ મોટિયાર છે કોણ પણ ?'

એક જણે કહ્યું : 'ખબર નથી કોણ છે. પણ બે-ત્રણ દનથી હું એને ખોડિયારમાના મંદિરે બાવજી પાસે કામ કરતો જોઉં છું ! ભાઈ... એ જ છે.'

બીજાએ પણ ટાપસી પૂરી : 'ખરી વાત. મીં એને લાકડાં ચીરતાં જોયો હતો.'

ત્યાં તો પેલા બેની લડાઈએ એવું ઉગ્ર રૂપ ધારણ કર્યું કે ચર્ચાબર્ચા પડતી રાખી સહુ કોઈ અધ્ધર શ્વાસે એ તરફ કાન માંડી રહ્યાં.

અરજણ કહેતો હતો : 'ડાહ્યો થઈને અહીંથી હેંડતો થા, નહિ તો માર માર્યા વગર છૂટકો નથી. એક જ અડબોથમાં ઊંધો થઈ જઈશ. અરજણ બંકાને તું જાણતો નથી.'

છતાં ય સહુ કોઈએ જોયું તો આગન્તુક જુવાન એનો એ જ અડોલ હતો. એ જ બેઠી નજરે અરજણ તરફ જોતાં સવાલ કર્યો : 'કોણ ઊંધો થઈ જશે-તું કે હું ?'

'તું ને તારો બાપ સુધ્ધાં. આજે સપરમા દને મારે કોઈનાથી ઝઘડો કરવો નથી એટલે જરા–'

'તો આપણે ક્યાં ઝઘડો કરવો છે... હેંડ રતન, રમીશું ને ?'

પણ રતનનામાં સૂધસાન ઠેકાણે હોય તો જવાબેય આપે ને ? એ તો જાણે સમણું જોતી જ ઊભી હતી.

અરજણ માટે હવે અસહ્ય થઈ પડ્યું. એણે પેલાને છેલ્લી ચેતવણી આપી : 'જો, હું તને છેલ્લી હવે એક તક આપું છું. છતાંય તું નહિ માને તો-પછી કોઈ એમ ન કહેશો કે ગામમાં આવેલા એક પરગામી માણસને અરજણે નાહક ટીપી નાખ્યો...'

શામળે આગન્તુકને સમજાવવાનો વળી એક વાર પ્રયત્ન કર્યો. એણે કહ્યું : 'આ અરજણ બંકાને તું હજી ઓળખતો નથી, ભાઈ. આટઆટલા પ્રદેશમાં એની તોલે એક પણ બીજો બળિયો નથી; માટે સમજી જા.'

છતાંય પેલો તો નકારમાં ડોકું હલાવતો આમ જ બોલ્યો : 'હું ક્યાં આટઆટલા ગાળાનો છું, પણ.'

હરિભાઈ બોલ્યા : 'અમને ખબર છે તું ખોડિયારમાના મંદિરમાં બે-ત્રણ દનથી આવેલો છે. પણ એમ ઉચમુંચ (એકદમ) ઓછી કોઈ ગામની છોડી તારી સાથે રાસ રમવા તૈયાર થશે ?'

'હેં રતન ?' પેલાએ વળી પૂતળા સરખી રતનને સવાલ કર્યો.

રતનને મૂંગી જોઈ માલીની બા દિવાએ આગળ આવી પેલાને કહ્યું : 'રાસ જોવો હોય તો બેસ પેલા ઓટલા ઉપર જઈને પણ રમવા તો તને'–

'મને અસલ આવડે છે પણ. શા માટે હું ન રમું ? રતન હા પાડે તો તમને એમાં વાંધો શો છે ?'

'પણ એ ક્યાં હા પાડે છે ?' દિવાએ પૂછ્યું.

'ના ય ક્યાં પાડે છે, કાકી ?' આગન્તુકે હસીને કહ્યું.

અરજણ હવે જીવ ઉપર આવી ગયો. પેલાં બધાંને વચ્ચેથી દૂર કરતાં કહ્યું : 'જો લ્યા એ ભટકતા ? મારી વાત સાંભળી લે. આટલે રહીને હું એક બે ને ત્રણ ગણું છું. જો ત્રણ ગણતામાં મોં ફેરવી જઈશ તો ઠીક છે, નકર સમજી લેજે કે તારા ઉપર વીજળી પડી.' આમ કહી અરજણ બાંયો ચઢાવવા લાગ્યો.

ગામના જુવાનો પણ જાણેઅજાણે અરજણના પક્ષમાં જોડાયા – અલબત્ત શાબ્દિક રીતે. અરજણને ઘાંડો પાડ્યો : 'એક...'

અરજણના ઘાંટાથી હવામાં સન્નાટો વાગ્યો. લોકોનું વિચાર તંત્ર ભાવિ ઉપર મંડાઈ રહ્યું.

છતાં ય પેલો તો અડોલ જ હતો. એને જાણે કશી જ પૂર્વ તૈયારી કરવાની ન હતી. બધું જ જાણે તૈયાર હતું.

અવાક્ સરખી બની ગયેલી રતન જાણે વધારે તટસ્થ બની.

અરજણે બીજો ઘાંટો પાડ્યો : 'બે...'

વાતાવરણ વધારે તંગ બન્યું. હવા પણ ઘટ થઈને ઊભી હતી.

ત્રણ બોલવાને બદલે અરજણે પેલાને વિનાકારણ ચેતવણી આપી : ‘અલ્યા, ઠીક કહું છું હોં !’

પેલાએ કહ્યું : ‘બોલ ને બોલ ? કે બંકો પછી ગણતાં ભૂલ્યો ?’

ગૅસ ઉપર કોઈકે જાણે પલીતો ચાંપ્યો. અરજણે ‘એ... ત્રણ !’ આમ કહી ઉગામેલા હાથે એ એવો ઝપટ્યો જાણે હવામાં ઊડ્યો.

પણ હાથેક છેટે હતો ને કોણ જાણે શું થયું ! પગમાં કંઈક ગૂંચવાયું કે ધરતી ડોલી કે પછી વચ્ચેથી હવા ખસી ગઈ ? અરજણ બંકો આગન્તુકના પગ આગળ જ ઢગલો થઈને ઢળી પડ્યો-ધૂળ ભેગો !

ગામના જુવાનોએ એને ઊભો કર્યો ત્યારે તો જીભ પણ એની લાકડા સરખી થઈ ગઈ હતી. ઉગામેલો હાથ મચકોડાયેલો લાગતો હતો.

પરિણામ એ આવ્યું કે આગન્તુકને કાઢવાને બદલે એ જ ત્યાંથી ચાલતો થયો-બબડતો બબડતો : ‘ઠીક છે. વખત આવે વાત. જોઈશ વળી કોક વાર.’

રૂપાએ એને પાછો વાળવાનો પ્રયત્ન કર્યો. પણ અરજણ પાછો ન ફર્યો. રતન સાંભળે એ રીતે કહેતો કહેતો અદશ્ય થઈ ગયો : ‘આ બધાં કારસ્તાન રતનીએ જ કરાવ્યાં છે !’

આ શબ્દોએ રતનના અહ્મને જગાડ્યું. બોલી : ‘હા હા જા, રતનનાં કારસ્તાન છે ! હવે તો હું આની સાથે જ રાસ રમીશ તું મને શું બીવરાવે છે.’

પછી તો ગામલોકોએ બખેડો શાંત પાડ્યો. દિવાકાકી કહેવા લાગ્યાં : ‘આ જુવાનિયાએ તો દાડિયા ઘોરંબો કરી મૂક્યો, શામળભાઈ.’

‘એમ જ હોય દિવાભાભી. જુવાનિયાં શાનું નામ ? આપણે ય આપણી જોવનાઈમાં ઓછા બખેડા કર્યા છે ? મારું કહ્યું માનો તો હેંડો આપણે જોડાઈએ ને રાસ રમવો શરૂ કરીએ.’

રૂપો, વસ્તો વગેરે ગામના જુવાનોએ આ પ્રસ્તાવ ઉપાડી લીધો. ‘હા હા હેંડો.’

શામળ-દિવાને જોડીમાં જોડાયેલાં જોઈને આધેડ ઉમ્મરના હરિભાઈએ પણ પોતાની જોડી શોધી લીધી.

ને ઘડીકમાં તો કાનગોપીની બનેલી એ દશેક જોડી ધરતી ઉપર રાસની રમઝટ બોલાવી રહી :

રમો રમો ગોવાળિયા
રમો મારગડો મેલીને.
નકર ખાશો મારા મુખડાની
ગાળો ગોવાળિયા
રમો મારગડો મેલીને.

પુરુષો :

ઘેલી ઘેલી 'લી ગોપીઓ
નહિ રે મારગડો મેલીએ.
ગોરાગોરા ગાલોની ગળી ગાળો
'લી ગોપીઓ–
મારગ મેલી ખોટ ના ખાઈએ !...

આમે ય રતન, ગીત, રાસ ને ગરબામાં એક્કો હતી પણ આજે તો એ ધરતીની જેમ ઘૂમતી હતી. જ્યારે આગન્તુક તો વળી એવો ચગ્યો હતો કે–

જોનારને એમ જ લાગતું હતું : આ બે જણની જુગત જોડી જ આ બધાંને પોતાની પાછળ ઘૂમાવી રહી છે.

લખ લખ તારલે ઓપી રહેલી અમાસ સરખી અંધારી રાત આજના જેવી ક્યારેય કોઈએ ઉજળી-અજવાળી જોઈ નહોતી ?

રાસ પૂરો થતાં રાસમાં ઘૂમનાર ને જોનાર બધાં જ જાણે કોઈ અનેરી દુનિયા ઉપરથી ધરતી ઉપર પટકાઈ પડ્યાં.

રતન પણ હાંફતી હાંફતી એક તરફ બેસી ગઈ. આગન્તુક હજી અતૃપ્ત હોય તેમ રતન આગળ ઊભો હતો.

હાંફ જરા ઓછી થતાં રતનનું હૈયું ઠેકાણે આવ્યું ! આગન્તુકને જોઈ એ શરમાઈ ગઈ. બોલી : 'હું તો તમારું નામે ય જાણતી નથી.'

'મારું નામ ભેરવ.'

'ભેરવ ?'

ભેરવ સમજી ગયો : રતન બાપનું નામ ને એવી બધી વિગત માગે છે. ભેરવે રતન પાસે બેસતાં કહ્યું : 'ભેરવ એટલું જ ઘણું છે, રતન. બાપનું નામ તો હું ય નથી જાણતો !'

રતનને નવાઈ લાગી. 'બાપનું નામ નથી જાણતા ?'

ભેરવ બોલ્યો : 'માના નામની ય ખબર નથી.'

'ઓ તો તો–નાનપણમાં માબાપ મરી ગયાં છે એમ જ કહોને.'

'હું કદી ભૂતકાળ સંભારતો જ નથી.'

'ગામ તો ખબર હશેને ?'

'રતનનું ગામ એ આપણું ગામ. ખોળતો ખોળતો આવ્યો છું ને ખોડિયારવાળા મહારાજ કહે છે કે રહી જા અહીં. આ જ તારું ગામ ગણી લે.'

અજાણપણે જ રતન ખુશ થઈ ઊઠી. કહે છે : 'અસલ તો તો–'.

'પણ તમે તો મને ઓળખતા'તા !' રતને સમણામાંથી જાગીને પ્રશ્ન કર્યો હોય એ રીતનો એનો અવાજ હતો. ભેરવે આવતાં જ પોતાનું નામ લીધું હતું એ એને યાદ આવ્યું.

'ઓળખું જ છું તો.'

'હાય હાય ! કેવી રીતે તમે મને–'

'પાછી તેં ભૂતકાળની વાત પૂછી, રતન ! તું જ કહે : તને જ એવું નથી લાગતું, હું તને ઓળખું છું ?'

'એટલે જ કાં તો તમારી સાથે હું રાસડે રમવા તૈયાર થઈ હતી, નહિ ?'

'બ... સ એ જ ઓળખાણ.'

પેલી બાજુથી રૂપાનો અવાજ આવ્યો : 'રતનબુન, હેંડ હવે જઈએ ઘેર. આ બધાં નીકળ્યાં.'

'આ ઊઠી.' રતન ઊભી થઈ. પોતાની રાહ જોતા ભાઈને કહ્યું : 'હેંડ તું તારે માલી સાથે, હું ભેરવની સાથે આવું છું.'

'આ સાથે જ ગામલોકોને આગન્તુકના નામની ખબર પડી. પછી તો એ લોકો પણ–કોઈ એની બહાદુરીનાં વખાણ કરવા લાગ્યાં તો કોઈ વળી

રાસમાં એણે જગાવેલી રમઝટનાં વખાણ પણ કરતાં હતાં.

અરજણ સાથેની તકરારમાં પણ કેટલાંકે તો અરજણનો જ વાંક કાઢ્યો. હરિભાઈ જેવાએ ભેરવનો બચાવ કરતાં કહ્યું : 'એણે બાપડાએ રાસ રમવાની માગણી કરી એમાં શું અરજણને વાંકું પડ્યું, ભાઈ ?'

'વાત તો ખરી હરિભાઈની.' દિવાકાકીએ ટાપસી પૂરી.

તો શામળભાઈ પણ પડઘો પાડવો ન ચૂક્યો. કહે છે : 'કોકને જુગાર રમતાં જોઈને જુગારી ત્યાં ગયા વગર ન રહી શકે, એ જ રીતે આ પણ બાપડો રાસ રમતો સાંભળીને આવ્યો હશે ને મૂળમાં જીવ રસિયો એટલે રમવાની એણે માંગણી કરી, એમાં શું બગડી ગયું, ભાઈ !'

ભેરવ તથા રતન વાતો કરતાં કરતાં પાછળ જ આવતાં હતાં. આ લોકોને પણ ભેરવ સાથે ઓળખાણ કરવાનું મન થયું. ગોંદરા આગળ ઊભાં ઊભાં વાટ પણ જોવા લાગ્યાં.

હરિભાઈ અને શામળભાઈએ ભેરવને પૂછવા માંડ્યું : 'ક્યાંના છો ભાઈ, કોણ નાત ?'

પણ ભેરવે તો લાખ વાતની એક જ વાત કરી દીધી : 'એ બધી વાત રતનને મેં કરી છે. એને જ તમે પૂછજો.' ને રામ રામ કરી ઊપડી ગયો નદીકાંઠે આવેલા ખોડિયારમાના મંદિર તરફ.

જતાં જતાં મીઠો એવો ટહૂકો કરીને રતનને એ કહેતો હતો : 'કાલે ફરી મળીશું, રતન.'

લોકોને નવાઈ લાગી. દિવાકાકી કહ્યા વગર ન રહી શકી : 'વાહ રે ભાઈ ! આટલી વારમાં તો જુગજૂની ઓળખાણ હોય એમ કે' છે કેવો : 'કાલે ફરી મળીશું રતન !'

ઘર તરફ પગ ઉપાડી ચૂકેલી રતને પણ જતાં જતાં દિવાકાકીને છડો (રોકડો) જવાબ આપી દીધો : 'ઓળખાણનો છોડવો જ એવો છે, દિવાકાકી : પલકારે પાંગરે ને ઘડીકમાં તો તોતિંગ ઝાડ !'

રતનના આ જવાબથી સહુ કોઈ હસવા લાગ્યા. કોઈ કોઈએ નવાઈ પણ દેખાડી : 'આહીરની છોડી છે પણ બોલતાં કેવું આવડે છે !'

❑

૫

રતન એક આહીરની દીકરી હતી. એના પિતા પાસે ગાયોનું મોટું ધણ હતું. આ ધણ મુખ્યત્વે રતન જ ચરાવતી હતી.

માબાપનો વિચાર બે વર્ષથી એને ઠેકાણે પાડવાનો હતો પણ રતન થોડીક ચસકેલા ભેજાની હતી. એણે એનાં માબાપને ચોખ્ખા શબ્દોમાં કહી રાખ્યું હતું : 'હું ક્યાંય અણછાજતું પગલું ભરું તો તમારે મને નદીના ધરામાં ધકેલી દેવી ! બાકી પરણાવવા માટે ઉતાવળ ન કરવી. મન થશે ત્યારે હું જ તમને સામેથી કહીશ.'

માબાપને પણ રતનમાં વિશ્વાસ હતો. જો કે લોકનિંદાની બીકે એમનો જીવ ઊંચો રહેતો; પણ દીકરી જ જ્યાં પરણવા માટે તૈયાર નો'તી પછી બીજો ઉપાય પણ શો ?

છેલ્લા થોડાક દિવસથી અરજણ સાથે રતનને હરતી ફરતી જોઈને માબાપને શ્રદ્ધા બેઠી હતી કે રતનનું હવે ઠેકાણું પડશે. ત્યાં તો રાતે રૂપાએ મા આગળ વધામણી ખાધી : 'મા, રતને તો અરજણને માર ખવરાવ્યો.'

મા જાણતી હતી કે રૂપાને રતન તરફ એક જાતનો ખાર છે. એટલે એણે રૂપાની વાત માની જ નહિ. વળી અરજણ જેવો બળુકો જુવાન કોઈના હાથનો માર ખાય એ પણ માન્યામાં આવે એમ ન હતું. માએ કહ્યું : હેંડ હેંડ હવે. અરજણને મારનાર આપણા ગામમાં હું કોઈને ય જોતી નથી.'–

'આ માણસ ક્યાં આપણા ગામનો છે ?'

માની આંખમાં રોષ પ્રગટ્યો... કહે છે : 'પરગામી માણસ અરજણને મારી ગયો ને તમે બધા ગામના મોટિયાર ટગર ટગર જોઈ રહ્યા, બાયલાઓ !'

'અમે શું કરીએ એમાં ? રતન વચ્ચે હતી પછી એણે બોલવું જોઈએ ને–'

ત્યાં તો રતન આવી લાગી. માએ એને સવાલ કર્યો : 'ખરી વાત રતન, અરજણને કોક પરદેશીએ માર્યો ?'

અરજણને માર પડ્યો એ વાતનો રતનને તલભારે ય અફસોસ ન હતો. એણે કહ્યું : 'પરદેશી ય મારે ને દેશી ય મારે.'

માને હૈયે આઘાત લાગ્યો. અરજણ જોડે રતનનું જાણે સગપણ થયું હોય ને અત્યારે એ તુટી ગયું હોય એ જાતની ફાળ સાથે પૂછ્યું : 'કેમ એમ બોલે છે, બુન ?'

ઉપરથી રૂપાએ મરચું ભભરાવ્યું : 'જો, હું નો'તો કે'તો !'

રતને રૂપા તરફ કરડી નજર નાખી. એને ધમકાવ્યો પણ ખરો. 'તને કશી ગમ ન પડે ને જેમ ફાવે તેમ બોલતો નહિ હાં ?' ઉમેર્યું : 'મારી વાતમાં તારે કશી પંચાત જ ન કરવી.'

રૂપો રતનથી ત્રણેક વર્ષ નાનો હતો. વળી રતનથી એ ડરતો પણ હતો. પણ અત્યારે તો માની ઢાલ વચ્ચે હતી. કહ્યું : 'તારા લીધે જ અરજણને માર ખાવો પડ્યો ને ?'

'શું હતું રતન ? વિગતે મને વાત કર જોઉં !' માએ જરા કડક સૂરમાં કહ્યું.

રતને મા આગળથી પગ ઉપાડતાં કહ્યું : 'રૂપાને પૂછો. એ બધું જાણે છે. મારે લૂગડાં બદલવાં છે.' ને અંદરના ખંડમાં ચાલતી થઈ.

રતનને વાત કહેવામાં વાંધો ન હતો પણ મૂળ વાત એ હતી કે એને જાણે આ બધું સમણું લાગતું હતું. એટલે જ એ અંદરના ભાગમાં કપડાં બદલતી ગઈ ને રૂપાની વાત સંભળાતી ગઈ.

રૂપાએ બની હતી એવી જ વાત માને કહી. વાત સાંભળ્યા પછી મા વિચારમાં પડી ગઈ. બોલી : 'આમાં આપણી રતન શું કરે !'

'કેમ શું કરે ? એણીએ પેલાને કહ્યું હોત કે તારી સાથે રાસ નહિ રમું તો પેલો શું કરવાનો હતો ?'

'એ વાત ખરી !' મા બબડી. રતનને બહાર આવતી જોઈને માએ

એને પૂછ્યું : 'કેમ બુન, તેં પેલા અજાણ્યાને ના ન પાડી ?'

રતન પાસે આનો જવાબ ન હતો. ખુદ પોતે પોતાને આ સવાલ ક્યારની ય પૂછતી હતી. પણ–

ને જે જવાબ એણીએ પોતાની જાતને આપ્યો હતો એ જ અહીં માને પણ કહ્યો : 'ન બોલી.'

'કારણ ?'

રતન જાણે અત્યારે ય પોતાની જાતમાંથી કારણ શોધવાનો પ્રયત્ન કરતી હોય એ પ્રકારના ભાવમાં હતી : 'બોલાયું જ નહિ, મા !'

માને અત્યંત નવાઈ લાગી. કહે છે : 'એવો કેવો તીસમારખાં છે તે તારાથી વળી ન બોલાયું ?'

'બીકની મારી ઓછી ?'

'તો ?'

'બોલવાનું કાંઈ સૂઝ્યું જ નહિ, મા.' રતન જાણે એકના એક જ મુદ્દા આસપાસ આંટાફેરા કરતી હતી.

માએ જોયું તો દીકરીના જવાબો જ નહિ, ખુદ દીકરી પણ જાણે બદલાયેલી-ન સમજાય એવી લાગતી હતી. એણે પછી એ વાત પડતી રાખી.

ઝોક ઉપર સુવા ગયેલા રતનના બાપા સવારે ઘેર આવ્યા ત્યારે એમની આગળ રતનની માએ રાતવાળી વાત કાઢી : 'ગઈ રાતના ઉત્સવની વાત તો તમે–'

પતિ વચ્ચે બોલ્યો : 'હમણાં જ મને હરિભાઈએ વાત કરી.'

પત્નીએ જોયું તો પતિનું મોં પડેલું હતું. આછા શા વ્યંગ સાથે પતિને પૂછ્યું : 'શું કે'તા'તા, હરિભાઈ ?'

'કોક અજાણ્યા મોટિયાર સાથે રતની રાતે રાસ રમી ને અરજણ સાથે ય પેલાએ કાંક ધમાધમ કરી હતી.' આમ તેમ નજર નાખી પતિએ પૂછ્યું : 'ક્યાં ગઈ રતની ?'

'ઝોકમાં ગઈ હશે.'

પતિએ સવાલ કર્યો : 'તમે એને (રતનીને) પૂછ્યું તો હશે ને ? એ શું કે' છે ?'

'એ તો બાપડી બોલી ય નથી. અરજણે ને પેલાએ અંદરોઅંદર ઝઘડો કર્યો. પૂછજો તમે રૂપો આવે એટલે ?'

'હરિભાઈ પણ એમ જ કહે છે. પણ ઝઘડાનું મૂળ કારણ તો આપણી છોડી જ ને ?'

પત્ની છેડાઈ પડી. કે' છે : 'છોડી કંઈ પેલાને બોલાવવા ગઈ'તી કે કે'વા ગઈ'તી કે તું અરજણ સાથે–'

વચ્ચે બોલતાં પતિએ કહ્યું : 'મેં હરિભાઈને આ જ કહ્યું કે અજાણ્યો માણસ અરજણને મારી ગયો, ત્યારે તમે બધા ગામનું શું કરતા હતા ? એટલામાં તો શામળભાઈ આવ્યા ને એમણે ય પછી પોતાની ભૂલ કબૂલ કરી. ને રતનીનો બચાવે ય શામળભાઈ હરિભાઈ આગળ કરવા લાગ્યા. કહે છે : 'આપણી જ ભૂલ છે. ગામ આખું કાંઈ ન બોલ્યું પછી રતનનો વાંક કાઢવો બેહિસાબની વાત છે. આપણા જેવા મૂછાળા કાંઈ ન બોલ્યા પછી રતનને ય નાછૂટકે પેલાની સાથે રાસમાં જોડાવું પડયું હશે.'–

માને આ વાત ખૂબ જ ગમી. પણ બીજી બાજુ એના અંતરને આમ જ હતું : 'રતની એમ કોઈનાથી દબેબબે નહિ ભાઈ. કાં તો આ માણસને એ ઓળખતી હોવી જોઈએ કે કાં તો–'

પણ આ પછી મા જ પોતે લમણો ખંજવાળવા વળી ! મનોમન બબડી પણ ખરી : 'બીજું તો શું હોય !' પતિને કહ્યું : 'તમે જરા ફરતા ફરતા ખોડિયારમાના મંદિરે જઈને તપાસ કરો. બાવજી બધી વાત જાણતા હશે : કોણ છે આ મોટિયાર ને કેમ છે.'

પત્નીએ ભલે દીકરીના સ્વભાવના ને પોતાને પડેલા વહેમની વાત પતિ આગળ ન કરી, બાકી પિતા પણ દીકરીને ઠીકઠીક ઓળખતો હતો. એણે કહ્યું : 'છોડીને પણ પૂછો તમે, કાંઈ બીકને લીધે કે પછી-આગળપાછળની ઓળખાણ હોય તોપણ બનવાજોગ છે હાં કે ?'

'પૂછ્યું મેં તો.' ને પત્નીએ પછી રતનના ગોળગોળ જવાબોની વાત કરી અંતમાં ઉમેર્યું : 'છોકરી કાંઈ સમું કાઢતી નથી પણ લાગે છે કાંક ગૂંચવાડામાં.'

પતિ પણ વિચારમાં પડી ગયો.

બપોરે રતનનો પિતા ખોડિયારના મંદિરે ગયો. એનો વિચાર એક વાર પેલા મોટિયારને જોવાનો હતો. પણ એ ક્યાંય દેખવા મળ્યો નહિ. નાછૂટકે એણે મહારાજને પૂછ્યું : 'સાચી વાત બાવજી, કોક મોટિયાર બે-ત્રણ દિ'થી મંદિરમાં આવ્યો છે ?'

બાવજીના કાને રાતના ઝઘડાની ને રતન સાથે રાસ રમ્યાની વાત ઘડી પહેલાં જ આવી હતી. આ વિશે ભેરવને પૂછવું હતું પણ વાત મળી એ પહેલાં એ મંદિરની ગાયો લઈને ચરાવવા ઊપડી ગયો હતો. રતનના બાપાને જવાબ આપતાં બાવજીએ કહ્યું : 'હું સમજી ગયો છું તમે રાતની વાતના અનુસંધાનમાં આવ્યા છો એ. મને પણ જરા નવાઈ લાગી છે પણ હવે તો સાંજે એ છોકરો ગાયો ચારીને આવે ને એને આપણે પૂછીએ, પછી ગમ પડે, શા માટે એણે અજાણ્યા ગામમાં આટલી બધી સરજોરી કરી ?' ક્ષણેક થંભી મહારાજ બોલ્યા : 'તમે તમારી રતનને તો પૂછો ? આમ તો એ બહુ જબરી છે. તો પછી શા માટે એ માણસની મરજીને તાબે થઈ ?'

રતનના બાપાએ શામળભાઈવાળી-ગામ ડરી ગયાની વાત કરી પણ આ વાત મહારાજના ગળેય જોઈએ તેવી ન ઊતરી. કહે છે : 'લોક તો ઊલટી એવી વાત કરે છે કે રતન ચગી હતી ને એની પાછળ દિવા અને શામળ જેવાં આધેડને ય કે' છે કે જોવનાઈ પાંગરી ઊઠી હતી.'

'આ માણસ છે કોણ, બાવજી ?'

'ફરતારામ લાગે છે.'

'આવા માણસને તમે મંદિરમાં રાખ્યો છે એ ઠીક કહેવાય ?'

મહારાજે શિખામણના રૂપમાં કહ્યું : 'હજી પૂરું જુઓ તો ખરા. માણસં કેવો છે ને કોનો વાંક છે ?' ખાનગીમાં કહેતા હોય તેમ ઉમેર્યું : 'આપણે રૂપિયો કેવો છે એ પણ જરા ઊંડા ઊતરીને તપાસી જોવું જોઈએ હાં કે.'

બાપ બિચારો શું બોલે !

રતનનો બાપ ગામમાં પૈસાદાર અને પ્રતિષ્ઠિત ગણાતો હતો. એનો નંબર મુખી પછી તરત જ આવતો હતો. આવા માણસનું મોં પડેલું જોઈને બાવજીએ ઉમેર્યું : 'ચિંતા ન કરો. મોટિયાર ભલે અજાણ્યો છે, વળી એણે

ન કરવી જોઈતી ધમાધમ પણ ભલે કરી – જુવાનિયા હંમેશાં આવા હોય છે, જેસળ-બાકી છોકરો લાગે છે સવાવીસ. કામનો પણ રાક્ષસ. જુઓ પેલી બાવળની ગાંઠો એણે ચીરી છે એ !'

જેસળના અવાજમાં ગામના આગેવાન માણસ તરીકેનો રણકો ઊપસી આવ્યો. કહે છે : 'સવાવીસ હોય કે કામનો રાક્ષસ હોય તો ય આપણે શું કરવો છે. પણ મારી તમને એક જ અરજ છે કે ફરીથી એ જો આ રીતનું ગામમાં વર્તન કરશે તો–'

'અરે આજ વર્તનનો હું એની પાસે જવાબ લઉં છું. જુઓ તો ખરા તમે. બાકી એટલી તમે ખાતરી રાખજો કે એલફેલ હશે તો કાલે સવારે તમે એને આ ગામમાં નહિ જુઓ.

મહારાજના જવાબથી જેસળને ખરેખર આનંદ થયો. જય ખોડિયાર કહીને ચાલતો થયો ગામ તરફ.

મંદિરથી ગામ ઠીક ઠીક અંતર ઉપર આવેલું હતું.

મંદિરમાંથી નીકળ્યા ત્યારે જેસળના દિલમાં નિરાંત જેવું હતું. પણ ઘરના પંથે વળી એમને કુશંકાઓ ઊઠવા લાગી : દીકરી ધણ ચરાવે છે ને આ અજાણ્યો મોટિયાર પણ મંદિરની ગાયો લઈને ચરાવવા ગયો છે.

અલબત્ત જંગલ ઘણું વિશાળ હતું. પણ નદીકાંઠે ચઢવા ઊતરવાનો રસ્તો બધાયના માટે એ એક જ હતો. આ હિસાબે બાપાના મનમાં ચટપટી થતી હતી.

દીકરી કંઈ આજે નવાઈની ધણ ચરાવવા નહોતી ગઈ. તો ગોવાળો પણ નાના મોટા, ગામના ને પરગામના એ જંગલમાં ભેટી જવાની સદાયને માટે શક્યતા હતી. પણ કોણ જાણે કેમ, બાપાને આજ પહેલી જ વાર દીકરીની ચિંતા થવા લાગી.–

ઘેર જઈ પત્ની આગળ બાવજી સાથે થયેલી વાતચીત કહ્યા પછી પોતાની ચિંતા વ્યક્ત કર્યા વગર બાપા રહી શક્યા નહિ. કે' છે : 'આ માણસ કરતાં મને છોડીની વધારે ચિંતા છે.'

'કેવી રીતે ?'

'છોડી જ જો આ માણસની શેહમાં તણાઈ જાય તો ?'

'ના રે ના. છોડી એમ કોઈની શેહમાં આવે એવી છે જ નહિ.' ક્ષણેક પછી ઉમેર્યું : 'છતાં ય સાંજે આવે એટલે પૂછી જોઈએ.'

માબાપના અંતરમાં દીકરી માટે એટલો બધો વસવસો ઊભો થયો કે મનમાં જ નહિ, કામ દરમિયાન શરીરમાં પણ ચટપટી થયા કરતી હતી : 'ક્યારે સાંજ પડે ને ક્યારે દીકરી ઘેર આવે !'

ત્યાં તો રૂપો ગામમાંથી સમાચાર લાવ્યો : 'મા મા, ગોચરમાંથી ગોવાળિયા સમાચાર લાવ્યા છે કે ગાયનું ધણ ને ખોડિયારનું ધણ બધું ય ભડકીને વાયરાની પેઠે નાઠું હતું પણ રાતવાળો ભેરવ હોય નહિ ને ધણ પાછું વાળે નહિ.'

ગામના લોકો હાથમાં લાકડીઓ લઈને બાપા પાસે આવી લાગ્યાં : 'હેંડો જેસળ, ધણ એવું ભડક્યું છે તે-રાતવાળા પેલા ભેરવે નાળની પેલી પા જતું આંતરી તો પાડયું છે પણ બાંટે બાંટે થઈ ગયેલી ગાયો ગામના ગયા વગર-એ એકલો આદમી કરશે શું !'

લાકડી લઈને જેસળ ગામલોકોની આગળ ભલે થયો, બાકી એના દિલમાં એવો ધ્રાસકો પડ્યો હતો કે–

અને તે ય દીકરી માટે !

❑

૬

બીજી રાતે પણ આખા ય ગામ માટે ભેરવ જ વાતનો વિષય બની રહ્યો.

નાના મોટા ગોવાળિયા અને રતન ગાયો ભડક્યાની વાત કરતાં કહેતા હતા : 'ગાયોને જાણે પાંખો ફૂટી.'

તો ગાયો વાળતા ભેરવની વાત આ રીતે કરતા હતા : 'પવન-પાવડી ઊપડી જાણે !'

આ બધી વાતો ઉપરથી લોકોને ગાયો ભડક્યાનો ખ્યાલ જો કે ઠીક ઠીક આવ્યો હતો, પણ સાચો ખ્યાલ તો દૂજણી ગાયોને દોહવા ગયા ત્યારે જ આવ્યો. પોતાના વાછરુને જ મા ભૂલી ગઈ હતી પછી ધવરાવવાની ને દોહવા દેવાની વાત ક્યાં રહી ? કેટલીક તીખા જીવની ગાયોએ એ રાતે ખૂંટે નાખેલા ઘાસમાંથી એક તણખલું પણ ન લીધું. ઘાસ સામે જ નો'તી જોતી.

ભડકવાનું કારણ કોઈના હાથમાં આવ્યું ન હતું. બપોરી ગાળતા ગોવાળિયા કેટલાક ભાથું ખાતા હતા. કોઈ વળી નદીના ધરામાં નાહતા હતા. ઢોર પણ બધાં પેલી બાજુએ આવેલા વડલા, પીંપળ ને સીમડા જેવાં તોતિંગ ઝાડની છાયામાં પોતપોતાનાં ટોળામાં બેઠાં હતાં.

દૂર દૂર ખોડિયાર મંદિરની ગાયો પણ બેઠેલી દેખાતી હતી. ચારવા આવેલો ભેરવ એક પીંપળ ઉપર ચઢીને વાંસળી વગાડતો હતો.

રતન તથા ગામના બીજા ગોવાળો વાંસળી સાંભળતાં હતાં ને વગાડનારનાં વખાણ કરતાં હતાં. એમને કોઈને ભેરવની ખબર ન હતી.

ત્યાં તો ધરતી ફરકી હોય એ રીતે ગાયોનું ધણ સફાળું ઊઠ્યું.

ભાગવા માંડ્યું. ગોવાળિયાની હા હા મચી રહી...

મંદિરની ગાયો ઊભી થઈ ગઈ. ભેરવની વાંસળી બંધ પડી. એ આ લોકની વહારે દોડી આવ્યો.

આવતામાં જ એણે તીક્ષ્ણ નજરે આભ તરફ જોયું હતું. 'હટ !' એવું કંઈક બરાડ્યો હતો ને એ પછી એ ગાયો રોળવા (ઘેરવા) ઊપડી ગયો હતો.

લોકોને ગાયો ભડકવાનો અનુભવ હતો. ખાસ કરીને દિવાળીના દિવસે લોકો જ પોતે રંગીન કપડાં ફરફરાવીને, થાળીઓ ખખડાવીને ને અવાજો કરીને ગાયોને ઉશ્કેરતાં હતાં ને ભડકાવતાં હતાં-બેસતા વર્ષે તોરણે મઢાવતી વખતે તો ખાસ વળી. પણ એ વખતે ય આજના જેવી ભડક ગાયોમાં એમણે જોઈ નો'તી.

ગામલોકોએ ગોવાળિયાને પૂછ્યું તો કોઈ કહે કે ગાયોની વચ્ચે કશુંક કાળું કાળું ફરતું મેં જોયું હતું. કોઈ કહે લાંબી લાંબી ચાંચ હતી તો કોઈએ વળી એક પાંખ સફેદ ને એક પાંખ કાળી – એવી વિચિત્ર વાત કરતું હતું. જ્યારે ધોળા દિવસે ઘૂવડ બોલતું તો ઘણા ગોવાળિયાએ સાંભળ્યું હતું.

જંગલમાં ઢોર ભડકે એની કંઈ એવડી બધી નવાઈ ન હતી. વાઘની ગંધ આવે તોપણ ભય પામીને ભાગે અને હરણાંનું ટોળું અચાનક આવી પડે તોપણ ભડકે.

પણ આજનો પ્રસંગ નજરે જોનાર ગોવાળિયાને અને ઢોર ભેગાં કરવા ગયેલાં ગામલોકોને પણ નવાઈભર્યો લાગતો હતો.

મહારાજે રાતે ભેરવને આ વિશે પૂછ્યું તો એ પણ ઊલટાસુલટી વાત કરવા લાગ્યો. ઘડીકમાં કહે છે : 'ઘૂવડ બોલ્યું હતું, બાવજી !' ઘડીકમાં કહે છે : 'પવનની એવી ઘૂંટી આવી હતી એટલે ગાયો ભડકીને ભાગી હતી...'

ગમે તેમ પણ મહારાજને લાગ્યું કે આ માણસ આવ્યો છે ત્યારથી કંઈક ને કંઈક અવનવું બન્યા કરે છે. પહેલા દિવસે પડતી રાતે એ આવ્યો ત્યારે મંદિરનાં કૂતરાં રડી રહ્યાં હતાં. બીજી રાતે ઘૂવડ બોલ્યું હતું. જ્યારે ત્રીજી સવારે મહારાજ એને કામે ચઢાવવા લઈ જતા હતા ત્યાં બાવળની ગાંઠો તરફ જતી બે નાગણો આડી ઊતરી હતી જેમાં એક તેલની ધાર જેવી

કાળી હતી ને બીજી રાખોડિયા રંગની હતી. ખૂબી એ હતી કે મહારાજ પોતે બીધા હતા પણ ભેરવ તો જાણે અળશિયાં હોય એ રીતે જોતો હતો ને ગાંઠોના ગંજમાં પેઠી હતી છતાંય જાણે કંઈ ન હોય એ રીતે ગંજમાંથી ગાંઠ લઈ લઈ ને ચીરતો હતો–

ગાયોની વાત પૂછ્યા પછી આજે તો મહારાજે જરા તંગ આંખો કરીને ભેરવને સવાલ કર્યો : 'તું કહે છે કે માબાપનું નામ ખબર નથી ને ગામનું નામે ય નથી જાણતો એ વાતમાં મને કંઈક ભેદ લાગે છે; માટે સાચેસાચી વાત કરી દે, કોણ છે તું ?'

ભેરવે કહ્યું : 'સાચી જ વાત છે, બાવજી ! હું કંઈ ખોડિયારના મંદિરમાં જૂઠી વાત કરતો હોઈશ ?' એની આંખોમાં અને મોં ઉપર નિખાલસ ભાવો હતા. ક્ષોભનું નામનિશાન ન મળે.

'તારું નામ ભેરવ કોણે પડી આપ્યું ?'

'કોઈકના મોઢેથી ભેરવની વાત થતી હતી એટલે પછી મેં જ મારું નામ પાડી લીધું.'

'હવે બીજી વાત : તું તે દિવસ આવ્યો ત્યારે કહેતો હતો કે આપ રજા આપો તો મંદિરના ઓટલે પડી રહું. આવું મન તને આ ગામમાં જ કેમ થયું ?'–

ગામની બાબતમાં પણ ભેરવે આમ જ કહ્યું : 'આ ગામમાં મારો જીવ ઠર્યો છે એટલે મેં અહીં રહેવાનો નિર્ણય કર્યો છે, બાવજી. આપ જો મંદિરના ઓટલે પડી રહેવાની રજા આપશો તો ઠીક, નહિ તો આટલામાં ક્યાંક બીજું છાપરું કરી લઈશ...

મહારાજ પાસેથી ભેરવની આ બધી વાત જાણ્યા પછી પણ ગામલોકોમાં બે મત પ્રવર્તતા હતા : 'કોઈ કહે કે આ માણસ જ ખરાબ છે. તો કેટલાક કહે, એણે આપણું શું બગાડ્યું છે ? ઊલટાની એણે તો આપણી ગાયો વાળી આપી છે. આવો માણસ ગામમાં હોય તો આપણને શું નુકસાન છે ? એનો બાપડાનો રખડતાં રખડતાં આપણા જ ગામ ઉપર જીવ ઠર્યો છે તો આપણે શું કામ ગામમાંથી એને કાઢી મૂકવો ?'

'ગામમાં નહિ રહેવા દો તો ગામની સીમ બહાર છાપરું કરશે, પછી

તમે શું કરશો ?' શામળભાઈએ કહ્યું.

વસ્તા જેવા જુવાનિયા પણ ટાપસી પૂરવા લાગ્યા : 'એને કોઈની બીક તો છે જ નહિ...'

ત્યાં તો એક સાંજે ખોડિયારના દર્શને ગયેલા ગામના એક બુઝર્ગ માણસે મહારાજ આગળ ભેરવ વિશે શંકા વ્યક્ત કરી : 'આ છોકરો કાં તો આપણા ગામનો પણ હોય, બાવજી.'

'કેવી રીતે, સૂરપાળ ડોસા ?' મહારાજે નવાઈ સાથે વાતમાં રસ લીધો.

સૂરપાળે પૂછ્યું : 'આ છોકરાની ઉમ્મર કેટલી હશે ?'

આ સવાલે મહારાજને વિચારમાં નાખી દીધા. ભેરવની ઉમ્મર જ નો'તી પરખાતી. કહ્યું : 'પચ્ચીસથી માંડીને પાંત્રીસની પણ ગણવી હોય તો ગણી શકાય.'

સૂરપાળે કહ્યું : 'બરાબર આજથી લગભગ પચ્ચીસેક વર્ષ ઉપર આ ગામમાંથી એક રજપૂતનું કુટુંબ કાશીએ યાત્રા કરવા ગયું હતું. એની સાથે હું તથા મારા કાકા-કાકી પણ હતાં. એક વાર ગંગાજીમાં અમારી હોડી ઊંધી પડી એમાં અમે પાંચેક માણસ બચી ગયેલાં. બાકી મારા કાકા-કાકી ને રજપૂતનું કુટુંબ તો આખું ય ડૂબી ગયું હતું. અમે જ્યારે કાશીએ પહોંચ્યા હતા ત્યારે વાત સાંભળી હતી કે રજપૂતના બે નાના નાના છોકરાઓને હોડીવાળાએ બચાવી લીધા હતા.' આમ કહી ડોસાએ બાવજીને પૂછ્યું : 'આમાંનો તો આ છોકરો કેમ જાણ્યું કે નહિ હોય, બાવજી ?'

મહારાજને પણ ભેરવમાં રજપૂતનું લોહી લાગ્યું. આ સિવાય આ ગામ જોડેની એની માયા પણ હવે સ્વાભાવિક લાગતી હતી.

અને જ્યારે ગામલોકોએ આ વાત જાણી ત્યારે તો ઘણાને પેલો પહેલી રાતનો ભેરવનો રણકો ગામનો માણસ બોલતો હોય એવો જ લાગવા માંડ્યો : 'હેંડ રતન, આપણે બે જોડાઈશું ને ?...'

મહારાજે આ વાતની શોધ કરવાનો નિર્ણય કર્યો. એક સાંજે એ ભેરવને લઈને ગામમાં ગયા. જે જગ્યાએ પેલા રજપૂતનું મકાન હતું ત્યાં જઈને ઊભા રહ્યા. અત્યારે તો ત્યાં ઈંટાળાં જ પડ્યાં હતાં. બાકી મકાનના

પાયા તથા દીવાલોની નિશાનીઓ વગેરે સારી પેઠે સમજાતું હતું.

મહારાજે ભેરવને પોતાની પાસે ઊભો રાખી કહ્યું : 'તું જાણે સાવ નાનો-પાંચેક વર્ષનો હોય એવડો થવાનો પ્રયત્ન કરીને યાદ કરી જો, અહીં- તને કશું સાંભરે છે ?'

'શું કામ હું યાદ કરું બાવજી ?' ભેરવે સવાલ કર્યો.

'અમસ્થા. યાદ તો કરી જો.'

'ના મને કારણ કહો પછી હું યાદ કરીશ.'

મહારાજને ના છૂટકે એ રજપૂતની વાત કહેવી પડી.

ભેરવે ભૂતકાળમાં ડૂબકી મારી. એને તો બધું જ તાદશ્ય થઈ રહ્યું. આ સાથે ડૂબી ગયેલા છોકરાનો વેશ ભજવવાનો વિચાર આવ્યો. ત્યાં એને યાદ આવ્યું : 'ના, બીજા બધાથી તો ઠીક પણ રતન સાથે આપણાથી બાદલું રખાય જ નહિ.' અને એણે મહારાજને બાંધે ભારે કહ્યું : 'સાંભરતું તો કંઈ નથી પણ ગામની પેઠે આ ઘર પણ મને ગમે છે, બાવજી.'

'ઠીક છે, ચાલ.'

આ પછી મહારાજે મુખી તથા રતનના બાપા વગેરે ગામના આગેવાનો આગળ ભેરવ વિશે પોતાને પડેલી શંકા અને પેલા ડોસાએ કરેલી વાતનો તાળો મેળવવાનો પ્રયત્ન પણ કર્યો.

આમાં મુખી તો ઠીક પણ જેસળે અણગમો દેખાડ્યો : 'આપણે શું કામ આ રખડતી બલાને ગામનો માણસ ઠોકી બેસાડવો છે, બાવજી ?'

'ઠોકી બેસાડવાનો સવાલ નથી, જેસળ. એ માણસ તો કહે છે કે હું તો હવે આ જ ગામમાં રહેવાનો છું.'

'તમે એને પેધો કર્યો.'

'એ રહ્યો. મેં પેધો કર્યો તો તમે એને રવાના કરી દો-જો જતો હોય તો !'

'તમે એને મંદિરમાંથી કાઢી મૂકો પછી અમે જોઈએ છીએ, ક્યાં એ રહે છે જો.' જેસળે કહ્યું.

મહારાજ હસવા લાગ્યા. કહે છે : 'ક્યાં રહે છે એ તો તમે પૂછશો જ નહિ. વાઘથી પણ ડરે એવો નથી. ગમે ત્યાં પડી રહેશે. શું કરશો તમે એને ?' જેસળ ગૂંચવાયો.

મુખી પણ જેસળને કહેવા લાગ્યો : 'આપણાથી એને પછી એમ પણ નહિ પુછાય કે ક્યાં રહે છે ને કેમ આ ગામમાં કે સીમમાં ફરે છે. એ કરતાં તો મંદિરમાં રહેતો હશે તો કંઈકે એના ઉપર બાવજીનો ને આપણો દાબ રહેશે ને એ પણ પોતે વસ્તીમાં રહેતો હશે એટલે સમાજની રીતે જ ચાલશે.'

'ઠીક છે. ચાલવા દો હમણાં તો. બાકી હું તમને કહી રાખું બાવજી, કે આ માણસનું પગલું સારા શુકનનું નથી લાગતું. પછી તો તમે જાણો.' જેસળે કહ્યું.

'મારે આમાં કંઈ જ નથી, જેસળ ! પણ હું એક તમારી ખાતર લાંબુંટૂંકું વિચારું છું.' મહારાજે લાગલું ઉમેર્યું : 'તે દિવસ તમે મંદિરમાં આવીને મને બે વાતો કહી ગયા એટલે. બાકી ભેરવની બાબતમાં ગામને તો શું નફો છે કે નુકસાન છે !' ને બાજુમાં મૂકેલો સટિયો (દંડો) લઈને મહારાજ ત્યાંથી ચાલતા થયા.

મહારાજની વાતે જેસળને મરચાં લગાડ્યા.

મહારાજના ગયા પછી એ ઘેર જવા ઊઠ્યો ત્યારે થવા લાગ્યું કે તે દિવસે ય મહારાજે આપણા 'રૂપિયાની' ચિંતા દેખાડી હતી ને આજે ય એમણે એ જ વાત આગળ લાવીને મૂકી દીધી !

જેસળને મહારાજ તરફ અણગમો ભલે ઊઠ્યો પણ એમ તો એ પોતે સમજુ હતો. મહારાજનો વાંક જોવા સાથે પોતાનો વાંક પણ જોવા લાગ્યો : 'આપણને આપણી દીકરી માટે ફાળ છે એ વાત તો ખરી જ ને... રતનની માને પણ આવી જ ફાળ છે. પછી આપણે બાવજી આગળ પેલા ભેરવિયાનો વાંક કાઢીએ એ બેહિસાબની વાત તો ખરી જ ને ? એટલે સાચો ઉપાય તો એ જ છે કે આપણે સહુ, પહેલાં આપણી દીકરી ઉપર જ દાબ રાખવો જોઈએ... જો આપણી દીકરી સોળેસોળ હશે તો ભલેને પછી પેલો પેગડાં પછાડતો ?'

અલબત્ત ઉત્સવની રાતના બનાવ પછી રતન-ભેરવની કોઈ વાત માબાપને કાને આવી ન હતી. પણ દીકરી જાણે બદલાઈ ગયેલી તો લાગતી જ હતી.

પણ બદલાયેલી રતન કંઈ એવી નો'તી બદલાઈ ગઈ કે મા-બાપને

ચિંતા કરવી પડે. ઊલટાની એ તો પહેલાં કરતાં કામ પણ સવાયું કરતી હતી ને સદા ય બસ ગાતી રમતી ફરતી હતી. પહેલાં તો કોઈકની સાથે તકરાર પણ કરી બેસતી પણ હવે તો-કોઈકની જોડે વિરોધ પડતો તોપણ હસીને જ વાત કરતી હતી.

બીજી ક્યાં વાત, ખુદ અરજણને ય એક સવારે આંગણામાંથી એ પસાર થયો ત્યારે રતને જ સામેથી બોલાવ્યો હતો : 'આવ આવ અરજણ, વાત કહું.'–

આ સાંભળી હર્ષઘેલી બની ઊઠેલી મા રસોડામાંથી બહાર નીકળી અરજણને બોલવા લાગી. પણ અરજણ નીકળ્યો દંશીલો. આવવાને બદલે ઊલટાનો એ તો આંબળા ઉપર વળ ચઢાવતો ગયો. કે' છે : 'હવે તો અરજણ આવી રહ્યો !'

આમ મા અને બાપાના દિલમાં એક તરફ રતન માટે ધ્રાસકો હતો તો બીજી તરફ દીકરી સવાવીસ લાગતી હતી. છતાં ય બાપાને દીકરી આગળ ભેરવની વાત છોડીને ચોખવટ કરી લેવી હતી પણ વાત ઉપાડવા જેવો હાથમાં કોઈ પ્રસંગ આવે તો ને ?

ત્યાં તો રતન સાથે વાત કરવા ઇચ્છતા બાપાની ઇચ્છા પૂરી થઈ !

એક દિવસ ગોવાળિયા પાસેથી રૂપો જ વાત લાવ્યો કે રતન ને ભેરવ બેઉએ આજે બપોરે ભેગું ભાથું ખાધું હતું ને ભેરવની વાંસળી સાથે રતને બહુ સરસ ગીત ગાયું હતું. વાંસળીનો સૂર ને રતનનો કંઠ બે એકમેકમાં એવા ભળી ગયા હતા કે–

બાપા રૂપાની વાત પૂરી સાંભળી પણ ન શક્યા. અધીર પણ એટલા બધા હતા કે ઝોકમાં ઢોર પૂરી ક્યારે રતન ઘેર આવે ને ક્યારે એને–

રતનની મા પતિને શાન્ત પાડવા મથી રહી : 'જેમ તેમ ન બોલતા હાં... છોકરી આમેય ઉદ્ધત છે ને બાપ-બેટી વચ્ચેની આમન્યા જો તૂટી જશે તો પછી-હાથે કરીને છોકરીને પેલા રખડેલના હાથમાં મૂકવા જેવું થશે !'

પણ બાપા અત્યારે એટલા બધા ક્રોધમાં હતા કે પત્નીના શબ્દો હવામાં બરફ ઓગળે એ રીતે-કાન સુધી પણ નહોતા પહોંચતા.

❑

૭

આટલા દિવસની ગોવાળી દરમિયાન રતનને ને ભેરવને સારી દોસ્તી થઈ ગઈ હતી. ભેરવે એને સમજાય એવી ને ન સમજાય એવી ઘણી વાતો કરી હતી.

એણે એક વાર કહ્યું હતું : 'શરૂ શરૂમાં ધરતી ઉપર ભગવાને બે માનવી મોકલ્યાં હતાં : એક સ્ત્રી ને બીજો પુરુષ. બેઉને ધરતીના બેઉ છેડે ઉતાર્યાં હતાં. એક વાર બેઉ જણ ફરતાં ફરતાં એકબીજાની સામે આવી ઊભાં. બેઉ જણની આંખોમાં નવાઈ ઊમટી. એ લોકોએ એકમેકને કંઈ એવું નો'તું પૂછ્યું : 'તું કોણ છે ? કોનું સંતાન છે ને ક્યાંથી આવે છે ?' એમણે તો માત્ર આટલું જ કહ્યું : 'ઓ હું જાણું કે હું જ એક છું પણ મારા જેવું તું પણ છે સ્તો.'

પછી એમણે એમ પણ કહ્યું કે તું તારે રસ્તે ને હું મારા રસ્તે. એ તો ઊલટાનાં એકમેક સાથે હળવાભળવા લાગ્યાં-કેમ જાણે ધરતી ઉપર આવ્યાં ત્યારથી એકમેકની શોધમાં ન નીકળ્યાં હોય ? શરૂશરૂમાં તો બેઉને જાણે સારું બેસતું આવી ગયું. પણ એક વાર એમની વચ્ચે મતભેદમાંથી લડાઈ થઈ. લડાઈની અંદર પુરુષ જીત્યો ને સ્ત્રી હારી. બસ, તે દિવસથી સ્ત્રી ઉપર પુરુષનો દાબ પડી ગયો છે.'

રતને અહીં પૂછ્યું હતું : 'લડ્યા પછી એ લોકો છૂટાં કેમ ન પડી ગયાં ?'

'કેવી રીતે છૂટાં પડે ! બેઉની પાસે અડધું અડધું જીવન હતું, એ વાત હવે એમને સમજાઈ ગઈ હતી. એકને બીજા વગર ચાલી શકે એમ હતું જ નહિ.'

'અત્યાર સુધી ચાલતું જ હતું તો !'

'ન મળ્યાનું ચાલતું હતું રતન-કેમ તું ભૂલ ખાય છે ?' ભેરવે કહ્યું પછી એણે ઉમેર્યું : 'એ લોકોને લાગ્યું જ હશે તો. કે જુદાં થઈને અડધું જીવન જીવવું એના કરતાં એકબીજાથી તડજોડ કરી ભેગાં રહીને આખું જીવન જીવવું એ વધારે સારું છે.'

'પછી શું થયું ?' રતને પૂછેલું.

'થવાનું હતું એ.' ભેરવ હસવા લાગ્યો.

રતન પોતાની આંખો નીચી ઢાળી ગઈ.

ભેરવે કહેવા માંડ્યું : 'માણસોની વસ્તી વધી. પછી તો તેં કહ્યું એમ ઝઘડો થતાં એકને છોડીને બીજા સાથે ને બીજાને છોડીને ત્રીજા સાથે એમ જીવવા લાગ્યાં. આગળ જતાં આ પણ કંઈ ઠીક ન લાગ્યું. ડાહ્યા માણસોને થયું કે ટોળામાં જીવવું એના કરતાં પોતે પોતાની આગવી દુનિયા બનાવવી એ ઠીક રહેશે. ને ત્યારથી પછી આ લગ્ન કરવાની શરૂઆત થઈ છે.'

ભેરવની વાત ન માનતી હોય બલકે ભેરવ ગપ્પાં મારતો હોય એ રીતે રતને હુંકારો ભણ્યો : 'એમ કે ? પછી ?'

'પછી શું, બકરું કાઢતાં ઊંટ પેઠું ! લગ્ન કરવાની પ્રથા થતાં નીતિનાં જાળાં પાછળ અનીતિનાં ઝાડ ઊગવાં લાગ્યાં.'

'જાળાં કોણે ઊભાં કર્યાં ?'

'માનવીઓએ. ખાસ કરીને સમાજચિંતકોએ.'

'એમણે બાપડે આપણા માટે સારું જ કર્યું ને !'

'કોણ જાણે કોના માટે ને કોણ જાણે કે સારું કર્યું કે ખોટું કર્યું. પણ આવું થઈને ઊભું રહ્યું કે ઢોર જેમ દામણાથી ખૂંટે બંધાયું એ રીતે માનવી પણ પછી સમાજના ને રાજ્યના કાયદાથી બાપડું બંધાઈ ગયું.'

'બંધાઈ ભલે ગયું, બાકી સારું તો થયું જ ને, ભેરવ !'

'કેવી રીતે ?' ભેરવે સવાલ કર્યો.

'નહિ તો બધા ઝઘડી ઝઘડીને કપાઈ મરત.' રતને અહીં જાણી જોઈને અરજણનો ને ભેરવનો દાખલો ન આપ્યો.

પણ ભેરવનાથી રતનનો વિચાર છૂપો રહી શક્યો નહિ. એણે જ

કહ્યું : 'એમ કહેને કે તે દન રાસ રમવામાં હું ને અરજણ તારા માટે ઝઘડ્યા હતા એ રીતે સમાજના ને રાજ્યના કાયદા વગર પેલાં માનવી પણ'–

રતન અહીં વચ્ચે બોલી : 'તને શું લાગે છે-લગ્ન થયું, કાયદા થયા એ સારું થયું કે ખોટું થયું ?'

'નથી સારું થયું કે નથી ખોટું થયું !'

'તો કેવું થયું !' રતને હસીને પૂછ્યું.

'હજી ક્યાં થયું છે રતન ? આ તો હજી થઈ રહ્યું છે.'

'થતું થતું થશે શું પણ !'

'કાંક તો થશે જ ને.'

'વાત કહેવા બેઠો છે તો કરને અટકળ ભેરવ, કેવું થશે ?' રતન ક્યાંક ગંભીર હતી.

ભેરવ વિચારમાંથી બોલતો હોય તેમ કહેવા લાગ્યો : 'આગળ તો એમ કહે છે કે છૂટાંમાંથી ભેગાં થયાં ને ભેગાંમાંથી પાછાં જોડી. જોડી છૂટી પડી છે તો ય પેલી લડાઈ ને મતભેદ તો ચાલુ જ છે એટલે કાં તો પાછાં છૂટાં થશે ને ટોળું થઈને વળી પાછા જીવશે ને વળી પાછાં–'

'કૂંડાની કથરોટ ને કથરોટનું વળી કૂંડું એમ જ કે' ને ટૂંકામાં ?'

'એવું જ.' ભેરવ બબડ્યો.'

'આનો કશો અંત જ નહિ આવે ?'

'અંત તો એક ભગવાનનો નથી કે નથી કાળનો. બાકી માનવીનો ને માનવીએ કરેલા કાયદાનો તો જ્યારે ત્યારે ય અંત જ છે ને !'

'કે' ને તો, આનો શો અંત આવશે !'

એક વાર અમારા દેવ કહેતા હતા' આ સાથે જ ભેરવને ખ્યાલ આવ્યો. વાત બદલતાં કહ્યું : 'દેવ એટલે એક સંતપુરુષ. એમણે કહ્યું હતું કે સ્ત્રી-પુરુષને જ્યારે એકમેકથી પ્રેમ થશે ને પ્રેમને રસ્તે આગળ વધતા આનંદના અસલ સ્રોતમાં પહોંચશે પછી-બસ રતન, ખેલ અહીં પૂરો થશે.'

'એ શું વળી ?'

'એવું જ.'

'મને સમજાવ તો ખરો પણ ?'

'આજે આટલું. બીજું વળી કોક દન.'

આમ કહી ભેરવ ગાયોની સંભાળ કરવા ચાલતો થયેલો.

તો બીજી વાર પણ ભેરવે આ જ વાત આગળ ચલાવી.

રતનને તો એ પણ અડધી સમજાઈ ને અડધી વળી વણસમજાયેલી રહી હતી.

વડની વડવાઈએ હીંચકા લેતાં ને બીજા હીંચકે બેસાડેલી રતનને હીંચોળતાં એણે કહ્યું હતું : 'જો રતન, તે દનની પેલી અધૂરી વાત આજે તને આગળ કરું.'

'કઈ વાત ?'

'નીતિનાં ને લગ્નનાં જાળાંથી બંધાયેલું માનવી આગળ હવે શું કરશે એ વાત તેં પૂછી હતી, ખબર છે ને ?... એનો જવાબ એમ છે કે આગળ જતાં માનવી આ જાળાં પણ તોડીફોડીને ફેંકી દેશે.'

'તો તો પછી કાકા માંડ્યા ને ફોઈ રાંડ્યા ! થયું એકનું એક ?'

'કેવી રીતે ?'

'પાછાં પેલાં ટોળાં ભેગાં.'

'ટોળાં ખરાં પણ અસલનાં ટોળામાં ને ભવિષ્યનાં ટોળાંમાં આસમાન-જમીનનો ફેર હશે.'

'સમજાવ મને.'

'પહેલાં વખતનાં ટોળાંમાં સ્ત્રી એ પુરુષનું રમકડું હતી, એનો કશો જવાબ નો'તો; જ્યારે હવેનાં ટોળાંમાં સ્ત્રી પોતે સ્વતંત્ર હશે.'

'એટલે ? એમાં શો ફેર પડ્યો ?'

'ધરતી-આભનો ફેર. રતન, હવે એ રમકડું નહિ પણ સામસામે રમનાર હશે.'

રતન અહીં પોતાનું હસવું ખાળી શકી નહી. આડું જોઈને બબડી પણ ખરી : 'ભલા રમકડું હોય કે રમનાર હોય પણ રમત તો એકની એક, ભેરવ ?'

'ના, એની જ આપણને ગમ નથી, રતન. રમતમાં પણ ફેર પડવાનો.'

'ભલે ભાઈ ફેર. પણ પછી શું થશે એ વાત કરને ?'

'પછી શું થશે એમ ? કહી દઉં સાચી વાત !'

રતન જાણતી હતી કે વાતમાંથી કાંઈ ધરતીકંપ થવાનો નથી. હસીને કહે છે : 'કહી દે ને કહી દે.'

'રમતાં રમતાં થાકી જશે. અકરાંતિયાં થઈને ખા ખા કર્યા પછી ખબર પડશે કે પ્રેમના પારસમણી વગર લોખંડનું કોઈ સોનું કરી શકે એમ નથી ને એમાંથી પછી પ્રેમનો અર્થ એમના હાથમાં આવશે ને પ્રેમના પંથે આગળ વધતાં વધતાં આખરે સાચાં લોકો આનંદનું મૂળ શોધી કાઢશે ને પછી ખેલ ખલાસ થઈ જશે, રતન.'

'ખેલ શાનો ખલાસ વળી ?'

'ઊકલ્યો કોયડો કોડીનો ! આનંદનો સ્ત્રોત એક વાર હાથમાં આવશે પછી શોધ પણ શાની ને સ્ત્રોત પણ એને શું કરવો છે ? પછી તો બસ આનંદ જ આનંદ, રતન.'

ભેરવના મોં પર જેટલો આનંદ હતો એનો એક છાંટો પણ રતનના મોં ઉપર ન હતો. કોથળામાંથી બિલાડું નીકળ્યું હોય એ રીતે બબડી પણ ખરી : 'ઓ, તો તો પછી શું એમાં !'

ભેરવ હસ્યો. 'તારે નિરાશ થવાની જરૂર નથી. આપણા હાથમાં હજી તો યુગના યુગ પડ્યા છે.'

'એ શું વળી ?'

'એનો અર્થ એ કે આપણા જીવને અત્યારે અંજલીની તરસ છે. પછી થશે ખોબાની. પછી જોઈશે ઘડો. ને એમ કરતાં કરતાં દરિયાની ઝંખના જાગશે, રતન. માટે અત્યારે તારે નિરાશ થવાની સહેજ પણ જરૂર નથી–'

અને પછી ભેરવે રતનને બીજી વાતે ચડાવી દીધી જેમાં રાસની, નાચની ને ઉલ્લાસની વાતો આવતી હતી.

એક દિવસ ભેરવે શિવ-પાર્વતીની વાત કાઢી. કહે છે : 'તને ખબર છે, એક વાર શિવજી ભીલડી ઉપર મોહ્યા હતા એ ?'

રતનને આ વાતની ખબર હતી પણ એને ભેરવના મોંએથી સાંભળવી હતી. કહે છે, 'કહે જો તું ?'

ભેરવે અહીં શિવ-પાર્વતીની માંડીને વાત કરી. જેમાં પાર્વતી શિવજીની પરીક્ષા કરવા માટે ભીલડીનું રૂપ લઈને આવે છે.

આ પછી ભીલડીનો ને શિવજીનો સંવાદ કહેતાં તાનમાં આવેલા ભેરવે અભિનય પણ કરવા માંડ્યો.

રતનને ને ગોવાળિયાને આ સંવાદમાં ને અભિનયમાં એટલી બધી મઝા આવી કે–

ચારેક દિવસ તો થયા ય નહિ ને રતને જ પોતે ભેરવ આગળ પ્રસ્તાવ મૂક્યો : 'તું કહે તો આપણે આ બપોરની વેળાએ શિવ-પાર્વતીનો ખેલ કરીએ.'

ભેરવ તો તૈયાર જ હતો.

ભેરવની હા જોઈને ગોવાળિયા પણ ખુશ ખુશ થઈ ઊઠ્યા. એ બધા વાંદરાની જેમ વડની ડાળે બેસી ગયાં ને ભેરવ રતનનો ખેલ જોવા લાગ્યા.

ભેરવ તો સદા ખીલેલો જ હતો પણ રતને ય આજે ભીલડીના વેશમાં એવી ખીલી કે ભેરવ જાણે ખરેખરો પોતાના ઉપર મુગ્ધ હોય એ રીતે પાઠ કર્યો. સવાલ પણ જાણેઅજાણે અંતરથી જ પૂછવા લાગી. એક બે સવાલ તો ભેરવની અત્યારની પરિસ્થિતિને સ્પર્શે એવા ગાંઠના પણ પુછાઈ ગયા : 'ભીલડીને તમે પટરાણી તો સ્થાપશો પણ ઘરેણા ક્યાંથી લાવશો, મહાદેવજી ?'

ભેરવે કહેલું : 'દરિયામાં હું ડૂબકી મારી સાચાં મોતી વીણી લાવીશ. ધરતીમાં દાટેલાં ધનનાં પગેરુ હું પકડી પાડીશ. આખા ગામમાં કોઈને નહિ હોય એવા એવા તને શણગાર સજીશ...

આમ તો આ માત્ર નાટક હતું ને ખાલી ખાલી સંવાદ જ હતા. પણ કોણ જાણે કેમ, રતનના હૈયે એ એટલી હદે વસી ગયા કે સાંજે એ ઘેર પહોંચી ત્યાં સુધી એના દિલમાં આ જાણે કે સાચેસાચી વાત હોય ને ખરેખર એ બનવાની જ હોય એ રીતનો-અડધા અંગમાં જાણે ભય હતો તો બીજા અડધામાં આનંદ હતો.

મનોમન થતું પણ હતું : 'આવા મનેખ સાથે પૈણવા મલે તો કેવું !...

ઘરેણાં તો ઠીક પણ એનામાં એ પહેરાવવાનો ઉમંગ કેટલો બધો ઊભરાઈ રહ્યો છે !'

ઝોકમાં ગાયો પૂરવા વળેલી રતનથી એક નિશ્વાસ નંખાઈ ગયો. ધ્રાસકો પણ ન સમજાય એવો પડ્યો હતો...

ને રતનના આ ધ્રાસકાને રૂપાએ જાણે સાચો ઠેરવ્યો !

રતન ભેરવવા નાટકની ચાડી કરનાર ખુદ રૂપો જ બાપાનો ક્રોધ જોઈને એટલો બધો ગભરાયો કે એ જ પોતે હળવેક રહીને બાપા આગળથી છટકી ગયો. રતનને ચેતવવા માટે ઝોક તરફ ઊપડી ગયો.

❑

૮

બાપાનો ક્રોધ જોઈને છટકી ગયેલા રૂપાએ ગામ બહાર આવેલા ઝોકમાં જઈને રતનને ચેતવી દીધી : 'તું ને ભેરવ આજે વગડામાં નાચ્યાં હતાં એ બાપાના જાણવામાં આવ્યું છે ને બાપા તારા ઉપર ખૂબ જ ગુસ્સે છે. માટે જરા રહીને જા. એમનો ક્રોધ ઊતરવા દે.

રતનનું કાળજું સવા મણનું હતું. ભેરવે હજી એની આગળ લગ્નનો પ્રસ્તાવ મૂક્યો ન હતો. આ હિસાબે રતન માટે ભેરવ હજી મિત્ર સરખો જ હતો. બાપાના ક્રોધ માટે પણ એને થોડીક નવાઈ લાગી. રૂપાની સલાહ છતાંય એ ઝોકમાં ઝાઝું-અર્થ વગરનું રોકાઈ નહિ.

પણ ઘેર પહોંચી એ દરમિયાન એના મનમાં અનેક પ્રશ્નો ઊઠવા લાગ્યા : 'શા માટે બાપા ગુસ્સે થયા છે ?'–

રતન જાણે કાંઈ જાણતી ન હોય એ રીતે આવી એવી સીધી જ ઘરમાં પ્રવેશવા ગઈ. ચોપાડમાં બેઠેલા બાપાએ એને બોલાવી : 'અહીં આવ જો છોડી ?'

'શું છે ?' રતને બારણામાં ડોકું કર્યું.

ઘરમાંથી મા એને કાનમાં કહેતી હતી : 'કશું બોલીશ નહિ, બુન. જે કહે એ સાંભળી લે અત્યારે.'

બાપાએ પૂછ્યું : 'ખરી વાત તું પેલા ભેરવિયા જોડે વગડામાં ગીત ગાય છે ને એના ભેગું ભાથુંય ખાધું હતું ?'

'હાસ્તો વળી.'

'હાસ્તો વળી ?' બાપાએ બરાડો નાખ્યો.

'એમાં શું બગડી ગયું પણ.' રતનને ખરેખર આ મૂંઝવણ હતી.

'કોણ છે એ માણસ-ઓળખે છે તું એને ?'

'ના.'

'તો પછી ? અજાણ્યા માણસ સાથે તું'–

'એને આવ્યે ખાસ્સા દન થયા બાપા, હવે શાનો અજાણ્યો ?' રતને કહ્યું.

'ને તે દન અખાત્રીજના ઉત્સવમાં એને કેટલા થયા હતા ?'

રતન સહેજ ગુંચવાઈ બોલી : 'એ બિચારો રાસ રમવા આવ્યો હતો એટલે પછી-આવો રાસ તો અરજણને પણ રમતાં નથી આવડતો પછી સરખી જોડી મલે તો કેમ ન રમું, બાપા ?'

અત્યાર સુધી બાપાને રતનની નિર્દોષતાની છાપ હતી એ ભેરવના આવ્યા પછી કોણ જાણે કેમ ભૂંસાતી આવતી હતી. ને અત્યારે તો જાણે પોતાને બનાવતી હોય એવું જ લાગતું હતું. કહે છે : 'રખડેલની વળી જોડી શી ?'

'હવે એ કંઈ રખડેલ નથી, બાપા. એ તો હવે કાયમ ખાતે અહીં જ રહેવાનો છે.'

'કોઈ રહેવા દેશે તો ને ?'

'નહિ રહેવા દે તો નદીના સામા કાંઠે છાપરું કરીને રહેવાનો છે. અહીંથી હવે જવાનો નથી ! એ તો કહે છે આ જ મારું ગામ છે.'

રતનના આ જવાબોથી બાપાનો ગુસ્સો ઝાડ ઉપર વાંદરું કૂદકો મારે એ રીતે ભીતરમાં ઊછળી રહ્યો હતો.

રતન પાછળ ઘરમાં ઊભેલી મા પણ એક તરફ રતનના જવાબોમાંથી વાતનો ક્યાસ કાઢવા મથતી હતી તો બીજી બાજુ પતિ હવે શું કહે છે એની પણ રાહ જોતી હતી-ઊંચા શ્વાસે !

ગુસ્સો કરતા બાપાએ વ્યંગમાં પૂછ્યું : 'તને ક્યાંથી આ બધી વાતની ખબર પડી ?'

'મને એ કહેતો હતો.'

'વગર પૂછે ?'

રતનને નવાઈ લાગી, કહે છે : 'એમાં શું પૂછવું હતું, બાપા. કોઈ માણસ પોતાના દિલની વાત કોઈની આગળ કરે જ નહિ ?'

'કોઈની આગળ નહિ ને તારી આગળ શા માટે ?' બાપાના હાથમાં હવે બરાબરનો મુદ્દો આવી ગયો.

રતન પણ ગુંચવાઈ.

બાપાએ એ જ મુદ્દો ફરીથી દોહરાવ્યો : 'આપને જવાબ. કોઈની આગળ નહિ ને તારી આગળ જ કેમ આ માણસ દલ ખોલવા બેસી ગયો ?'

'એ તો હવે એ જાણે', રતને આછી શી ચીઢ સાથે કહ્યું.

'એ જાણે ને તારે-એક જુવાન છોડીને તો કશું નહિ જાણવાનું, કેમ ?'

'કશું જ નહિ તો ! આપણી આગળ કોઈ માણસ એના મનની વાત કરે એમાં આપણે શું વળી જાણવું હતું !

બાપ-બેટી વચ્ચેની વાત ગૂંચવાતી હતી. સંભવ છે બાપા પાસે વાતનો મુદ્દો મજબૂત ન હતો તો બીજી બાજુ રતનના જવાબો બિલકુલ ચોખ્ખા હતા.

'જો, કાલથી તારે ઢોર ચરાવવા જવાનું નથી. તારા બદલે રૂપો જશે.' બાપાએ આદેશ આપ્યો.

'ભલે.' રતન છણકા સાથે ચાલતી થઈ ઘરમાં.

આ રીતે રતનને જાણે ઘરમાં પૂર્યા પછી બાપાએ એના સગપણની વાત હાથમાં લીધી. બીજી સવારે નાહીધોઈને એ અરજણના બાપા પાસે જઈ બેઠો.

અરજણના બાપા ખેડૂત હતા. ગામમાં ધંધા પ્રમાણે નાતજાત ભલે હતી બાકી લગ્ન માટે નાતજાતના વાડા ન હતા.

બાપાએ આડીઅવળી વાતો પછી મૂળ વાત ઉપાડી, કહે છે : 'તમારો વિચાર હોય તો આપણે વેવાઈનો સંબંધ બાંધીએ, ધીલન.'

રતનના બાપા પ્રતિષ્ઠિત હતા એટલે ધીલનને તો ઊલટાનું ખુશ થવા જેવું હતું. અખાત્રીજ પહેલાં અરજણ તથા રતનનું હળવુંભળવું જોઈને આ પતિ-પત્નીએ અંદરોઅંદર સંબંધ કાયમનો થાય એવું ઇચ્છયું પણ હતું.

પણ અખાત્રીજના ઝઘડા પછી વાજું બધું બદલાઈ ગયું હતું. અરજણ છોટા સોનીની દીકરી સાથે હળવાભળવા લાગ્યો હતો.

ધીલને કહ્યું : 'અરજણને પૂછી જોઈએ.' ક્ષણેક પછી સવાલ કર્યો : 'તમે તમારી દીકરીને તો પૂછ્યું છે ને !'

બાપા ગૂંચવાયા. દીકરી ના પાડે તો લગ્ન કરાવનાર ખોડિયારના પૂજારી ખુદ બાપજી જ લગ્ન ન કરાવે. આ હિસાબે બાપાએ કહ્યું : 'એક વાર આપણે અંદરોઅંદર વિચારીએ ને જોગ ખાય એમ લાગે તો પછી છોરાછોરીને પૂછી લઈએ.'

'અમને કશો વાંધો નથી-જો અરજણ ને રતન કબૂલ થતાં હોય તો.'

બાપા માથું ખંજવાળતા ઘેર આવ્યા. ઘરમાં રતનની બાને આ બધી વાત કરી અંતમાં કહ્યું : 'રતનને તૈયાર કરવી એ હવે તમારા હાથની વાત છે.'

પત્નીને અહીં એકાદ માસ ઉપરનો પ્રસંગ યાદ આવ્યો. કહ્યું : 'રતનની વાત પછી. પહેલી વાત અરજણની કરો. એ શું કહે છે ?'

અને પછી પત્નીએ થોડાક દિવસ ઉપર રતને અરજણને બોલાવ્યો હતો ને અરજણે જે જવાબ આપ્યો હતો એ પતિને કહી સંભળાવ્યો : 'અરજણ કહે છે હવે તો આવી રહ્યો અરજણ !'

વળી પાછા બાપા દીકરી ઉપર ખફા થયા. પાણીના બેડા સાથે આવી ઊભેલી દીકરીને કહી પણ નાખ્યું. 'વગર વિચાર્યું પગલું ભર્યું તે કૂટ હવે કપાળ !'

'શું કામ હું કપાળ કૂટું ?' રતન આજે બાપાથી પણ નારાજ હતી.

'શું કામ તે પૂછ તારી બાને. જા હવે પેલાને નારાજ કર્યો છે તો મનાવી લાવ જા ?'

'કોણ પેલો ?' માટલા ઉપરથી ઘડો ઉતારતી રતનના હાથમાં ભરેલો ઘડો અધ્ધર જ રહી ગયો.

'અરજણ-કોણ તે.'

'અરજણને ને મારે શું તે હું એને મનાવવા જઉં ? રતન ઘરમાં ચાલતી થઈ.

'એમ કહેને કે તારો વિચાર પેલા રખડેલ જોડે લગ્ન કરવાનો લાગે છે ?'

આ સાથે જ ધૂંઆપૂંઆ પત્ની ઘરમાંથી બહાર આવી. કહે છે : 'તમારામાં બે પૈસાની અક્કલ હોય તો દીકરી આગળ આવાં વેણ કાઢો ખરા ?'

ત્યાં તો રતન હાથમાં ઉઢેણું ને બારણામાં ડોકાઈ કહેવા લાગી : 'એની સાથે લેખ હશે તો એમય થશે, બાપા.'

'રખડેલ સાથે ?' બાપા વળી બરાડી ઊઠ્યા.

'હવે ક્યાં રખડેલ છે ?'

'પણ પહેલાં ? ભૂતકાળ એનો કેવો છે ?'

'ભૂતકાળ ગયો. એ જ કહે છે કે ગયું એને શું કામ સંભારવું ?'

રતનના શબ્દો કરતાં ય જે રીતે ભેરવને ટાંકતી હતી એ બાપ માટે અસહ્ય હતું. માને પણ દીકરી જાણે ખસતી ખસતી દૂર જઈ રહી હોય એવું કંઈક લાગવા માંડ્યું

મા એની દીકરીને અંદર લઈ ગઈ.

ખરું પૂછો તો બાપાનો માહ્યલો તે દિવસ ઉત્સવનો બનાવ સાંભળ્યો ત્યારથી જ શંકાશીલ બની બેઠો હતો.

બાપાના દિલમાં ન સમજાય એવો ધ્રાસકો તો ઉત્સવના ત્રણેક દિવસ પહેલાં-અમાસની પાછલી રાતે પડ્યો હતો. એ વખતે એ ઝોકમાં આવેલા ઘરની બહાર ચોગાનમાં સૂતો હતો. પાછલી રાત થઈ હતી ને એકાએક એ જાગી ગયો.

પહેલાં એને એવો ભ્રમ થયો કે પોતે કૂકડાના બોલથી જાગી ગયો પણ પછીથી ખબર પડી કે ઘુવડ બોલતું હતું ને એટલે જ એ જાગી ગયો છે. આ સાથે નજર એની સામેની પા ઉત્તર દિશા ભણી પડેલા ભૈરવ ડુંગરે પડી હતી. ભૈરવ ડુંગરે આભમાંથી કાંઈક વાદળાનો ગોટો ઊતરતો હોય એવો ભાસ થયો હતો. આ ગોટો ભૈરવ ડુંગરે ઊતર્યો ત્યારે કોઈ અવાજ થયો હોય ને એનો થડકાર હવા વાટે પોતાને ક્યાંક સ્પર્શ્યો હોય એવો કંઈક ધ્રાસકો પણ દિલમાં પડ્યો હતો. ને એ બધાં ઉપરાંત એ દિશામાં ઘુવડ પણ હજી બોલ્યે જતું હતું.

આ વાત એણે શામળભાઈ, હરિભાઈ વગેરેને કરી હતી. પણ એક

પેલા સૂરપાળ ડોસા સિવાય કોઈએ એ કાને લીધી ન હતી. સૂરપાળે શાખ પૂરતાં કહ્યું હતું : 'આભમાંથી ઊતરતું તો નો'તું જોયું પણ ભૈરવ ડુંગરેથી ઊપડેલું કશુંક જાણે આપણા ગામ તરફ આવતું હોય એવો ભણકારો ઊઠ્યો ખરો. ઘુવડને બોલતું તો મેં પણ સાંભળ્યું હતું.'

પણ બીજા લોકોને આ વાત ઉપર હસતા જોઈને ન તો બાપાએ કે ન પેલા ડોસાએ આ વાત આગળ ચલાવી. બાકી વાત જો આગળ ચાલી હોત તો આ વાતનું પગેરું ખોડિયાર મંદિરના ઓટલા ઉપર પડેલું સાબિત પણ થઈ શક્યું હોત !

ગમે તેમ પણ બાપાના દિલમાં અમાસની પાછલી રાતે પડેલો ધ્રાસકો દિવસે દિવસે સાકાર બનતો જતો હતો !

રતને અરજણને સમજાવવાની ના પાડી એ પછી બાપાનાં બધાં જ હથિયાર હેઠે પડ્યાં !

સાંજે રતન વાડામાં ગાયો પૂરવા ગઈ ત્યારે બાપાએ શેતરંજની રમત પત્નીને સમજાવતા હોય એ રીતે આગળ વધી રહેલી રતનની, અરજણની, ને ભેરવની વાત સમજાવીને વળી પાછી ભલામણ કરી : 'તમે પોતે અરજણને બોલાવીને સમજાવો. અરજણ જો રતનની તરફ ઢળતો થશે તો જ છોકરીનો મનખો સુધરશે, નહિ તો દીકરી હાથમાંથી ગઈ છે એમ જ સમજી લેજો.'

ખુદ માને પણ ભેરવ તરફ અણગમો હતો. એને એણે બાવજી સાથે ગામમાં ફરતો બે-ત્રણ વાર જોયો હતો. ને આટલા ઉપરથી જ એમણે આ ઉપમા આપી હતી : 'આખલા જેવો !'

બીજી ત્રીજી સવારે માએ રૂપા સાથે અરજણને કહેવરાવ્યું કે બપોરે એ ઝોકમાં મળે.

અરજણે રૂપા સાથે ચોખ્ખે ચોખ્ખી ના કહેવડાવવી હતી પણ એનેય રતનની મા આગળ રતન ઉપર ઊભરો ઠાલવવાનું મન હતું. વળી રતનનું વળગણ એના દિલને પણ ઓછું તો ન જ હતું.

ને બપોર થતાં ચઢેલા મોંએ એ રતનની મા આગળ જઈ બેઠો.

રતનની માએ પ્રેમાળ સૂરમાં ફરિયાદ કરી : 'ઓહોહો ! અરજણ

તો જાણે અમને બધાંયને ભૂલી ગયો છે.'

'ભૂલી જ જાયને, કાકી. એટલા બધાં મનેખ વચ્ચે તમારી છોડીએ અરજણનું નાક ઘસીને કાપી આપ્યું છે, જાણો છો ?' અરજણના અવાજમાં તીખાશ હતી.

'હોય હવે અરજણ. આખું ગામ એ મૂવા ભૂત જેવા મનેખને જોઈને હબક ખાઈ ગયું પછી બાપડી રતનીનું તે કેટલું ગજું !'

'મારું ઉપરાણું (પક્ષ) ન લીધું એનુંય મને દુઃખ નથી પણ વસ્તો ને એ બધા વાત કરે છે કે ભેરવ સાથે રાસ રમતાં રતન એવી ખીલી હતી કે ધરતી ઉપર પગ એનો ઠરતો નો'તો ને અંગ તો જાણે કંડોલની (નેતરની) કાંબ જોઈ લ્યો !'

અરજણની આ ફરિયાદ એવી વિચિત્ર હતી કે ન તો માએ એ વાતમાં ટાપસી પૂરાવી કે ન કશો વિરોધ કર્યો; કહ્યું : 'હશે ભાઈ, હવે થનાર વસ્તુ થઈ ગઈ. પણ કોઈકનો ડંખ કોઈકના ઉપર હોય, અરજણ ?'

'કેમ કોઈકનો ડંખ ?'

'ભેરવનો ડંખ રતન ઉપર ?'

'ભેરવનું તો ઠીક છે, એ મારા ઘાટમાં આવે પછી વાત છે એની. પણ રતન તો આજેય – જેટલી એ ભેરવ તરફ ઢળેલી છે એની પા પાંખડિય મારી તરફ નથી, કાકી.'

'આવું બોલે છે, અરજણ ! તે દન તું મારા આંગણામાંથી જતો' તો ત્યારે રતને તને સામેથી નો'તો બોલાવ્યો ?'

'એમ બોલાવ્યે શા દાળિયા પાક્યા, કાકી ?' અરજણ હસવા લાગ્યો.

મા પણ હસી. કે' છે : 'ત્યારે તારે કેમ કેમ દાળિયા પકવવા છે એ વાત કરને હેંડ.'

અરજણ દિલમાં સમજતો હતો પણ એ વાત શબ્દોમાં મૂકવી મુશ્કેલ હતી ને, તે પણ પાછી રતનની મા આગળ ! મૂળ વાત છોડી સવાલ કર્યો : 'શું કામ તમે આ વાત આજે કાઢી છે, કાકી ?'

'તારો ને રતનનો મનમેળ કરાવવા.' માએ ચોખ્ખી વાત કરી નાખી.

'પણ મન રહ્યું રતન પાસે ને તમે'-આ પછી અરજણને આગળ કશું

સૂઝ્યું નહિ, હસતાં હસતાં ઉમેર્યું : 'તમે ય ખરાં છો ને !'

'જો, રતને તો તને બોલાવવાની ક્યારની ય પહેલ કરી છે; પણ તું હજી અકડાયેલો અકડાયેલો ફરે છે. એટલે મારે તને શિખામણની બે વાતો આજે બોલાવીને કહેવી પડે છે. માટે રતનને તારે દિલ ખોલીને પહેલાંની જેમ બોલવું જોઈએ.' ક્ષણેક થંભી વળી કહ્યું : 'હવે તો વળી તારે જ એને પહેલું બોલવું જોઈએ, અરજણ ! છોકરી રીસાય, મોટિયાર કદી રીસાતો હશે ?'

છેલ્લું વાક્ય અરજણને માટે રામના બાણ જેવું અસરકારક નીવડ્યું. એને પણ લાગવા માંડ્યું કે કાકીની વાત સાચી છે. પોતાના મનને પણ મનાવ્યું : 'આપણને મનાવવાની રતને પહેલ કરી છે એનો અર્થ એમ પણ થાય કે એ કદાચ તે રાતે પોતે લીધેલા વલણ બદલ પછતાઈ પણ હોય !' અરજણે ઊભા થતાં કહ્યું : 'ઠીક છે, રતનને જો પહેલાંના જેવો ભાવ હશે તો આપણે ય આટિયાંપાટિયાં ને ભોંયમાં દાટ્યાં.'

'તું મળીશ તો ખબર પડશેને. આવજેને કાલે બપોરેકના ફરતો ફરતો ઝોક તરફ.'

અરજણે ખચકાઈને કહ્યું : 'એમ એકદમ તો મારો પગ નહિ ઊપડે પણ હું-કોઈકને પૂછી જોઈશ ને રતનનો ભાવ મારા ઉપર કેવો છે તે જાણીશ, પછી વાત.'

'કોને પૂછીશ ? વાત તો કર મને ? કોઈ કાં તો ખોટી વાત પણ કરે તને.'

'એવાને શું કામ પૂછીશ, કાકી ? બાકી રતનને મારા તરફ પહેલાંનો ભાવ હશે તો ગામમાં એ છાનો પણ નહિ હોય હાંકે.' ને ચાલતો થયો લહેરી ચાલે.

❑

૯

અરજણના ગયા પછી વિચાર કરતાં રતનની માને લાગ્યું કે અરજણને રતન માટે આકર્ષણ તો છે જ. આ હિસાબે મેં આપેલી સલાહમાં કોઈ પાયો ટેરનાર (હુંકારો ભરનાર) મળે તો રતન સાથે એ હળતો ભળતો થાય એમાં ભૂલ નહિ.

મોડેથી માએ માલીને બોલાવી.

માલીનો આ ઘર તરફ સારો ભાવ હતો. એટલું જ નહિ પણ રૂપાએ ને માલીએ પરણવાનું પણ નક્કી કર્યું હતું. આ વાત જો કે બહાર પડી ન હતી. પણ લોકોમાં ચર્ચાવા તો માંડી જ હતી.

માના કાને આ વાત આવી હતી. કોઈકે તો વળી એમ પણ કહ્યું હતું કે રૂપો ને માલી, રતન પરણે એની જ રાહ જોઈ રહ્યાં છે ને બીજા જ લગ્ને પરણી જવા માગે છે.

આ હિસાબે માએ, માલીને વિશ્વાસમાં લેતાં હોય એ રીતે એની સાથે વાત કરતાં કહ્યું : 'તને એટલું નથી સૂઝતું માલી, કે અરજણના ને રતનના અબોલા તોડાવીએ.

'એ બેને તોડવા હોય તો તોડાવીએને, કાકી ?' માલી બહુ હોશિયાર છોકરી હતી.

'તોડવા જ છે તો.' માએ કહ્યું. ક્ષણેક પછી ઉમેર્યું : 'રતનને તો તોડવા છે પછી અરજણની વાત તમે જુવાનિયાં જાણો.'

'રતનને અબોલા તોડવા હોય તો અરજણના આબોલા તોડવા એ તો આકડે મધ છે, કાકી.'

'તો પછી કરને બેઉને બોલતાં.' મા ખરેખર ખુશ હતી.

'તમે કેમ જાણ્યું કે રતનને અબોલા તોડવા છે ?'

માએ તે દિવસ આંગણામાંથી પસાર થતા અરજણને રતને બોલાવ્યો હતો એ વાત માલીને કહી સંભળાવી. વળી પોતે અરજણને બોલાવીને સમજાવ્યો છે એ વાત પણ કરી. અંતમાં કહ્યું : 'અરજણનો વિચાર કોઈને પૂછીને ખાતરી કરવાનો છે; માટે તું જ એને (અરજણને) મળીને વાત કર કે રતનના પેટમાં તો કશું જ પાપ નથી.'

'અરજણને તો હું હમણાં મનાવી દઉં, કાકી... એ તો બાપડો લાળ લબડાવતો ફરે છે. પણ રતન પછી એનું અપમાન કરશે તો ?'

બે-પાંચ પળના મૌન સાથે માએ રતનનો તે દિવસનો રણકો યાદ કરી જોયો. કહ્યું : 'ના રે ના, રતને તો એને પે'લાંની પેઠે ભર્યા મોંએ જ બોલાવ્યો હતો.'

'રતને પહેલાં અબોલા તોડીને એને બોલાવ્યો તો હતોને ?' માલીએ વળી ખાતરી કરી. આ પછી એણે કાકી આગળ પોતાનો વિશ્વાસ જાહેર પણ કર્યો : 'તો તો હું અરજણને કાલે બપોરે ઝોક ઉપર રતન પાસે જરૂર મોકલીશ, જાઓ.' આમ કહી માલીએ જતાં જતાં ઉમેર્યું : 'પછી આગળની વાત એ જાણે ને એમનું તકદીર જાણે.'

ખરું પૂછો તો અરજણ-રતન બોલતાં થાય ને પરણી જાય એ માલીનો સ્વાર્થ પણ હતો. કારણ રૂપા કરતાં રતન મોટી હતી ને તે પણ પાછી છોકરી હતી. આ હિસાબે રતનના પરણ્યા પહેલાં રૂપા-માલીને પરણવું મુશ્કેલ હતું. પરણે તો સારું પણ ન દેખાય.

માલીને વહેલી તકે બળદ ચરાવતા અરજણને પકડ્યો, કહે છે : 'ઓહો હો, અરજણભાઈના તો ભાવ બોલાવા માંડ્યા છે, ભાઈ !'

અરજણ પણ આવું જ કોઈક પોતાની ટોળીનું જુવાનિયું શોધતો હતો ને એમાં વળી માલી તો ગામફોઈ જેવી હતી. માલી તરફ ડગ ભરતાં પૂછ્યું : 'કેમ એમ બોલી, માલી ?'

માલીના એક હાથમાં બંધ ને દાતરડું હતું. બીજો હાથ કેડે મૂકી વાંકી શી ડોક કરી કહે છે : 'એ અરજણ ! કોઈ કદી ભૂલું જ નહિ પડતું હોય !'

અરજણે આસપાસના માથાડૂબ મોલ તરફ નજર નાખી ટોળમાં કહ્યું : 'તારા જેવું ઠીંગણું માણસ ભૂલું પડે, બાકી મારા જેવો માણસ તો પડી રહ્યો ભૂલો.'

માલીને આવો જ જવાબ જોઈતો હતો. કહે છે : 'તું જ ભૂલો પડ્યો છે, અરજણ.'

'કેવી રીતે, બતાવ ?' અરજણને વાતની ગંધ આવી ગઈ હતી. એ પણ આ જ વાત ઇચ્છતો હતોને ?

માલીને એક વિચાર એવો પણ આવ્યો હતો કે રતન જાણે અરજણ વગર ઝૂરતી હોય ને ખૂબ ખૂબ પછતાતી હોય તે રીતે વાત કરવી. પણ બીજી બાજુ અરજણ સરખો-તીખો તીખો મરચા જેવો જુવાન હતો તો રતન પણ કંઈ કમ ન હતી. પોતે જો બનાવીને વાત કરે ને પાછળથી મોઢામોઢ કહેવાનો પ્રસંગ આવે તો – અરજણ શું કરે એ તો રામ જાણે, બાકી રતન તો પોતાનો ચોટલો પકડ્યા વગર રહે જ નહિ.

આ હિસાબે માલીએ મૂળ વાત ઉપર જેટલું ખીરું ચઢે એટલું જ ચઢાવ્યું. કહ્યું : 'રતન બાપડી વાટે ને ઘાટે અરજણ અરજણ કરે છે ને અરજણભાઈ તો ઊંટની પેઠે આભલા તરફ જુએ છે.'

'ક્યારે રતને અરજણ અરજણ કર્યો ?'

'એક વાર તો એના આંગણામાંથી તું જતો'તો ત્યારે ને બીજી એક વાર બળદ ચરાવીને તું એના (રતનના) ઝોક આગળથી ગામમાં જતો 'તો, હું પાછળ ભારો લઈને આવતી'તી ને રતને તને પાછળ રહીને નો'તો બોલાવ્યો ?'

છેલ્લો બનાવ સાવ ઉપજાવેલો હતો પણ માલીના મોં ઉપર બનાવટનું નામનિશાને ય ન હતું. અરજણે નવાઈ તથા આનંદ સાથે પૂછ્યું : 'ના ભાઈ, મને તો કશી ખબર નથી. ક્યારે વળી રતને મને ઝોક આગળ બોલાવ્યો હતો ?'

'જા રે જા. બનાવટ કર્યા વગર. બોલ, કરવી છે ખાતરી ?'

'હા ચાલ.'

માલી જાણતી હતી અરજણ અત્યારે બળદ ચરાવવા પડતા રાખી

શકે એમ હતું જ નહિ. ઘડી પહેલાં જ હળ છૂટ્યાં હતાં. એ હિસાબે ઊલટાની જોરમાં આવી. ગામ તરફ મોં પણ ફેરવ્યું. 'ચાલ, થઈ જા આગળ.'

અરજણે હવે ગંભીર થયો. કે' છે : 'સાચી વાત કર માલી, તે રાતના બનાવ માટે રતન ખરેખર પછતાય છે ?'

'માલીને શું પૂછે છે ભલા'દમી, પૂછને ખુદ રતનને. હવે તો એ ઢોર ચરાવવા ય નથી જતી. આખો વખત ઝોકમાં હોય છે. જઈને એને જ પૂછી જો ને ?'

'જઉં તો ખરો પણ એ કાં તો કોણે તને બોલાવ્યો એમ કહીને ઊભી રહે તો ?'

'એ મારામાં આવ્યું જા. રતન એમ તો કહે જ નહિ. તેં એનું શું બગાડ્યું છે તે એમ કહીને ઊભી રહે ? ઊલટું બગાડ્યું છે તો કંઈકે ય એણીએ બગાડ્યું છે.' છેલ્લા શબ્દો બોલતી વખતે માલી પોતાની જાતને પણ આ વાત ઠસાવતી હતી.

અરજણે હોઠ ચાવતા પાંચેક પળના મૌન પછી કહ્યું : 'મળું ત્યારે. કાલે જ. એનાં મા ય કે'તાં 'તાં કે બપોરે એ ઝોકમાં હોય છે.'

માલીએ ખેતર તરફ પગ ઉપાડતાં કહ્યું : 'આ લે ! એની મા સુધ્ધાં કહે છે પછી-મળ તો ખરો ભલા'દમી. કોકની હારે નાચે-કૂદે એટલે કંઈ એવું ઓછું છે કે તે એની સાથે પરણશે ય ખરી !' અહીં પણ માલી અડધો સવાલ પોતાની જાતને પૂછતી હતી.

ને અરજણે પછી બીજી બપોરે રતનને મળવા ઝોકમાં જવાનો પાકો નિર્ણય કરી લીધો...

બીજી બપોરે ઝોકમાંના ઘેર ખાણખૂંટણ કરી રહેલી રતનના કાને અરજણનો અવાજ પડ્યો : 'રમઝમતી રતન છે કે ઝોકમાં ?'

અરજણના આ અસલ અવાજે રતનના ચિત્તને બલ્કે ચેતનાને ભૂતકાળ સાથે સાંકળી દીધી. હાથમાં સૂપડું ને એ બારણા બહાર નીકળી આવી. બોલી તે પણ આંખો નચાવતી : 'ઓહો હો ! ક્યાંથી અરજણને આજ રમઝમતી રતન સાંભરી ?'

'સાંભરે તો રોજ છે. પણ પગ નો'તો પડતો.'

'તે શું સારું-ખોટું કર્યું હતું કે પગ ન પડે ?' હર્ષઘેલી રતને અરજણ સાથે ઘરમાં પાછું મોં ફેરવ્યું. બાજુમાં પડેલી ખાણની દબલી દેખાડતાં અરજણને કહ્યું : 'બેસ આ દબલી પર-નહિ તો પેલો ખાટલો લાવ.'

'આપણે તો આ જ ઠીક છે.' અરજણે દોઢેક હાથની ઊંચાઈવાળી કોઠી ઉપર જમાવ્યું.

રતને સૂપડું બાજુમાં મૂકી દીધું.

ઊભા રાખેલા બેઉ પગની આસપાસ હાથ રાખી એકબીજા હાથનાં આંગળાં ભેરવી પાછળના ભાગમાં બદન ઝૂલાવતી રતને અરજણ સામે આંખો માંડી પૂછ્યું : 'રિસાયો હતો, કેમ ?'

અરજણને રતન પાછી પહેલાવાળી લાગવા માંડી. કહે છે : 'રીસ ચઢે એવું તેં કર્યું પછી ?'

'મેં શું કર્યું ભાઈ !' રતન એકાએક ગંભીર થઈ ગઈ.

'તેં પેલાને ના કહ્યું હોત તો ઝઘડો જ શાનો થવાનો હતો ?'

'હું શું કામ ના કહું ?'

'તો તો પછી એમ જ કહે ને કે તારી ઇચ્છા એની જોડે રાસ રમવાની હતી.' અરજણનું મોં પડું પડું થઈ રહ્યું હતું.

'હતી જ વળી.'

'કારણ ?'

'એમાં વળી કારણ શું ?'

'અરજણ કરતાં એ અજાણ્યો માણસ વધારે ગમતો હતો એમ તો ખરુંને રતન ?'

રતન અહીં પોતાને સમજવા માગતી હોય તેમ બબડી : 'એ તો કોણ જાણે, બાકી એને જોઈને એમ તો થયું જ હતું કે આની સાથે રમીએ વળી.'

અરજણને રતનનો જવાબ વાજબી લાગતાં એણે વળી બીજો મુદ્દો આગળ ધર્યો : 'ગામનો મોટિયાર હોત ને એની સાથે તું રાસ રમી હોત તો બીજી વાત છે પણ આ સાલી રખડતી બલા સાથે'–

રતન હસીને વચ્ચે બોલી : 'ગામના મોટિયાર તો રોજ હતા

અરજણ, રખડતી બલા હોંશ કરીને રતન સાથે રાસ રમવા આવી તો જોવું જોઈએ, કેવોક રાસ આ બલા રમે છે ?'

'બહુ મઝા આવી હતી ?'

અરજણની આંખોમાં તિરસ્કાર અને ઈર્ષા વગેરે પારખવા છતાં ય રતને તો એ જ લહેરથી જવાબ આપ્યો : 'મઝાની તો વાત જ ન કર. એવું લાગતું હતું જાણે ભેરવના ઝપાટે વાયરો વાતો હતો ને એ વાયરાના જોરે જ હું જાણે ફરતી હતી-કોકની ઘૂમાવેલી ઘૂમતી હતી !'

'ઠીક ભાઈ ! હવે ?' છેલ્લો શબ્દ નિઃશ્વાસની જેમ અરજણે ઉચ્ચાર્યો હતો.

'હવે શું વળી !'

અરજણે હવે મુદ્દાની વાત ઉપાડી. કહે છે : 'તારી બાએ મને મળવા મોકલ્યો છે એ વાત તું જાણે છે ?'

'તું મારે ઘેર ગયો હોઈશ.'

'ના, કાલે એમણે સમાચાર મોકલીને મને મળવા બોલાવ્યો હતો ને પછી મને કહ્યું હતું કે કાલ બપોરે ઝોકમાં રતનને મળજે.'

'હાં, હાં. આપણા બેનાં મનામણાં કરવાં.'

'મનામણાં તો ખરાં પણ શું કરવા આ મનામણાં એનો વિચાર કર્યો છે ?'

'એક ગામમાં રહેવું ને શું કામ આપણે એકબીજાથી મોં ચઢાવીને ફરવું, અરજણ ? એમ કરીને જે–'

અરજણ જોર જોરથી હસી પડ્યો. કે' છે : ક્યાં સુધી તું ભોળીને ભોળી રહીશ, રતન ?'

'કેમ ?' રતન વિચારમાં પડી ગઈ.

આ પછી અરજણે રતનના બાપા પોતાને ઘેર લગ્નનું પૂછવા ગયા હતા એ વાત પણ કરી.

'ઓ... તો તો તું તારું પોતાનું માગું કરવા આવ્યો છે એમ જ કહે ને ?' રતનથી એકાએક ગંભીર થઈ જવાયું.

'જે ગણે એ.' અરજણ બબડ્યો.

રતનને મૂંગી જોઈ અરજણનું કાળજું જોર જોરથી થડકવા લાગ્યું.

અહીં આવવા નીકળ્યો એ વખતે જ અરજણની માએ એને રતનના બાપાની વાત કરી હતી ને રતનની માએ એને બોલાવીને રતનને મળવા કહ્યું હતું એનું કારણ પણ અરજણને હવે સમજાયું હતું. પણ અત્યારે અહીં જોયું તો રતન કંઈક ઠંડી હતી.

આમ તો અરજણને તે રાતથી રતન તરફ ગુસ્સો અને નફરત આવી ગયાં હતાં પણ હવે આ મનામણાં જોઈને વળી પાછા રતન જોડે જીવન જોડવાના જૂના ઓરતા જાગ્યા હતા.

ને એટલે જ પછી નફરત તથા ગુસ્સો દબાવીને એ રતનને મળવા આવ્યો હતો ને લહેરી સૂરમાં બોલતો હતો.

પણ અરજણે જોયું તો રતનને તો, હજી પરણવાનો ખ્યાલ સુધ્ધાં નો'તો આવતો !

રતનને મૂંગી જોઈ અરજણને જ પૂછવું પડ્યું : 'બોલ હવે. તારો શો વિચાર છે ?'

'શાનો ?'

'લગ્નનો.' અરજણે કહી નાખ્યું.

'મેં હજી વિચાર જ નથી કર્યો, અરજણ.'

'પણ હવે તો તારે વિચાર કર્યા વગર છૂટકો જ નથી, રતન.'

'કેમ ?' રતનની આંખમાં આછી શી નવાઈ હતી.'

'ક્યાં સુધી તું આમ ને આમ બેસી રહીશ ?'

'બેસી રહેવાય ત્યાં સુધી.'

અરજણે અહીં જોખમ ખેડીને કહી નાખ્યું : 'તું તો કદાચ એક બે વર્ષ હજી બેસી રહીશ પણ સામી પા તારા માટે ગામમાં કોણ બેસી રહેશે ?'

રતન કંઈ બુધ્ધુ ન હતી કે અરજણનો આ પ્રશ્ન ન સમજી શકે. થોડીક રીસ અને તિરસ્કાર સાથે અરજણ સામે જોઈને ચોખ્ખે ચોખ્ખું કહી નાખ્યું : 'હું ક્યાં કહું છું કે મારે માટે તું બેસી રહે અરજણ ?'

અરજણનું મોં પડી ગયું. છતાં ય હસવાનો પ્રયત્ન ચાલુ રાખી પૂછ્યું : 'આપણી હેડીનાં બધાં ય પરણી જશે પછી તું કોની સાથે પરણીશ

એનો તો વિચાર કર ?'

રતન પાછી હળવી ફૂલ બની ગઈ. કહે છે : 'પરણનારને ફિકર નથી ને તને શાની ફિકર છે, અરજણ ?' ક્ષણેક થંભી ઉમેર્યું : 'તું તારે પરણી જાને.'

ટોપલાં નીચે દબાયેલાં કૂકડાં ટોપલું ઊઘડતાં બહાર નીકળી આવે એ રીતે રતન પ્રત્યેની નફરત અને ક્રોધ વગેરે અરજણમાં ઊપસી આવ્યાં.

એકદમ ઊભા થતાં, તિરસ્કાર સાથે રતનને કહે છે : 'એમ કહે ને કે તારે પેલી રખડતી બલા સાથે પરણવું'–

ત્યાં તો બારણામાંથી ભેરવનો અવાજ આવ્યો. કહે છે : 'કેમ બંકા ? ભૂલી ગયો અખાત્રીજની સમી સાંજ ?'

ભેરવને જોતાં જ રતન અરજણનો તિરસ્કારે ય ભૂલી ગઈ – અરે અરજણની હાજરી સુધ્ધાંને વીસરી ગઈ ને આનંદના ઊભરા સાથે ઊભી થતાં બોલી પડી : 'ભેરવ ? !'

ભેરવે ય અરજણની હાજરી અવગણી નખી. રતનનો હાથ ઝાલી કહેવા લાગ્યો : 'બે દનથી તને જોઈ નથી એટલે'–

'ઢોરોમાંથી આવ્યો ?'

'હાસ્તો. મારી ગાયો રૂપાને ભાળવીને'–

બારણાની અંદર રોકાઈ પડેલો અરજણ હળવેક રહીને નીકળી ગયો. રતને એને વિદાય આપી અસલ એવા મીઠા સૂરમાં : 'આવજે અરજણ. ખોટું ન લગાડતો !

પણ ધુંધવાયેલા અરજણને તો રતનના શબ્દોમાં પણ પોતાની મશ્કરી જ લાગતી હતી. ધૂંધવાટને લીધે એ બોલી પણ ન શક્યો.

ઝોકના ઝાંપા બહાર નીકળતાં એ મનોમન બબડતો હતો : 'ઠીક છે ત્યારે. કેવીક તું આ રખડેલને પરણે છે એ હું જોઉં છું... બંકાની હવે જોજે મજા.'

❑

૧૦

રતને ભેરવને બેસવા માટે દબલી દેખાડી. ભેરવ દબલી ઉપર બેસવાને બદલે વાંદરાની જેમ બારી ઉપર પગભેર બેઠો. રતને વળી ખાણનું કામ સંભાળ્યું. ભેરવને એકાએક જોતાં ઊમટી આવેલા આનંદનો જાણે પ્રત્યાઘાત પડ્યો હોય તેમ ગંભીર પણ લાગતી હતી.

ભેરવે પૂછ્યું : 'કેમ રતન, તું હવે ઢોર ચરાવવા નથી આવતી ?'

'મારા બાપાએ ના પાડી છે.' રતનની નજર કામમાં હતી.

'કાંઈ કારણ તો હશે ને ?' રતનને મૂંગી જોઈ ભેરવે એની અસલ વાત ભસી નાખી : 'આપણે બે પરણીશું ને રતન ?' એ આજે આ વાત પૂછવા ધારીને જ આવ્યો હતો.

રતન એકદમી ચમકી ઊઠી.

એણે હજી સુધી ભેરવ સાથે લગ્ન કરવાનો ગંભીરતાપૂર્વક વિચાર જ ક્યાં કર્યો હતો ? તરંગ આવ્યો હતો પણ એ ય એણે પાછળથી હસી કાઢ્યો હતો... તે દિવસ બાપાએ એને કહ્યું હતું : 'એમ કહેને કે તારો વિચાર પેલા રખડેલ જોડે લગ્ન કરવાનો લાગે છે ?' એ વખતે રતને રીસમાં ને રીસમાં મનોમન કહ્યું હતું : 'તો ય શું !' પણ એ પછી એણે જ પોતાની મશ્કરી કરી હતી : કોણ જાણે કોણ છે, ક્યાંનો છે, કેવો છે ને તું ય ખરી !'

ભેરવના એકાએક સવાલથી ચમકેલી રતનથી એની તરફ જોવાઈ ગયું. ભેરવે એની આંખોમાં જાણે પ્રેમનું ગાડું ઠાલવી દીધું, વળી પૂછ્યું : 'હેં ને ?'

'આ ગામમાં કોઈ તને ઓળખતું તો છે નહિ ?' રતનના મોં ઉપર ખિન્નતા હતી.

આટલા સમયના પરિચય પછી રતન એને તું કહેતી થઈ ગઈ હતી. એના પોતાના દિલથી ભેરવ હવે દૂરનો કે અજાણ્યો નો'તો રહ્યો. પણ લગ્ન એ માત્ર વ્યક્તિગત સવાલ ન હતો. સમાજનો પણ હતો. એ હિસાબે રતનથી સહસા પુછાઈ ગયું :

'પણ તું તો ઓળખે છે ને ?'

આનો જવાબ પણ રતન કેવી રીતે હકારમાં આપી શકે ? હસીને બલ્કે ભેરવ તરફ પ્રેમભીની એક નજર નાખીને સામું પૂછ્યું : 'હું ય તને ક્યાં ઓળખું છું ?'

રતનની પ્રેમભીની નજર એ શરાબની જાણે પ્યાલી હોય તેમ ઉત્સાહિત થતાં ભેરવે કહ્યું : 'આ જ ઓળખાણ, રતન. આપણી નજર જેટલી સાચી છે એટલી સાચી વાણી પણ નથી ને લોહીની સગાઈ પણ નથી...'

રતનનું વિચારતંત્ર ખોટકાઈ પડ્યું હોય એ રીતે મરક મરક હસતી મૂંગી જ રહી.

બારી ઉપરથી કૂદકો મારી ભેરવ એની સામે આવી બેસી ગયો. કહે છે : 'ઓળખાણનો અર્થ તું શું કરે છે-કહે જો મને.'

આ પ્રશ્નનો જવાબ આપવો બીજા માટે પણ મુશ્કેલ હતો તો રતનનું મગજ તો વળી બહેર મારી ગયું હતું. ને વળી એણે ભેરવ સાથે મધુરો એક પલકારો માર્યો-મૂંઝવણભર્યો.

ભેરવ બોલ્યો : 'ઓળખાણ તો એ કે મારાં માબાપને અહીંનું લોક ઓળખતું હોય ને હું તમારા બધાં ભેગો ઊછર્યો હોઉં... પણ આ તે કાંઈ ઓળખાણ કે'વાય ?' ક્ષણેક પછી બોલ્યો : 'અરજણની જ વાત-અત્યાર લગી એ બંકો કહેવાતો હતો પણ હવે ?... એટલે જ તને કહું છું કે ભૂતકાળને ન વળગી રહે.'

'પરણવાનું કાંઈ મારા એકલીના હાથનું નથી, ભેરવ.'

'તારા હાથમાં જ છે.'

'કેવી રીતે ?'

'એક વાર તું નક્કી કરે કે ભેરવ સાથે પરણવું છે પછી બીજું બધું થઈ રહેશે.'

રતન જાણે પોતાની જાતને ઓળખવા-સમજવા માગતી હોય એ રીતે કામ પણ પડતું રાખી મનોમન ઊંડી ઊતરી. ભેરવ આ વાત પામી ગયો. એની આગળથી ઊભા થતાં કહ્યું : 'ઊંડી ઊતરીને વિચારી જો, તું મને ઓળખે છે કે નતી ઓળખતી.' ને બેઉ હાથ પાછળ રાખી ટહેલવા લાગ્યો.

ટહેલતાં ટહેલતાં બોલતો હતો : 'મનને વચ્ચે ન આવવા દેતી... મારામાં તને વિશ્વાસ બેસે છે કે નથી બેસતો એટલું તું અંતરમાં ઊતરીને જોઈ જો... માબાપનો ને સમાજનો વિચાર પણ અત્યારે ન કરતી. તારા અંતરાત્માને જ એક વાર સમજી લે...'

થોડીક વાર પછી રતને ભેરવ સામે જોયું. મોં ઉપર કરુણતા ને કહેવા લાગી : 'મને કશીક બીક લાગે છે, ભેરવ.'

'બીક ?' ભેરવે જાણે ત્રાડ નાખી. ક્રોધ ભરી આંખો આમતેમ હવામાં ફેરવતાં બોલ્યો : 'બીક બાપડી શું કરતી હતી-ભેરવ તારી પાસે હોય પછી !' જાણે ઓરડામાંથી ધુમાડાને બહાર નીકળતો જોતો હોય એ રીતે નજર ફેરવી. ચોખ્ખી હવા થઈ ગઈ હોય તેમ ખુશ થતો રતન સામે આવી બેઠો. પૂછવા લાગ્યો : 'બોલ, લાગે છે બીક હવે ?'

રતન જાણે હળવી ફૂલ બની ગઈ. તીરછી આંખે ભેરવ સામે નજર માંડી કહેવા લાગી : 'તું છે પછી શાની બીક !

'બસ ત્યારે.' ભેરવ વળી ઊભો થયો. ટહેલતાં ટહેલતાં કહેવા લાગ્યો : 'આ બધો ભૂતકાળનો ઓછાયો છે, રતન... આપણે જાણે ભૂતકાળમાં હતાં જ નહિ એ રીતે નવેસરથી જીવન જોડીએ, બોલ, તું કહેતી હોય તો.'

રતન હવે સ્વસ્થ હતી. કહેવા લાગી : 'ઉતાવળો ન થા, ભેરવ.'

ભેરવ બોલ્યો : 'ઉતાવળ કાંઈ પરણવાની નથી, રતન. મને તારો પ્રેમ જોઈએ... બોલ, આપીશને પ્રેમ ?'

પ્રેમને સમજવા માગતી હોય તેમ રતન બબડી : 'પ્રેમ ?'

'હા પ્રેમ.' ભેરવ બોલ્યો.

'પ્રેમની તો મને ખબર નથી ભેરવ, કોને પ્રેમ કહેવાય એ. પણ મારી પાસે જે કાંઈ હતું એ બધુંય મેં તને તે દન રાતે દઈ દીધું છે.

તે રાતે રતનને સમણું આવ્યું હતું ને ખોડિયાર માએ સમણામાં કહ્યું હતું કે આ તારો વર છે. પણ આ સમણાને એ હજી સાચું માનતી ન હતી. આ વાત એ કોઈને કહેવા પણ નો'તી માગતી.

'હાં... હવે સમજી રતન, તું ! તે રાતે તારી મારી નજર મળી ને આપણા જીવ જાણે મળી ગયા. એ જ આપણી ઓળખાણ ને એ જ આપણો પ્રેમ, રતન... પણ એ હવે આ દુનિયાની અંદર સાકાર થવું જોઈએને ?'

રતન આ બધું સમજી નહિ પણ ભેરવનો મતલબ તો એ પામી ગઈ હતી. હસીને બોલી : 'બધું સાકાર થશે, તું થોડોક ખમી જા.'

'પણ પરણીશ તો ખરીને ?'

રતન થોડીક વાર ભેરવ સામે તાકી રહી, એ નજરમાં મીઠો ઠપકો હતો. બોલી : 'તું તો કહે છે ને આપણે તો તારો પ્રેમ જોઈએ.'

'હાસ્તો. શરીરના આ અણુએ અણુમાં પ્રેમ જોઈએ છે, રતન.'

ગાલોમાં ભરેલું હસવું ફક્ક કરતુંકને બહાર કાઢતાં રતન બોલી. 'એમ કે'ને પરણવું જ છે.'

'એટલેસ્તો.' ક્ષણેક થંભી ભેરવે પૂછ્યું : 'તારે નથી પરણવું ?' રતને એની પાતળી ગોરી ડોક હકારમાં હલાવી.

'બસ તો પછી... પાકું જ ને, રતન ?'

ને વળી રતન વાસ્તવિકતાની ભોંય ઉપર આવી ઊભી. અકળામણભર્યું હસતાં કહ્યું : 'પાકું તો છે પણ-કોઠી ઉપરનાં પાકાં કોઠા પણ પાડ્યા વગર આપમેળે પડતાં નથી !'

'તું કહે તો હું તારા બાપા આગળ માગું કરાવું.'

'એ...! જોયું ને ?' રતનના મોં ઉપર આનંદ કરતાં ય ખિન્નતા વધારે હતી.

જ્યારે ભેરવના મોં ઉપર ગૂંચવણ હતી, પૂછ્યું : 'કેમ ?'

'તારે કોઈ અહીં સગુંવહાલું તો છે નહિ, કોની પાસે તું માગું કરાવીશ ?'

ને પહેલી જ વાર ભેરવને દુનિયાદારીની આ રૂઢીનો બલ્કે રૂઢીગત તંત્રનું ભાન થયું.

એને મહારાજનો ખ્યાલ આવ્યો, પણ મહારાજે તો તે દિવસ બનેલા પેલા ગાયોના પ્રસંગ પછી એને બોલાવીને કહી દીધું હતું : 'તું તારો રસ્તો કરી લે ભાઈ. ગામલોકો તારાથી નારાજ છે માટે મંદિરમાં હવે ઝાઝો વખત નહિ રહેવા મળે. જેમ બને તેમ જલદી તારા રહેવાનો જોગ કરી લેજે.'

મહારાજની આ નોટીસ મળી એ વખતે ય ભેરવને ખાસ કશી ચિંતા નહોતી થઈ. છાપરું કરવું એ એના માટે એક જ રાતનું કામ હતું. પણ અત્યારે જ્યારે માંગું કરવા માટે એનું ધ્યાન મહારાજ તરફ ગયું ત્યારે જ ખ્યાલ આવ્યો : 'બાવજી જ મને ગામની બીકે મંદિરમાંથી કાઢે છે પછી કઈ રીતે એ મારું માંગુ રતનના બાપા પાસે લઈને જશે ?'

રતનને જવાબ આપતા ભેરવ બોલ્યો : 'કોઈ નહિ જાય તો હું પોતે તારા બાપા આગળ મારું માંગું લઈને જઈશ.'

'જો એવી મૂર્ખામી કરતો. આમેય રખડતો તો છે જ ને તું તારું પોતાનું માંગું લઈને જઈશ તો લઈ ખાસડું ને ઊભા થશે.'

મગજમાંથી આ મૂંઝવણનું પોટલું ફેકી દેતો હોય એ રીતે ભેરવ કે'છે : 'હેંડ રતન, ભાગી જઈએ.'

'શું ?' સમજવા છતાંય રતનથી એમ પુછાઈ ગયું.

ભેરવને પણ હવે હિંમત ના પડી કે પોતાનો આ પ્રસ્તાવ ફરીથી દોહરાવે.

અલબત્ત ભેરવની નજરમાં એવી શક્તિ તો હતી જ કે એ રતનને મંત્રમુગ્ધ કરીને પોતાની પાછળ પાછળ દોરી લઈ જઈ શકે. પણ એક તો એ દેવ આગળ વચનથી બંધાયો હતો કે અજૂકતી રીતે આ છોકરી સાથે પોતે નહિ વર્તે.

ઉપરાંત એ પોતે રતનને સાચા અર્થમાં ચાહતો હતો એ હિસાબે પણ એ રતનના સ્વાતંત્ર્ય ઉપર બળજબરી કરી શકે એમ ન હતું.

અને એણે અડધું પડધું રતનનું જાણે શરણું લીધું : 'તું કોઈ રસ્તો દેખાડ, રતન.'

'રસ્તો તો–' ત્યાં તો રતનની નજર બારણા સાથે આવેલા ઝાંપા ઉપર પડી. રતનના બાપા ઉતાવળા ઉતાવળા આવતા હતા. રતન સમજી

ગઈ. અરજણે ઘેર જઈને વાત કરી હશે તેમાં એ ધૂંધવાટભર્યા આવી રહ્યા છે. ફાળ સાથે બોલી : બાપા આવે છે. હવે ? તને જોશે તો આજે મારું આવી બનશે.'

મકાનને બારણું પણ આ એક જ હતું. બારી હતી પણ એની પાછળ ભીંતને અડીને જ થોરિયાની વાડ હતી ને થોર પણ પાછો હાથલો થોર હતો ને લાંબે સુધી પથરાયેલો હતો.

પણ રતને જોયું તો ભેરવના મોં ઉપર ભયનું નામ નિશાન ન હતું. કહે છે. 'ફિકર ના કર. હું આ બારી વાટેથી કૂદી પડું છું.'

'ઓ બાપ !'

'ડર નહિ રતન, મને કશું નહિ થાય. પણ એક વાત કરી દે : તું મને પરણીશ તો ખરી ને !'

રતને વાસણમાં ખાંડ ભરતાં બાપાને વહેમ ના પડે એ રીતે નીચી નજરે જ કહ્યું : 'પરણીશ તો તને પરણીશ, નહિ તો હું અવલ કુંવારી બેસી રહીશ. બસ જા હવે સાચવીને કૂદી પડ.'–

રતનના આ શબ્દોએ ભેરવને એટલો બધો ખુશ કર્યો કે એને જાણે પાંખો ફૂટી. રતનના બીજા શબ્દો સાંભળવા પણ ન રહ્યો ને પેલી બાજુની બારી વાટે એવો કુદકો ભર્યો કે હવામાં જાણે લૂગડાનો પરપોટો ઊડ્યો.!–

ભયભરી નજરે એ તરફ તાકી રહેલી રતન, બાપા છેક ચોપાડમાં આવી લાગ્યા છે એ પણ ભૂલી ગઈને ભેરવના એ કૂદકા ઉપર મોં – આંખો જ ફાડી રહી. આછું આછું બબડી પણ જવાયું : 'ઓ મા !'

દિલને તો ઘણું ઘણું થતું હતું ઊઠીને બારી વાટે જુએ ને–

બારણામાં પ્રવેશતા બાપાએ જ એને સવાલ કર્યો : 'કેમ આમ મોં ફાટી ગયું છે, રતની ?'

રતન કાંઈ બોલી નહિ.

બાપા આમ તેમ જોઈ વળ્યા. રતનનું વર્તન જોઈને એમને વહેમ પડ્યો હતો : ભેરવ પેલી બારી વાટે કૂદી તો નથી પડ્યો ને કૂદી પડ્યો હશે તો હાથલાની વાડમાં જ પડ્યો હશે એમ ધારીને ઉતાવળી ચાલે બારી તરફ ધસી પણ ગયા. એમની પાછળ ગયા વગર રતન ના રહી શકી. પૂછતી

હતી : 'શું જુઓ છો બાપા, ત્યાં ?'

ને બેઉ જણે બારી વાટે જોયું તો ન ભેરવ હતો ન હતી ભેરવના કોઈ લૂગડાની નિશાની પણ. બેઉ જણે દૂર દૂર નજર દોડાવી પણ ઈધર ઉધર ચરી રહેલા ઢોર વગર માણસનું નામ ન હતું.

રતનના આનંદનો પાર ન હતો. બાપાના સવાલોના એ જવાબ આપતી હતી તે પણ બાપાને અરજણ કેવા બની ગયા હતા એ જાતના આનંદ સાથે.

❑

૧૧

રતને પરણવાની હા પાડી પછી ભેરવનો આનંદ આષાઢી વાદળાંની જેમ દિલની અંદર ગોરંભાતો હતો. પોતાની યાત્રા અડધી તો ફળી છે ને અડધીની હવે આશા પણ પૂરેપૂરી બંધાઈ હતી. હવે તો ફક્ત વિધિ જ કરવાની બાકી હતી.

પણ આ વિધિ મુશ્કેલ હતી એ એ જાણતો હતો. દિવસે દિવસે મુશ્કેલ બનતી જતી હતી એનો પણ એને ખ્યાલ હતો. અત્યાર સુધી એને આડે પેલી બે વંતરીઓ જ હતી પણ હવે તો અરજણ પણ એની સામે જીવ ઉપર આવેલો લાગતો હતો. જે વંતરીઓ કરતાંય વધારે અવરોધક હતો.

વંતરીઓ તો ઘૂવડની જેમ બોલીને કે સાપ થઈને અપશુકન સાથે ભય જ માત્ર પ્રેરતી હતી પણ અરજણ જેવો માણસ તો વાણી અને વર્તનથી રતનનાં વડીલોમાં ને ગામલોકોમાં વિરોધી વંટોળ ઉભો કરવા પણ સમર્થ હતો.

ભેરવ પાસે જો કે આસુરી શક્તિ અને માણસની બુદ્ધિ બેઉ હતાં પણ એણે પોતાની આસુરી શક્તિનો મહા પવિત્ર એવા પ્રેમની બાબતમાં ઉપયોગ નહિ કરવા પહેલેથી જ નીમ લીધો હતો.–

એટલું જ નહિ, તે દિવસે રતનના બાપા આગળ ચાડી ખાઈને અરજણે બાપાને ઝોક ઉપર મોકલ્યા હતા એ વાત બીજા દિવસે તો રતન પાસેથી જાણ્યા પછી પણ ભેરવે તો પોતાના મનથી નક્કી જ કર્યું હતું : અરજણ ભલે આડા અવળા લાકડા લડાવે પણ આપણે તો એની સાથે સતની રીતે જ વર્તવું છે... કાળી ગોરી વંતરીઓ મારી પાછળ પડી છે પણ આપણામાં જો સત હશે તો જખ મારે છે !

બીજી બાજુ રતને પણ ભેરવને વચન આપ્યા પછી મન સાથે નક્કી કર્યું હતું : આપણે હવે બાપા આગળેય ભેરવની વાત ધીમે ધીમે ઉઘાડી કરવી પડશે.

આની શરૂઆત રતને તે દિવસથી જ કરી દીધી હતી ભેરવને ના જોતા બાપાએ રતનને પૂછ્યુ : 'ક્યાં ગયો ભેરવ ?'

રતને ધાર્યું હોત તો ભેરવ આવ્યાની વાત જ ઉડાવી દેત. પણ એને બદલે એણીએ આમ જ કહ્યું : 'પાણી પીને ગયો એ તો.'

'કેટલી વાર એ બેઠો હતો ?'

'એક ફરા મને કહો બાપા, કે કોણે તમને ભેરવ આવ્યાની વાત કરી ?'

બાપાએ પહેલા તો ગોળ ગોળ વાત કહી પણ રતને જ્યારે અરજણનું નામ લીધું ત્યારે એમણે હા પાડી : 'હા, અરજણે જ મને વાત કહી.'

'બસ તો અરજણ એ પા આવ્યો ને ભેરવ આ પા નદી તરફ ચાલતો થયો.'

'શું કામ આવ્યો હતો ?'

રતન બોલી : 'એમ જ.'

'એમ જ કોઈ કોઈ છોકરી પાસે-ગાયો સૂની છોડીને આવે, રતની !'

'મને મળવા આવ્યો હતો.' રતનને થયું કે જે વાત હવે મોડે વહેલે બહાર જ પડવાની છે એ વાતને શું કામ દબાવ્યા કરવી !

'તને મળવા ?' બાપાને રતનની ધૃષ્ટતા ખૂબ જ ડંખી.

'હમણાંની હું ઢોરોમાં જતી નથી એટલે ખબર કાઢવા આવ્યો હશે.'

'શી ખબર કાઢવી હતી ?'

'એને એમ હશે : હું કાંઈ સાજી માંદી તો નથી ?'

નીચે મૂંડીએ કામ કરી રહેલી દીકરીના આ જવાબથી બાપા સમસમી ઊઠ્યા. કહે છે : 'તારે ને એને શું કે ખબર કાઢવા આવવું પડ્યું.'

રતને ય કહી નાંખ્યું – અલબત્ત વિવેકથી ને લાડથી જાણે – 'એને કાંક હશે તો જ આવ્યો હશે ને, બાપા ?'

બાપા હવે આગ આગ થઈ ઊઠ્યા. કહે છે : 'જો છોડી આજે હું તને પહેલી ને છેલ્લી ચેતવી દઉં છુ કે હવે પછી આ રખડતી બલા જો મારા ઘરમાં આવશે તો તારી હવે ખેર નથી.

રતને હવે વિવેકને જરા કોરે મૂક્યો. કહ્યું : 'મને ન કહો બાપા, આવનારને કહો તમે.'

'તું એમ જાણે છે કે હું એનાથી બીવું છું ?'

'તમને એ બીવરાવે પણ નહિ, બાપા. અરજણે ને લોકોએ ભલે ભેરવ વિશે તમને આડુંઅવળું ભરાવ્યું હોય પણ એ એવો માણસ છે જ નહિ.'

'ગમે તેવો હોય પણ રખડતો તો ખરો ને, છોડી ?'

'રખડતો ય શાનો ?' સૂરપાળ દાદા કહે છે કે આ ભેરવ કાં તો ગંગામાં ડૂબી ગયેલા રજપૂતના કુટુંબમાંથી હોડીવાળાએ બચાવી લીધેલા બે છોકરામાંનો ય હોય ?'

'પછી ?' બાપા જાણે રતનના જવાબથી બલ્કે ભેરવ તરફી બચાવથી દિંગ થઈ ગયા.

'આ વાત મેં ભેરવને પૂછી હતી. પણ એ એટલો ભલો છે કે 'ખબર નથી' એમ કહીને ઊભો રહ્યો.'

'એટલે ?'

રતને વધુ ચોખવટ કરી : 'એટલે ભેરવનામાં જો પાપ હોત કે એ જો લુચ્ચો હોત તો એમ જ ન કહેત કે મને થોડું થોડું યાદ આવે છે... હું જ એ રજપૂતનો છોકરો. એટલે જ મને આ ગામ મારું હોય એમ લાગે છે.' બાપાને ચૂપ જોઈ રતને પૂછ્યું : 'ખરું કે નહિ, બાપા ?'

'એ ભલેને કહે, બાકી આવા મણસને ગામમાં રહેવા દેવાય જ નહિ, ભાઈ !' બાપા બબડ્યા.

રતન હવે અકળાઈ. બાપાને સામે સવાલ પૂછ્યો : 'આવો એટલે કેવો પણ ? એણે આપણું કે ગામનું બગાડ્યું છે શું બાપા, કે તમે એના ઉપર-ગામમાં બીજું કોઈ નહિ ને તમે જ એકલા આટલો બધો વિરોધ કરો છો ?'

રતનની માએ પણ પતિને આ જ વાત પૂછી હતી ને એ વખતે પણ બાપા વિચારમાં પડી ગયા હતા. અત્યારે પણ એમણે ગોળ ગોળ જ જવાબ આપ્યો : 'મને એ માણસ દેખ્યો જ નથી ગમતો.'

'આમ તો ભલો છે, બાપા.' રતને લાડથી કહ્યું.

'અપશુકનિયાળ લાગે છે, રતની... ન માને તો યાદ કરી જો. એ આવ્યો છે જ એવી પળે કે – તમને કોઈને ખબર નથી પણ ઝોકમાંથી મેં જોયું હતું-આકાશ એ વખતે વાદળાંથી ઘેરાયેલું હતું. ભૈરવ ડુંગરો આખો ય કાળો કાળો મેંશ હતો. ને બીજું એ કે એ વખતે ઘૂવડ બોલતું હતું. બીજી સવારે જ ખબર પડી કે ખોડિયારના મંદિરમાં કોક અજાણ્યો માણસ આવ્યો છે.'

'અમને તો આ વાત તમે કાંઈ નો'તી કહી ?'

'એ તો જ્યારે અખાત્રીજના દહાડે એણે ધમાધમ કરી ત્યારે મીંય જાણ્યું કે આ માણસ ગામમાં અપશુકન લઈને આવ્યો છે.'

'ધમાધમે ય એણે ક્યાં કરી હતી ? અરજણ એનું બળ દેખાડવા ગયો પછી એ કાંઈ જોઈ રહે, બાપા ?'

વાતમાં ખેંચાઈ ગયેલા બાપા જાણે ભાનમાં આવ્યા. કરડી આંખે કહેવા લાગ્યા : 'જો રતની, તું આ રખડેલનો પક્ષ લે છે એ કાંઈ હવે મારાથી છાનું નથી. પણ–'

રતને હિંમત કરીને કહી નાખ્યું : 'મારે છાનું રાખવુંય નથી બાપા.'

'એટલે ?'

'ભૈરવ કાંઈ ખરાબ માણસ નથી.'

ઝોકમાં ગાયો પ્રવેશતી જોઈ બાપાએ વાત ટુંકાવતાં કહી નાખ્યું : 'સારો હશે ને સોનાનો હશે તોપણ આટલી વાત યાદ રાખ કે એ માણસ આ ભવમાં તો જેસળ આહીરનો જમાઈ થઈ રહ્યો ત્યાં !–'

અલબત્ત જેસળે આંગળી વાટે આભ બલ્કે તારા જ દેખાડ્યા પણ એણે ચીંધેલી આંગળી વાટે રતનને તો ભૈરવ ડુંગરો જ દેખાતો હતો ! એ વખતે એ કંઈ જ ન બોલી.

એટલું એ પામી ગઈ હતી કે બાપાનો વિચાર મા પણ પોતે નહિ ફેરવી શકે.

ગમે તેમ પણ ભેરવને પરણવાનું એણે અંતરમાં નક્કી કરી નાખ્યું હતું. વળી છાશ લેવા જવું ને દોણી પાછળ સંતાડવી એ હવે નકામું છે એ વાત પણ એ સમજી ગઈ હતી... આ પછી અટુલા સરખા ભેરવને હવે સક્રિય મદદ કરવી એવું એને લાગવા માંડ્યું.

ને એક સવારે કૂવે બેડું મૂકીને ખોડિયાર મંદિરે જઈ ઊભી. મહારાજ પૂજામાં હતા જ્યારે ભેરવ ગાયોના ટોળામાં હતો. રતનને જોતાં જ એ આનંદના ઉન્માદ સાથે આવી ઊભો. પૂછવા લાગ્યો : 'ક્યાંથી રતન, મંદિરે તું ?'

રતન મંદિરના ઓટલા ઉપર બેસી ગઈ. ભેરવને પોતાની બાજુ દેખાડતાં કહ્યું : 'બેસ અહીં, મારે તને એક વાત કરવી છે.'

'બોલ બોલ. આ ઊભો તારી પાસે.' ભેરવને ઓટલા ઉપર રતનને પડખે બેસવા કરતાં એના મોં સામે ઊભા રહેવાનું વધારે ગમતું હતું.

રતને બાપા સાથે થયેલી આખી વાત ભેરવને કહી સંભળાવી. અંતમાં ઉમેર્યું : 'હવે તો એક જ ઉપાય છે. બાવજી જો બાપાને બે વાતો કહે ને એ જો માને તો'–

'ને નહિ માને તો ?' ભેરવના મોં ઉપર ચિંતાનું તો નામનિશાને ય ન હતું પણ એ કંઈક કઠોર જરૂર હતો.

'તો ને તો !'

'એમ ઢીલું બોલ મા, રતન. ન માને તો છેવટ પછી–' આ સાથે ભેરવે ભૈરવ ડુંગરો દેખાડતાં કહ્યું : 'એ તો છે જ.'

'એ વાત ભૂલી જ જા. ગામ છોડીને ભાગનાર બીજા.'

ભેરવ ખુશ થયો : 'આપણે તો ગામમાં રહેવા ય તૈયાર છીએ.'

'પરણીને નહિ પણ–'

'એટલે ?'

'અવલ કુંવારાં.'

'જા જા હવે. ભગવાને કંઈ અવલ કુંવારા રહેવા માટે દેહ ઓછો આપ્યો છે ?'

'તો પછી બાવજીને જ તું વિનવી જો ?'

ભેરવે હવે મૂળ વાત કરી. કહે છે : 'બાવજીએ તો મને ક્યારનું ય મંદિર છોડવાનું કહી દીધું છે. પણ હું હજી નગરો થઈને પડી રહ્યો છું.'

રતનનું મોં સાવ વીલાઈ ગયું. એણે ભેરવ પાસેથી બાવજીની વિગતે વાત જાણી લીધી. અંતરમાં સ્વગતની જેમ ઉમેર્યું : 'બાપા કે'તા 'તા એવું જ છે ભેરવ ! તું ગામમાં આવ્યો છે જ કાંક ખરાબ ચોઘડીએ !' રતનનું મોં ખરેખર રડવા સરખું થઈ ગયું હતું.

'ખરાબ હોય કે સારું હોય રતન, પણ હું તને પરણીને જ રહેવાનો છું.'

રતનને જરાક ભય લાગ્યો. રીસ સાથે પૂછ્યું : 'કેવી રીતે પરણીશ ?' ભેરવને ચૂપ જોઈ વળી કહ્યું : 'કે પછી બેળે ઉપાડી જવી છે ?'

'તો તો તને તે રાતે રાસ રમતાં રમતાં ભૈરવ ડુંગરે ન લઈ ગયો હોત કે ભાને ય તને ત્યાં ગયા પછી જ આવત !'

રતનને ભેરવના શબ્દોમાં સો ટકા સત્ય લાગતું હતું. અત્યારે પણ યાદ આવ્યું કે સાચે જ એને રાસ રમતાં કશાયનું ભાન નો'તું રહ્યું ને ભેરવે જો ભૈરવ ડુંગરનો રસ્તો લીધો હોત તો તાનમાં ને તાનમાં પોતે એની પાછળ દોરાયે જવાની હતી-પોતે જ એકલી નહિ, રાસ રમતાં બીજાં લોક પણ.

ભયભરી સૂરત સાથે રતન બોલી : 'આવું આવું તું બોલે છે ને મને બીક લાગે છે !'

'એટલે તો હું તારી આગળ મોળું બોલું છું.'

'ના ભાઈ, ના. આવું બોલીશ તો તારી સાથે હું વાત પણ નહિ કરું !' રતનના મોં ઉપર રુસણાંનો ભાવ હતો.

આ જોઈને ભેરવ ઊલટો પાગલ સરખો બની ગયો. કહે છે : 'હમણાં નહિ રતન, એક વાર આપણને પરણી જવા દે... પછી જો કે હું તને રીસાયલીને કેવી રીતે મનાવી લઉં છું.'

ભેરવના શબ્દો કરતાં મોં ઉપરના ભાવોએ રતનને જાણે ઘેલી ઘેલી કરી મૂકી. પૂછ્યું : 'કેવી રીતે મનવી લઈશ ?'

'પૂછ નહિ. નહિ તો વગર પરણે તને પરણેલાની જેમ મનાવવા જઈશ ને કોક જો જોઈ જશે તો–'

રતન ભેરવની ઘેલછા પામી ગઈ. ઓટલા પરથી કૂદકો મારતાં બોલી : 'ના રે મે'રબાન ! એક તો તું વગોવાયો છે ને આવું કાંઈક કરી બેસે તો તું રહ્યો પરદેશી, ગામ ઉશ્કેરાય તો ચાલતો થાય પણ પછી આ રતનની શી દશા થાય !'

'કેમ શી દશા થાય ?'

'તારાથી ગામમાં અવાય નહિ ને રતની કદી ગામ છોડે નહિ. ઝૂરી ઝૂરીને જ મરવું પડે ને ?'

'એવું એવું બોલ ન હાં. મારો જીવ હાથમાં નથી રહેતો. હવે તો તું કૃપા કરીને આનો કંઈક રસ્તો કાઢ, નહિ તો – તારા કરતાંય મારી દશા-ભગવાન જાણે છે રતન, તારી પાછળ હું–'

ત્યાં તો મંદિરમાંથી મહારાજનો અવાજ આવ્યો. રતને કૂવા તરફ પગ માંડતાં ભેરવને વળી યાદ દેવરાવ્યું : 'બાવજીને જ મનાવ. એમના વગર બાપાને બીજું કોઈ મનવી નહિ શકે.' ખચકાઈને વળી કહ્યું : 'પૂછે તો કહેજે કે રતનની પણ મરજી સોએ સો છે !' ને ચાલતી થઈ.

પણ પાંચેક ડગ ભર્યાં નહિ ને ચીરેલાં લાકડાં આડેથી એક કાળી બિલાડી ને બીજી એક ધોળી-બેઉ બિલાડીઓ રતનની આડે ઊતરી !

રતન ત્યાં જ થંભી ગઈ-પીઠ ફેરવીને ભેરવ તરફ વિષાદભરી નજર નાખતી.

ભેરવ બોલી ઊઠ્યો : 'ફત્તે શુકન, રતન. કાળીનો છાંયડો ધોળીએ કાપ્યો છે. જો આપણી વાતમાં સફળતા ન મળે તો લેખ કરી દઉં. જા તું તારે ઉમંગભરી. આજે નહિ તો કાલે હું તને ઝોક ઉપર આવી મળીશ.'

ભેરવના શબ્દો કરતાં એના સૂરમાં રહેલો રણકો એટલો બધો જોસ્સાભર્યો હતો, કે રતનની ચાલે ય પછી ઉલ્લાસભરી બની રહી. બબડતી પણ હતી : 'કાળીનો છાંયડો ધોળીએ કાપ્યો છે-ફત્તેના શુકન ગણાય, રતન.'

❑

૧૨

ભેરવને 'બિલાડીઓ' ઉપર ખૂબ જ દાઝ ચઢી. દાંત ભીડીને એણે એમને ચેતવણી આપી : યાદ રાખજો વંતરીઓ, પાછળ પડી છો પણ જો મારો ફેરો ખાલી ગયો તો મારું તો જે થવાનું હશે એ થશે પણ તમારો તો ચૂરેચૂરો કરી નાખીશ.

મંદિરની જમણી બાજુ વળેલી રતનને કાને ભેરવનો અવાજ આવતાં થંભી ગઈ. એના મનથી એમ કે ભેરવ એને કંઈક કહી રહ્યો છે. પણ ભેરવનો અવાજ કઠોર જોઈને તરત જ સમજી ગઈ કે એ પેલી બિલાડીઓને વઢે છે.

આગળ પગ ઉપાડતાં રતનને એક તરફ બિલાડીઓ ઉપર ક્રોધ કરતા ભેરવને જોઈ હસવું આવ્યું તો બીજી તરફ ભય જેવું પણ લાગતું હતું. મનોમન બબડી પણ ખરી : 'ભેરવ છે તો ભારાડી !'

રતનને ભેરવ માટે હંમેશાં આ દ્વિધાભાવ રહ્યો હતો : એ એને મળતો ત્યારે એટલો બધો પ્રેમાળ લાગતો – ખુદ રતનનેય એના પ્રત્યે એવો પ્રેમ ઊભરાતો કે એનામાં જાણે સમાઈ જવાનું દિલ થતું.

તો બીજી બાજુએ ભેરવથી છૂટા પડ્યા પછી એના મનમાં ભય જેવું કંઈક લાગ્યા કરતું. કેટલીક વાર તો ભેરવ સાથેનું મિલન જ સમણું હોય એમ થવા લાગતું.

પણ આ ભયને એ ભેરવની સ્નેહાળ મૂર્તિ નજર સામે ખડી કરીને નિવારી નાખતી હતી.

અત્યારે પણ કૂવા તરફ આગળ વધતાં રતન, મનમાંનો ભય કાઢી

નાખતાં પોતાની જાતને સમજાવી રહી : 'અમસ્થું ! બાપા ને એ બધા આના વિશે બીક ઘાલે છે ને ભેરવ પાછો છે ય જરા ભારાડી એટલે. બાકી માણસ સો વિશ્વાસનો છે !'

રતનના ગયા પછી ભેરવે દરવાજામાં પેસતાં નિર્ણય કર્યો : સારા કામમાં ઢીલ જ નહિ – તરત ભરત ને દિતવાર જ કરી નાખવો. ને સીધો જ એ ગાદી ઉપર આવી બેઠેલા મહારાજ પાસે જઈ ઊભો. કે' છે : 'બાવજી, મને ને રતનને એક કરી આપો.'

મહારાજ બિચારા અચાનકનો આ પ્રસ્તાવ સાંભળી એવા તો ડરી ગયા. બીજી જ ક્ષણે ક્રોધ આવ્યો. મનની અંદર થતું હતું : આ તો સાલો સાવ ડામીસ લાગે છે. રતન જાણે વાટમાં પડી હોય ને બાવજી જાણે એના જેવા મૂર્ખ હોય તેમ-ને કરડી આંખે ભેરવને સવાલ કર્યો : 'શું બકે છે તું ?'

'ખરું બકું છું, બાવજી, મારો ને રતનનો હાથ ભેગો કરી અપાવો.' ભેરવે મહારાજ સામે ઊંધા પગનું આસન લગાવ્યું.

ભેરવની મૂર્ખતા જોઈને મહારાજનો ક્રોધ ઊડી ગયો. ઉપરથી એમને હસવું આવ્યું. કે' છે : 'અરે મૂર્ખ ! ગામમાં પેસવાના સાંસા ને પટેલને ઘેર પાણી ઉનું મુકાવો એવી વાત તું કરી રહ્યો છે ! રતન કોણ છે એ જાણે છે તું ?'

'જાણું છું બાવજી, જેસળ આહીરની દીકરી.'

'ને જેસળ કોણ છે એ જાણે છે ?'

'હા વળી. ગામના એક આગેવાન છે.'

'ને તું ?' મહારાજની આંખો સવાલ સાથે જ હસવા લાગી.

ભેરવ સહેજ ગૂંચવાયો : હસતાં હસતાં કહેવા લાગ્યો : 'હું એટલે હું – ભેરવ, બાવજી !'

'અલ્યા ભેરવ તો ખરો પણ... પણ ભેરવનો બાપ કોણ, મા કોણ, ગામ કયું, જાત કઈ-એક ઘોડું ખરીદવું હોય તોપણ એની ઓલાદ જોઈએ છીએ તો તું તો જમાઈ થવા નીકળ્યો છે.'

'ઘોડું જોઈને જાત પારખો તો મને જોઈને-હું તો બાવજી બોલતું ચાલતું મનેખ છું. મારી તમે પરીક્ષા લઈ જુઓ.'

'પરીક્ષા તો ભાઈ થઈ ગઈ છે તારી ક્યારની ય.' મહારાજના મોં ઉપર ખિન્નતા તરી આવી – ખાસ તો એટલા માટે કે એમના હિસાબે ભેરવ ગુણિયલ માણસ હતો. જ્યારે લોકોના ને તેમાં પણ ખુદ રતનના બાપાના હિસાબે ભેરવ એક અપશુકનિયાળ માણસ લેખાતો હતો.

આ વાત થોડાક દિવસ ઉપર મહારાજે ભેરવને સમજાવી હતી ને એ વાત ઉપર મંદિર ખાલી કરી જવા જણાવ્યું હતું.

ત્યાં તો મંદિર ખાલી કરી જવાને બદલે ભેરવે ઊલટાનો અવળો ધડાકો કર્યો. ક્ષણેક થંભી મહારાજે ઉમેર્યું : 'મેં તને એ વખતે બધી વાત સમજાવી છે માટે મૂર્ખવિદ્યા કર્યા વગર-કાં તો ચૂપચાપ પડી રહે કે કાં તો તું અહીંથી નીકળી જા. બાકી આવી વાત કરીશ તો ગામ આખું તારા ઉપર ને મારા ઉપર રોષે ભરાશે ને બેઉને અહીંથી ભાગી જવાનો વારો આવશે. માટે ડાહ્યો થઈને ગાયો ચરાવી ખા, જા.'

ભેરવે મહારાજ સામે નજર માંડી આછા શા દુઃખ સાથે કહ્યું : 'આપ જેવા સંત માણસે ય ભૂતકાળને બચકાં ભરવા નીકળ્યા, બાવજી ?... એટલું તો આપ જાણો છો કે ભૂતકાળ વગરનું કોઈ માનવી હશે ? પછી ભલેને કોઈને યાદ હોય કે ન હોય !'

'માનવી પાછળ કરોડો વર્ષનો ભૂતકાળ પડ્યો છે ભાઈ, પણ દૂબળો પાતળો કે ખરો ખોટો થોડોકેય આપણે આપણો ભૂતકાળ સામા માણસને દેખાડવો તો પડે ને ?' ક્ષણેક થંભી કહ્યું : 'હજી પણ હું તો તને કહું છું કે પેલા રાજપૂત કુટુંબની વાત યાદ કરી જો ને ઊંડો ઊતરીને સંભારી જો. તું એ કુટુમ્બનો છોકરો હોય પણ ખરો.'

મહારાજની ઇચ્છા ત્યાં સુધી હતી કે આ માણસ જો આ બાબતમાં થોડીકે ય હકારમાં ડોકી હલાવે બલ્કે વહેમ જેવી વાત કરે તોપણ એને રજપૂતનો છોકરો ઠોકી બેસાડ્યો.

પણ ભેરવ તો વિચાર કરવા પણ ન રહ્યો ને લાગલો જ બોલી ઊઠ્યો : 'ના બાવજી, જે વાતની સહેજ પણ ગંધ ન હોય એ વાતનો કેવી રીતે હું વહેમ પણ લાવું ?'

'તો પછી કૂટ કપાળ જા.' મહારાજના અવાજમાં ચીઢ અને રોષ પણ

હતો. મોં પણ એમણે બીજી તરફ ફેરવી લીધું.

મહારાજની આ ચીઢ અને રોષ પોતા તરફની મમતામાંથી ઊઠે છે એ ભેરવ જાણતો હતો. એક વિચાર – 'બાવજી કહે છે તો' – એમ કરીને રજપૂતના દીકરા થઈ બેસવાનો આવી ગયો. પણ વિચાર આવતાં જ એણે, દૂધ ઉપરથી બિલાડીને ખસેડી મૂકે એ રીતે હાંકી કાઢ્યો : 'ના રે ભાઈ ! પ્રેમની વાતમાં આવું પાપ ઘાલવું નથી.–

'કેમ બેઠો છે ? ઊઠ જા, કામે વળ.'

'કામની ચિંતા ન કરો બાવજી, પણ મારે આપને એક બીજી વાત કરવી છે.'

'બોલ, ચાલ બીજી વાત.' મહારાજ વળી હળવા થયા. લાગલું ઉમેર્યું : 'બીજી વાતે ય આવી ને આવી જ હશે કાં તો.'

'હાં બાવજી, એવી જ છે.' ભેરવ સહેજ ખચકાયો.

'કહી નાખ તો ભેગાભેગી.'

'રતનની પણ પરણવાની મરજી સોએ સો છે, બાવજી.'

મહારાજ ભડક્યા : 'અલ્યા તો તો જેસળ બાપડો વહેમ ખાતો હતો એ નકામો તો નથી જ લાગતો !... ઊઠ અહીંથી. આ જ ઘડીએ મંદિરમાંથી નીકળી જા.'

આ સાથે મહારાજ ગાદી ઉપરથી ઊભા થયા.

પણ ભેરવ તો એ જ સ્વાસ્થ્ય ને એટલો જ નિર્ભ્રાંત હતો. મહારાજના મોં ઉપર અકળામણ જોઈને નવાઈ સાથે કહેવા લાગ્યો : 'આપ આટલા અકળાઓ નહિ, બાવજી.'

ભેરવની સ્વસ્થતાને મૂર્ખામીમાં ખપાવતાં મહારાજ બરાડ્યા : 'એક વાર તું ઊભો થઈશ ?'

ભેરવ ઊભો થયો.

'નીકળ હવે મંદિર બહાર.'

'બહાર જ તો રહું છું, બાવજી ! આ તો આજે ન ચાલે આટલો ય અંદર આવ્યો છું.'

મહારાજનો વિચાર ભેરવને હવે કાઢી મૂકવાનો જ હતો પણ એના

મોં ઉપરની સ્વસ્થતા બલ્કે નિર્દોષતાએ વળી એમને મોળા પડ્યા. કહ્યું :
'ઠીક છે જા. ફરીથી અંદર આવતો નહિ. કોઈ પૂછે તો કે'જે કે'યે બાવજીએ
મંદિરમાં પેસવાની ના પાડી છે ને ઓટલે પડી રહું છું.'

'એમ જ તો છે, બાવજી.' ભેરવ ભલે આટલો ય મંદિરના મકાનમાં
આવ્યો હતો, બાકી બાજુમાં આવેલા ખોડિયારના દેરા આગળ તો એ પગ
માંડવા પણ તૈયાર નો'તો.

'બસ તો, નીકળી જા તું બહાર એક વાર.'

ભેરવે નવાઈ સાથે મહારાજને કહ્યું : 'ગામથી આટલા બીઓ નહિ,
બાવજી.'

'કેમ ?' બાવજીની આંખો ભેરવ તરફ મંડાઈ રહી.

ભેરવે બીજા ધડાકો કર્યો : 'કોઈની મગદૂર નથી કે આપને અહીંથી
કાઢી શકે.'

ખોડિયારના પૂજારીના દિલમાં ક્યાંકથી ભયનો સંચાર થયો. ભેરવ
તરફ નાખેલી નજરમાં પણ આ ભયનો અણસાર હતો. પણ ભયને ભાગ્યે
જ ઓળખનાર એમણે જોયું તો ભેરવ તો એ જ સ્વસ્થ અને નિર્દોષ હતો.
બોલ્યો : 'આપને શું આમાં સ્વાર્થ છે તે ગામ આપને દોષ દેશે ને આપ જેવા
માનવીનું અપમાન કરશે !'

આ સાંભળી મહારાજ થોડાક શરમાઈ ગયા. ભેરવ એમને મૂર્ખ નહિ
પણ સમજદાર લાગવા માંડ્યો. ભેરવને ખભે હાથ મૂકતાં મહારાજે કહ્યું :
'તારી વાત સાચી છે ભાઈ, પણ મૂર્ખાઓ ભેગા રહેતા હોઈએ ત્યારે બધી
ય બાજુનો વિચાર કરવો પડે છે'–

ભેરવને ખભે હાથ રાખી એ મંદિરને ઓટલે આવી બેઠા. નવેસરથી
વાત ઉપાડતાં કહ્યું : 'બોલ, હવે માંડીને મને વાત કર ચાલ – પછી
ખોડિયારની શી ઇચ્છા છે એ વિચારીશું.'

ભેરવે-સાચી ખોટી તો નહિ પણ ગૂઢાનગૂઢ એવી વાત કરતાં કહ્યું :
'આમ તો હું એક રખડતો જીવ છું બાવજી ! પણ ફરતાં ફરતાં આ ગામની
ધરતી ઉપર પગ મૂક્યો ને એના ઉપર મોહ જાગ્યો ને આ ઓટલા ઉપર
મેં તે દનથી ધામા નાખ્યા.' થોડીક વારના મૌન પછી વળી બોલ્યો, 'બીજી

વાત એ કે આમ તો મેં ઘણી સ્ત્રીઓ ને ઘણી છોકરીઓ જોઈ છે પણ તે દન મેં આ રતનને જોઈ ને મારો જીવ એની તરફ ખેંચાયો. એની સાથે રાસ રમ્યો ને ગોવાળી કરતાં હું એની સાથે વધારે પરિચયમાં આવ્યો ને મને હવે ખાતરી થઈ છે કે અમને બેને ભગવાને એકમેક માટે પેદા કર્યાં છે.'

બાવજીને ભેરવની વાતમાં લેશ પણ બનાવટ લાગતી ન હતી. બલ્કે વિધિના લેખ હોય એવો ભાસ થવા લાગ્યો. એમણે એને ધીરજ રાખવાની સલાહ આપી. પોતે પછી અંદર ગયા ને આ બાબત ઉપર ઊંડા ઊતરી વિચારવા લાગ્યા.

ભેરવ કહેતો હતો એ રીતે લોકો તથા ખાસ કરીને રતનના બાપા જો ભેરવનો ભૂતકાળ જાણવાની ઇચ્છા એક તરફ મૂકી દે તો ભેરવમાં બીજો ખાસ કંઈ વાંધો ન હતો.

ભેરવ અપશુકનિયાળ છે એવો થોડાક લોકોને વહેમ પડ્યો હતો. એ પણ નિવારી શકાય એવું હતું. ભેરવ આવ્યો એ પહેલાં પણ ગામમાં સારા નરસા બનાવો બનતા હતા ને ગાયો ભડકી એના કરતાં વધારે ખરાબ એવા આગ લાગ્યાના ને પૂર આવ્યાના, એટલે આ વહેમ સરળતાથી કાઢી શકાય એમ હતું.

પણ વિચાર કરતાં બાવજીને લાગ્યું કે ભૂતકાળ વગરના ભેરવને આ લોકો સ્વીકારશે નહિ. ખુદ મહારાજને પણ ભેરવનો આ જવાબ 'હું પોતે-ભેરવ,' વિચિત્ર લાગતો હતો બલ્કે કપડાંલત્તાં વગરનો માનવી હોય એવો ભણકાર ઊઠતો હતો.

પણ આ ભણકારની પાછળ ભેરવની પ્રમાણિકતા અને સચ્ચાઈ ઊભાં હતાં ને એટલે જ આ અજાણ્યા જુવાન તરફ એક જાતની મમતા બંધાતી જતી હતી.

આ જ મમતાથી પ્રેરાયેલા મહારાજ કપડાં પહેરી ગાંજા મલખનો ખલતો તથા છટિયાં લઈને ગામ તરફ ઊપડી ગયા. જતાં જતાં ખોડિયારને નમસ્કાર કરી બબડ્યા પણ ખરા : 'રતનનો વિચારેય સોએ સો છે એ ભેરવની વાત ખોટી તો હોય નહિ. એ હિસાબે આ બે જીવ જો એક થાય તો તારા આશીર્વાદ માગું છું.'

રસ્તે પણ એ વિચારતા હતા : એક વાર રતનની માનો વિચાર જાણવો જોઈએ. ગામની હવા પણ એકંદરે તો ભેરવની ચાહના તરફ લાગે છે. લોક પણ સમજે ને કે એણે બિચારાએ ગામનું કશું બગાડ્યું તો છે નહિ પછી – હા, એક જેસળને મનાવવો ભારે છે પણ એ તો – ખોડિયારનો હુકમ તો–

પરન્તુ બાવજી જ્યાં ગામમાં પેઠા ને દસેક ડગ ભર્યાં નહિ ત્યાં તો-કાળી ગોરી બેઉ બિલાડીઓ આડી ઊતરીને ઊભી રહી ! મહારાજને પાછા ફરવાનો વિચાર આવ્યો. જો કે એ પાછા તો ન ફર્યા પણ મન સાથે નક્કી કર્યું : આજે આ વાત છેડવી જ નથી.

મહારાજને ખચકાતા જોઈ બાજુના ઘેરથી અરજણના બાપા ધીલનનો અવાજ આવ્યો : 'પધારો બાવજી... કઈ તરફ ?... અમારે ઘેર તો કોઈ દન પગલાં પાડો, બાવજી ?'

મહારાજે એ તરફ પગ ઊપાડ્યો : 'શા માટે નહિ, ધીલન. આપણે તો પ્રેમના ભૂખ્યા છીએ.'

ધીલને ચોપાડમાં ખાટલો ઢાળી ખાટલા ઉપર તળાઈ પાથરી. મહારાજે ખાટલા ઉપર આસન લીધું.

'લાવો બાવજી, ચલમ ભરું.'

ધીલનની પાછળ અરજણની મા પણ ઘર બહાર નીકળી. મહારાજને પ્રણામ કરી કુંભીને ટેકે બેસવા જતી પત્નીને ધીલને કહ્યું : 'બાવજી પધાર્યા છે તો, એમને જ પૂછી જોઈએ :અરજણનો વિચાર રતન જોડે લગન કરવાનો છે તો કેમ કરીએ ?' ને લાગલું પછી મહારાજને આ વાતમાં રસ લેતા જોઈ પત્નીએ જ પૂછી નાખ્યું : 'બીજું તો કાંઈ નહિ બાવજી, પણ પહેલે જ દન પેલા રખડેલે, અરજણ જોડે ધમાધમ કરી હતી. એટલે જરા, અમારા જીવને ફિકર છે કે એ તો મૂવો કાંઈ ઝઘડોબગડો તો નહિ કરે !'

મહારાજ આ વાત સાંભળીને એવા ઠરી ગયા કે ખલતામાંથી ચલમ કાઢવાનું પણ ભૂલી ગયા ને આડી ફરેલી બિલાડીઓનો ચમત્કાર જ જાણે જોવા લાગ્યા.

મહારાજને વિચારમાં પડેલા જોઈ અરજણની માએ આગળ

ચલાવ્યું : 'થોડાક દન પર જેસળ આહીર પોતે પૂછવા આવ્યા હતા ને હવે તો વળી અરજણે ય સામેથી હા પાડે છે તો આપની સલાહ શી પડે છે ?'

બાવજી હજી ય મૂંગા હતા.

મા બાપડી એમ જાણે કે બાવજી અરજણ-રતનની વાત ઉપર જ ઊંડા ઊતરીને વિચારે છે ને એટલે જ એણીએ ઉમેર્યું : 'અમેય બાવજી, આ જ વિચારમાં પડી ગયાં છીએ !'

❑

૧૩

~~~~~~

તે દિવસ ભેરવે અરજણનું બીજી વાર અપમાન કર્યું એ પછી એણે રતનના બાપાને આવીને ચાડી કરી હતી પણ એમાં ય એનું કંઈ જ ન વળ્યું એટલે એ વધારે છેડાયો હતો.

આ સ્થિતિમાં વળી માલીએ એને તે દિવસની મુલાકાત વિશે સવાલ કર્યો : 'મળ્યો હતો કે રતનને, અરજણ ?'

સવારમાં વાડ કરવા આવેલા અરજણે માલીને-પાંચ મણની તો નહિ પણ સવાશેરિયા ગાળ તો દીધી જ : 'તું ય લુચ્ચી ને તારી નણંદ ય લુચ્ચી સાલી.'

છાણાં વીણવા નીકળી પડેલી માલીની કાખમાંથી ખાલી ટોપલું જમીન ઉપર પડી ગયું. કે' છે : 'હાય હાય ! હજી તો હું પરણીય નથી ને મને ક્યાં તું એ લુચ્ચી ભેગી ભાંડે છે, અરજણ ?'

અરજણને હવે જ ખ્યાલ આવ્યો કે માલી તો બિચારી આપણા પક્ષમાં છે. ને એણે પછી તે દિવસની આખી ય વાત માલી આગળ કહી સંભળાવી. અંતમાં ઉમેર્યું : 'એ સાલો રખડેલ બહુ ચઢી વાગ્યો છે પણ દેખજે હવે બંદાની મઝા.'

અરજણ ભલે જીભના ઝપાટે ભેરવનો કાંકરો ઉડાડી દેતો હતો પણ માલી હજી અખાત્રીજ ઉપરનો પ્રસંગ ભૂલી શકી ન હતી. જો કે ઉપરથી તો એણીએ અરજણને પૂછ્યું પણ ખરું : 'શું કરીશ અરજણ ?... મને તો કહે ?'

'મેં હજી વિચાર્યું નથી પણ સાંભળ્યું છે કે ખોડિયાર મંદિરના ઓટલે સૂએ છે.'

'હાં. લોકો વાતો તો કરે છે.'

'બસ તો સાંભળજે એક દન સમાચાર.'

'મને તો કહે પણ ?'

અરજણ વળી ભાનમાં આવ્યો. કે' છે : 'જા જા મૂર્ખી, આવી વાત કોઈને કરાતી હશે ?'

'રાતમાં જઈને સ્વાદ ચખાડીશ એમ જ કહે ને ?'

'એ ગમે તેમ પણ સાંભળજે આ બે-ચાર દનમાં જ.'

માલીને અરજણની દયા આવી. એને જો કે કહેવું હતું કે જોજે ક્યાંય એ રખડેલો તારું જ કાટલું ન કાઢી નાખે. પણ અરજણને એ જાણતી હતી કે ઊલટાનો એ પોતાનું અપમાન કરશે. ને માલીએ પછી આંખો નચાવીને ને ખભા ઉછાળીને કબજામાં કશુંક સંતાડેલું કાઢતી હોય એ રીતે કહ્યું : 'એ બધા કરતાં મારી પાસે એક અસ્સલ ઉપાય છે, અરજણ... સાપ મરે નહિ, લાકડી ભાંગે નહિ ને રખડેલ ઉપર વેર વળે કે જન્મારો એ મંદિરના ઓટલા ઉપર પાસાં બસ ઘસ્યા જ કરશે.'

'બડાઈ હાંક્યા વગર ઉપાય તો કહે તારો ?'

માલીએ કહ્યું, 'એમ કંઈ કહેવાય નહિ.' લાગલું ઉમેર્યું : 'તારી વાત કર પછી હું મારી વાત કરીશ.'

'મારી વાત તો-અરજણ પાસે તો આ છે.' અરજણે બાજુમાં પડેલી કુહાડી દેખાડી.

'ને ભેરવ જો જાગી ગયો તો ?'

'ભલેને જાગી જાય.'

'રહેવા દે અરજણ,' માલીથી હવે કહ્યા વગર રહેવાયું નહિ. તે 'દન જેવું થશે હાં કે ?'

'થાય કેમ, એમ કાંઈ અરજણ કાચો નથી.' હાથનાં આંગળાં દેખાડી : 'આટલા જણ બીજા છે.'

માલી જાણતી હતી કે અરજણના બાપા પાસે ખૂબ પૈસો છે ને પૈસાના જોરે અરજણ મારા પણ રોકી શકે એમ છે. છતાં ય માલીને કહેવું હતું કે એક તો નહિ ને બે હાથનાં આંગળાં જેટલા હશે તો ય-પણ વાત

પડતી રાખી પોતાની વાત આગળ કરી : ‘એનાં કરતાં મારી વાત શી ખોટી પણ.’

‘કહેતી તો છે નહિ.’

‘જો, મને પૂછે તો રતન જોડે પરણી–’

અરજણ છેડાઈ પડ્યો. વચ્ચે બોલતાં કહે છે : ‘એ નકટી જોડે હવે અરજણ પરણે ? એને તો હું મારા ઘરનું વાસીદું કરવા ય ન રાખું. ઓળખે છે તું અરજણને ?’

માલી હવે ઠાવકી થતી જતી હતી. કે’ છે : ‘તારામાં બળ છે પણ અક્કલ ઓછી લાગે છે, અરજણ... ભલાભાઈ, પરણ્યા પછી વાસીદું કરાવે તોય ને એના બાપને ત્યાં રખડતી મૂકે તો ય-પણ પેલો રખડેલ રખડી પડશે એનો તો તું વિચાર કર ?’

અરજણને આ બટકી છોકરી ગજબની લાગી. ખુશ થતાં બોલ્યો : ‘તારી વાત લાગે છે તો મુદ્દાની, માલી.’

‘એટલે તો મેં તે દન રતન પાસે મોકલ્યો હતો.’

‘હાં પણ પેલો સાલો–’

‘છો ને એ આંટાફેરા કર્યા કરતો. આપણે કશું જાણતા જ નથી એમ કરી એક વાર હાથ પીળા કરી નાખને.’

‘એમાં શી મોટી વાત છે ! ધારું તો હું કાલ ને કાલ પરણી જાઉં. તને ખબર નહિ હોય, એની મા તો બાપડી ઘડિયાં લગને પરણાવે એટલી હદે તૈયાર છે ને બાપા તો વળી મારે ઘેર આવીને–’

‘પણ રતની ?’ માલીને મોટી શંકા આ હતી.

અરજણ સહેજ વિચારમાં પડી ગયો. બોલ્યો : ‘મારે ને એને આમ તો સારું છે પછી એનાં મા-બાપ કે’શે તો એ ઓછી ના પાડવાની છે ?’

‘ના ય પાડે... ગોવાળિયા વાત કરે છે કે વગડામાં એ બે જણ ખૂબ જ ગટરપટર થઈ ગયાં હતાં, ને એક વાર તો ધણી-બૈયરનું નાટક પણ કર્યું હતું.’

‘પણ હવે ક્યાં એ વગડે જાય છે ?’

‘વગડે નથી જતી પણ તું જ કે’ છે કે તે દન પેલો ભેરવિયો એને

મળવા આવ્યો હતો. એ કાંઈ અમથું હશે ?'

'અમથું જ, માલી. એમ તો હું રતનને સારી પેઠે ઓળખું છું. એ આવા રખડેલ સાથે પરણે જ નહિ.'

બસ તો કર કકુંના. પરણ્યા પછી જો સીધી રહે તો ઠીક, નકર મૂકજે ને પડતી પિયરમાં.' માલીએ પગ ઉપાડ્યો.

'તારે આફત થશે પણ.' અરજણને જરા રમૂજ સૂઝી.

'એક વાર મને ધણીયાણી થઈને જવા દે ને દેખ પછી મજા.'

'શું કરીશ ?'

'માલીના મોંનું એક જ મહેણું રતનને કૂવા ભેગી કરી દેશે. તું હજી મને ઓળખતો નથી.' ને આનંદમગ્ન થઈ ડોકું હલાવતી ચાલતી થઈ.

માલીના ગયા પછી અરજણ કુવાડી લઈને વાડ કરવા વળ્યો પણ એનો જીવ કાંટા કાપવામાં લાગ્યો નહિ. એને માલીનો વિચાર બરાબરનો ગમી ગયો હતો.–

વિચાર કરતાં અરજણને લાગતું હતું કે રતન જોડે લગ્ન કરવું એ આકડેથી મધ કાઢવા જેટલું સહેલું ને સટ કામ હતું.

અરજણના બાપાએ થોડાક દિવસ ઉપર જ રતનના બાપાની વાત કરી હતી. પણ એ વખતે અરજણ રતનથી રીસાયેલો હતો એટલે ઘસીને ના પાડી હતી.

પણ આજે તો અરજણ કાંટા કાપવા પડતા રાખી સીધો જ ઘેર ગયો. જતામાં જ માને કહ્યું : 'તમારી વાત આપણે હવે કબૂલ છે, મા.'

'કઈ વાત, ભાઈ ?'

'મારા બાપા તે દન જેસળ આહીરની છોડીની વાત કરતા હતા એ સ્તો.'

'એ તો ઘણુ સારું ભાઈ ! આજે જ તારા બાપાને વાત કરીશ.' અરજણની માને ખરેખર આનંદ થયો. એ બિચારી ક્યારની ય ઝંખતી હતી : 'ક્યારે દીકરો પરણે, ક્યારે વહુ આવે ને ક્યારે આ ઘરનો ઢસરડો વહેવો મટે.'

પતિના આવવા સાથે જ વધામણી ખાધી : 'દીકરો હવે માન્યો છે...

રતન સાથે લગ્ન કરવા એણે જ મને મોંઢે ચઢીને કહ્યું છે આજે.'

પણ પત્નીએ જોયું તો પતિના મોં ઉપર જોઈએ તેવો આનંદ ન હતો. ખભેથી પછેડી ઉતારી વળગણીએ મૂકતાં બોલ્યો : 'તે દન માન્યો હોત તો લગન નહિ તો છેવટ સગપણે ય કરી દીધું હોત; પણ હવે તો-અરજણ માન્યો છે ત્યારે પેલી પાથી છોડી હવે વંકાયેલી લાગે છે.'

'છોડી કોણ-રતની ?'

'રતની સ્તો.'

'તમને કેમ ખબર પડી ?'

'નજરે જોયેલી વાત કરું છું.'

'શું જોયું નજરે ? બેસો અહીં, વાત કરતાં જાઓ ને હોકો ભરતા જાઓ.' ચૂલા આગળ બેસી રસોઈ કરતી પત્નીએ ચૂલામાંનાં લાકડાં એક તરફ ખસેડી પતિ માટે જગ્યા પણ કરી. પતિએ ભીંતે મૂકેલો હોકો લેતાં કહ્યું : 'નદીવાળા ખેતરે દાડિયાંની ખબર કરવા જતો હતો. રતનીને મેં મંદિર તરફ જતી જોઈ. એટલે પછી થોરિયાંની વાડ ઓથે ઊભા રહીને મેં જોયું તો ભેરવ ને એ (રતન) બે મંદિરના ઓટલે બેસી-બલા જાણે શી વાત કરી પણ મોડા લગી વાતો કરતાં બેઠાં હતાં.'

'વાતની તો ક્યાં નવાઈ જ છે. તે દન ભેરવ ગામમાં આવ્યો ત્યારે ય એ ફળી વચ્ચે વાત કરતી હતી.' ક્ષણેક થંભી પત્નીએ ઉમેર્યું : 'એના મનમાં પાપ હોય તો બધાંના દેખતાં વાત એ કરે જ નહિ હાં.'

'એ ખરું પણ કૂવે બેડું મૂકી મંદિરે જઈને વાત કરી એમાં તો પાપ ખરું ને ?' પતિએ ફિક્કું હાસ્ય કર્યું.

'ના રે ના. ઘરમાં કોઈ સાજુંમાંદું હશે એટલે બાવજી પાસે ગઈ હશે ને પેલો એને વળગ્યો હશે એટલે બેઠી હશે ઘડી વાતો કરતી.'

'એ ય ખોટું, મંદિરમાં એ ગઈ જ નો'તી. મેં જોયું તો ઓટલા ઉપરથી ઠેકડો મારી ઊતરી ગઈ ને ચાલતી થઈ'તી પાછી આ તરફ.'

આશાભરી મા હવે કાંઠે આવવા થયેલું જાજ ડૂબવા દેવા તૈયાર ન હતી. બોલી : 'અમસ્થી એ તો. ખુદ એનાં માબાપ આપણને સામેથી પૂછે છે પછી-આપણે તો હવે એમ જ રાખો : 'કશું ય જાણે જાણતાં નથી.'

આ પછી પતિએ અરજણની વાત પૂછી : 'અરજણે તમને શું કહ્યું છે ?'

'વાડ કરવા ગયો હતો તે ત્યાંથી જેવો આવ્યો એવો કે' છે કે તમારી વાત આપણે હવે કબૂલ છે.'

'પછી ?'

'મેં એને પૂછ્યું : કઈ વાત ? એટલે કહે છે કે રતન સાથે લગનની.'

પતિએ દીકરામાં થયેલા પરિવર્તનનું કારણ શોધવાનો પ્રયત્ન કર્યો. કશી સૂઝ ન પડતાં પૂછ્યું : 'ક્યાં ગયો અરજણ પછી ?'

'ગામમાં ગયો હશે. બોલાવું ?'

'બોલાવીને શું કરશો. હવે તો આપણે જેસળ આહીરને જ પુછાવીએ કે બોલો તે દન તમે કહેતા હતા એ વાત અમને મંજૂર છે માટે ક્યારે છોડી પરણાવો છો ?'

ને વળી અહીં-જેમાં નિરાશ થવા નો'તી માગતી એ જ માએ સામેથી સવાલ કર્યો : 'તમે હમણાં કો' છો કે રતની પેલાને સામે ચાલીને મંદિરે મલવા ગઈ હતી ને એ મૂવો કાંઈ ધમાધમ તો નહિ કરે ?'

ધીલન પોતે આખર તો અરજણનો બાપ હતો. આંખ ફેરવતાં કહે છે : 'એ હાળો શું ધમાધમ કરવાનો હતો ?'

માને વળી હિંમત આવી. કે' છે : 'તો ખરું... પુછાવો ત્યારે રતનીના બાપાને. એ લોક જો તૈયાર હોય તો આપણે શું કામ પેલા રખડતાની લાય કરવી છે.'

થોડીક વાર હોકો તાણ્યા પછી ધીલન બોલ્યો : 'પુછાવીએ પણ મને પાછો બીજો સવાલ ઊઠે છે... તે દન જેસળ આહીર વાત કરી ગયો પછી વળતો જવાબ માગ્યો નથી. એટલે મને વહેમ પડે છે કે ઘરમાં કાંઈ રાંટું તો નહિ પડ્યું હોય !'

'શાનું રાંટું ?'

'છોડી જ કાં તો રાંટી થઈ હોય !'

'ના રે ના, છોડીને તો આહીરે ઢોરોમાં જતી પણ બંધ કરી દીધી છે. એ લોક કાં તો આપણા જવાબની વાટ પણ જોતાં હોય.'

'કહેવડાવીએ તો.'

'શું કહેવડાવશો ?'

'કહીશું કે છોરો હવે માન્યો છે, માટે શો વિચાર છે તમારો ?'

'ને ના પાડશે તો ?' માથી જાણે બોલી જવાયું.

પતિને પણ નવાઈ લાગી. હસવાના પ્રયત્ન સાથે બોલ્યો : 'એક પા તમો કહો છો કે પુછાવો ને બીજી પા પાછાં તમે જ વહેમ લાવો છો.'

'તમને શું લાગે છે !' પત્નીએ પતિ સામે આશાભરી મીટ માંડી.

પણ પતિએ પણ જાણે દિલની વાત કરી દીધી : 'મનેય હાળો ઊંડે ઊંડે વહેમ તો છે જ. ક્યાંક કશુંક વિઘ્ન કાં તો ઊભું થાય !'

'એમ કરો : કોઈક ઠરેલ માણસને-છોટા સોનીને કે પછી શામળભાઈ જેવાની મારફત આડકતરી રીતે તપાસ કરાવો કે આહીરના ઘરનો શો વિચાર છે ?'

'હાં. સીધેસીધું કહેવડાવીએ ને ના પાડીને ઊભાં રહે તો ઊલટું આપણું નાક કપાય...'

ત્યાં તો હોકા સાથે બહાર નીકળતા ધીલનની નજર ફળીમાંથી પસાર થતા મહારાજ ઉપર પડી. ખુશ થતાં મનોમન થયું પણ ખરું : 'આ લો. 'કોકની' શોધમાં હતાં ત્યાં તો ખોડિયારે જ બાવજી જેવા ત્રાહીત માણસને ઘેર બેઠે મોકલી આપ્યા : ને હાંક પાડી : 'પધારો બાવજી... કઈ તરફ ?... અમારે ઘેર તો કોક દન પગલાં પાડો, બાવજી ?

અને આમ-બાવજીને બિલાડીઓ આડી ઊતરી તો ધીલનને ખુદ ખોડિયારે બાવજી મોકલ્યા હતા !

ચલમનો દમ લગાવી સ્વસ્થતા મેળવ્યા પછી બાવજીએ ધીલનને પૂછીને એની આખી ય વાત સમજી લીધી.

ઊઠવાની તૈયારી કરતાં બાવજીએ કહ્યું : 'જો ભાઈ, ગામમાં મેં પ્રવેશ કર્યો ને બે બિલાડીઓ આડી ઊતરી છે. માટે-ખોડિયારની ઇચ્છા એવી લાગે છે કે મારે આજે ગામમાં જ ન જવું. માટે... તને ઠીક લાગે તેમ કરી લે.' ને ઊભા થઈને વળી પાછા મંદિર તરફ ચાલતા થયા.

ધીલન તથા પત્નીને એવું થયું જાણે જે બાવજીને મદદરૂપ થવા

બોલાવ્યા હતા એ જ બાવજી મંદિર તરફ પાછા ફરીને આખો ય ભય અહીં મૂકતા ગયા !

ધીલન બબડ્યો પણ ખરો : 'નો'તો કે'તો હું ?... આહીર પૂછવા આવ્યો ત્યારે છોરો ના પાડતો હતો ને છોરો માન્યો ત્યારે બિલાડી આડી ઊતરી.' ક્ષણેક થંભી ઉમેર્યું : 'બાવજી નથી વહેમી, નથી બીકણ કે નથી ગાંડા-અમસ્થા પાછા નહિ ફરી ગયા હોય !'

પત્નીના મોં ઉપર પણ ભયનું વાદળું ઊતરી આવ્યું. ધીલન બાવજીનું કૂટતો હતો જ્યારે એ દીકરાનું વિચારતી હતી : 'છોરો (અરજણ) છે જીદ્દી ને હાની હવે ના કરશે નહિ ને નાહક પેલા નાગાથી (ભેરવથી) વેર કાં તો વધવાનું છે !'

❑

૧૪

અરજણનાં માબાપ એક તરફ વિચારમાં પડી ગયાં તો બીજી તરફ અરજણ જિદ્દે ચડ્યો હતો – ખાસ તો ગઈ કાલ સવારે રતન ખોડિયારના મંદિરે ગઈ હતી એ વાત સાંભળ્યા પછી.

માએ કહ્યું : 'પુછાવીએ તો ખરાં પણ ના પાડીને ઊભાં રહેશે તો ?'

'હા કે નાની ખબર તો પડશે ને ?' અરજણ હવે આ વાતનો ગમે તે ફેંસલો ઇચ્છતો હતો.

'ના પાડશે તો ?' સવાલ સાથે મા દીકરા સામે તાકી રહી.

'શું કામ ના પાડશે પણ. એક તરફ છોડીનો બાપ આપણે ઘેર પૂછવા આવે ને બીજી તરફ આપણે હા કહીએ એટલે ના પાડે ! ન્યાયનો કરનાર કોઈ હશે કે નહિ ગામમાં ?' અરજણની આંખો વીફરેલી હતી.

'પણ આટલું બધું આપણે કરવું છે શું કામ ? છોડીઓનો ગામમાં કંઈ દુષ્કાળ ઓછો પડ્યો છે, ભાઈ ?'

'છોડીઓનો દુષ્કાળ નથી પડ્યો પણ રતનીઓનો દુષ્કાળ પડ્યો છે, મા. માટે ગમે તેને મોકલીને તમે જેસળ આહીરને પુછાવી જુઓ, નહિ તો પછી કહો તો હું મારે ફૂટી લઉં.'

'હું જાતે પૂછી જોઈશ.'

'કોને ?'

'રતનની માને વળી.'

'ઓ... તો તો સોનાથી પીળું શું ?' મા ખુશ થઈ.

'રતનની માનો વિચાર તો સોળે સોળ છે.'

'તને કેમ ખબર પડી ?'

'એમણે જ મારાં ને રતનનાં મનામણાં કરવા કહ્યું હતું.'

'પછી ?'

અરજણે અહીં જાણી જોઈને બીજી વાત છુપાવી. એને ખાતરી હતી કે ભેરવ આવ્યાની વાત જો મા જાણશે તો એ પોતે ના પાડી ને ઊભાં રહેશે. કહ્યું : 'પછી તો આ પાંચ-સાત દન નીકળી ગયા છે એટલે ફરી હું એમને મળું ત્યારે ગમ પડે.'

'મલી જો. તોપણ જો, સીધેસીધું ન પૂછતો, નહિ તો ના પાડશે તો આપણા કુળનું નાક કપાઈ જશે. ને તારા બાપા જાણશે તો આપણા ઘરમાં જ ઝઘડો પેસશે.'

અરજણના બાપા અરજણ જેવા તીખા હતા. એટલે જ અરજણ બાપાથી સીધેસીધી વાત હંમેશા ટાળ્યા કરતો-રતન વિશેની જ નહિ, ખેતર-પાળીની વાત પણ એ મા મારફત જ પતાવતો હતો.

જે સવારે રતન કૂવે બેડું મૂકીને ભેરવને મળવા ગઈ એની સાથે જ અરજણના કાને આ વાત આવી હતી. ખુદ માલીએ કહી હતી. 'અરજણ, ચેતવું હોય તો ચેત, નકર ભેરવ નાક લઈ જશે. એક જણ જોનાર કહેતો હતો કે મંદિરમાં તો ગઈ પણ નથી ને ઓટલે બેસીને પેલા સાથે વાતો કરીને પાછી આવી હતી.'

અરજણ હવે ફસાઈ ગયો હતો. આ વાત ગઈ કાલે મળી હોત તો તો એ આમ જ કહેવાનો હતો : મળી લેવા દે માલી ! એ બે જણ પરણે છે એ દેખાડું છું !' પણ હવે તો-આ જ માલીના કહેવાથી એ રતનને પરણવા તૈયાર થયો હતો ને રતન જો આમ સામેથી ચાલી પેલાને મળવા જતી હોય તો–

અરજણનું મગજ ભમવા લાગ્યું. માલીની વાત પણ એ પૂરી સાંભળી શક્યો નહિ.–

એ આખી રાત એને ઊંઘ ન આવી. ચોમાસું નજીક અને નજીક આવતું જતું હતું. ખેતરોએ વાડ હજી બાકી હતી ને ખાતર પણ ફીંદવાનું હતું. છતાંય સવારે એ ઊઠ્યો ત્યારે કામને બદલે રતનના જ વિચાર આવવા લાગ્યા.

રતન સાથે પરણવા માટે પોતાને મનાવનાર ખુદ મા પણ મોળું મોળું બોલતી હતી.

મા પાસેથી ઊઠીને એ કુહાડી ખભે મૂકી ખેતરે જવાને બદલે સીધો જ બીજી ફળીમાં આવેલા રતનના ઘેર ઊપડ્યો. હવે એણે નક્કી કરી નાખ્યું હતું : કાં તો રતનને પરણવું કે કાં તો પછી ભેરવનું કાટલું કાઢી નાખવું.

રતનની મા તો બાપડી અરજણને જોઈ અડધી અડધી થઈ ઊઠી.

'આવ ભાઈ, આવ બેટા !' માએ ખાટલો પણ ઘરમાં આડો કર્યો.

અરજણ પણ જાણે કશું જાણતો ન હોય ને લહેરમાં હોય એ રીતે બેઠો.

રતનની માએ ભર્યાં મોંએ સવાલ કર્યો : 'ખેતરે જવા નીકળ્યો લાગે છે.'

'હાં કાકી, જતો હતો તો ખેતરે પણ-ક્યાં ગઈ રતન ?'

'પાણી ભરવા ગઈ છે-આ આવી લે.'

'આવરદા તો ઘણો છે રતન.' અરજણે પહેલાના સૂરમાં જ ચલાવ્યું.

'આવરદા તો છે પણ શી ખબર પડે કેવોક છે, અરજણ ?' અને બેડું ઉતારતાં અરજણ સામે એક પલકારો મારી લીધો.

અરજણ સમજી ગયો કે રતન કંઈક ભેદમાં બોલે છે. છતાં ય એણે અજાણ બનીને ચલાવ્યે રાખ્યું : 'અસલ જ હશે રતન. તારા જેવી છોડીનો આવરદા સુખમાં જ જવાનો. કેમ કાકી, ખોટું કહું છું ?'

'તારા મોંમાં ગોળ, અરજણ ! માએ કહ્યું.'

રતને ભરેલું બેડું ગોળામાં રેડી ખાલી કર્યું ને વળી પાછું ઉઢેણું સંભાળ્યું.

માથી હવે કહ્યા વગર ન રહેવાયું : 'રહેવા દેને પાણી હમણાં. ઘણા દને અરજણ આવ્યો છે. એની સાથે વાતો તો કર બે.'

'એ કંઈ ઓછો મારી સાથે વાતો કરવા આવ્યો છે.'

'શું બબડે છે બલા જાણે !' માએ જરા આંખો મચકારી.

'તમને કંઈક કહેવા આવ્યો હશે. હું શું કામ અમથી એની વાતમાં ડખલ કરું ?' ને અરજણ સામે તિરસ્કારભરી એક નજર નાખી ચાલતી થઈ કૂવે.

મા બિચારી શું જાણે કે અરજણે તે દિવસ ભેરવ આવ્યાની ચાડી કરી હતી એ પછી રતન એને નફરત કરતી થઈ ગઈ છે ?

જો કે અરજણ સમજી ગયો કે રતન તે દિવસે એના બાપાને ઝોકમાં મેં મોકલ્યા હતા એ વાત ઉપર ટકોર કરે છે. અરજણને એક વિચાર ગઈ કાલે રતન ભેરવને મળવા ખોડિયાર મંદિરે ગઈ હતી એ વાત કરવાનો તો આવી ગયો. પણ એની પાસે જોઈએ તેવી ધીરજ ન હતી. મૂળ વાત જ ઉપાડી : 'બોલો કાકી, જેસળકાકા મારા બાપાને પૂછવા આવ્યા હતા એ વાતનું શું છે હવે ?'

એક તો દીકરી મોં ચઢાવીને ગઈ હતી ને બીજી પા અરજણની આ અચાનકની સીધેસીધી વાત સંભાળીને મા અડધી પડધી ડઘાઈ ગઈ. અજાણી બનીને સવાલ કર્યો : 'શાની વાત કરે છે, અરજણ ?'

'લગનની.'

'તારા ને રતનીનાં લગનની ને ?'

'હાસ્તો વળી.'

અઠવાડીયા પહેલાંનો દિવસ હોત તો અરજણનો આ સવાલ માએ ખોળામાં ઝીલ્યો હોત પણ આજે હવે-રતનને એણે નજરોનજર જોઈ હતી !

માએ હસવાના પ્રયત્ન સાથે અરજણને કહ્યું : 'તું પૂછે છે એના કરતાં–' પણ માને ખ્યાલ આવ્યો કે અરજણના બાપા પુછાવે એ તો વળી ઊલટું ફસાવા જેવું થશે. ને લાગલું વાક્ય બદલી નાખ્યું : 'એમ કર. રતનના બાપા ઝોકમાંથી હજી આવ્યા નથી. આવશે એટલે હું એમને તારી વાત પૂછી જોઈશ... આવજે ને કાલે ફરતો ફરતો.'

અરજણનો વિચાર હા કે ના લઈને ઊઠવાનો હતો. પણ એ ય સમજતો હતો કે આ બિચારી કાકીના હાથમાં કશું નથી. રતનના બાપા કહેશે એમ જ થશે. આ હિસાબે ઊભા થતાં કહ્યું : 'ઠીક છે. પૂછીને તમે ખાતરી કરજો ને જે હોય તે કાલે મને ખબર આપજો.'

અરજણે બારણા તરફ મોં ફેરવ્યું કે જેસળ આહીરે નેવામાં પ્રવેશ કર્યો.

રતનની મા બોલી ઊઠ્યાં : 'આ આવ્યા. બેસ ભાઈ.'

અરજણ ખુશ થવાને બદલે ઊલટાનો કચવાયો. કહે છે : 'તમે જ પૂછી લેજો, હું જઉં.' ને ચાલતો થયો.

જેસળે નવાઈ સાથે સવાલ કર્યો : 'કેમ હેંડ્યો, અરજણ ?'

અરજણે જતાં જતાં આમ જ કહ્યું : 'મારી કાકી તમને વાત કરશે.'

પતિને હતું કે અરજણ ચાડી કરવા આવ્યો હશે. આ હિસાબે ખભેથી પછેડી ઉતારી વળગણિયે મૂકતાં પૂછ્યું : 'કેમ આવ્યો હતો ?'

પત્ની એકદમ જવાબ ન આપી શકી. અરજણે આમ પોતે લગ્નની વાત કરી એ પત્નીના મનથી બેસતી ન હતી : જાણે છોકરાં-વાજું થઈ રહ્યું હોય એમ લાગતું હતું. છોકરા-વાજું કરતાં ય હીણપત ભર્યું વધારે લાગતું હતું. આમ તે કંઈ છોકરીનાં લગ્ન થતાં હશે ? રિવાજ પ્રમાણે ગામના બે-ચાર ઠરેલ માણસો આવે, હોકા-પાણી થાય, જમવાનું રંધાય ને પછી બધી વાત ચર્ચાય. એ પછી વેવિશાળનો ગોળ વહેંચાય. એ પછી દિવસ વાર નક્કી થાય ને એ પ્રમાણે વરપક્ષ તરફથી દરદાગીના ચઢાવવા માણસો આવે ને એ વખતે લગ્ન પણ જોવરાવે ને દિવસ વાર પાકો કરીને લગ્નની વિધિ થાય.

જ્યારે આ તો...

પત્નીએ ખચકાતાં ખચકાતાં દુઃખી અવાજે કહ્યું : 'એકની એક છોડી ને...' પતિ ઉપર ઊલટાની એ રોષે ભરાઈ. કે' છે : 'એક વાત ઓણ ને એક વાત પોર. એમ તે કાંઈ દીકરીનાં સગપણ થતાં હશે ?'

'શું થયું પણ ?' પતિએ ખાટલા ઉપર બેસતાં પૂછ્યું.

પત્નીએ અરજણની આ અડબંગાઈની વાત કરી ને વળી પાછો બળાપો ઠાલવ્યો : 'મુરતિયો માન્યો ત્યારે દીકરી વંકાઈ છે ને ખેલ તો જુઓ ! નથી તો છોકરાનાં માબાપ પૂછવા આવતાં, નથી તમે કોઈની મારફત ફરીથી પુછાવતા ને' – વાત કરતાં કઈ ફાવ્યું નહિ એટલે ટૂંકમાં પતાવી દીધું : 'આ આવ્યો અરજણ હાથ લાંબો કરીને, પરણાવો દીકરી હેંડો હવે !'

બિચારો પતિ ! એને તો ઊલટાની દીકરીની ઉદ્ધતાઈ જાણીને પત્ની ઉપર અકળામણ વેરવી હતી. હમણાં જ શામળભાઈએ ઝોક ઉપર વાત કરી હતી કે લોકો વાતો કરે છે કે ગઈ કાલે રતન કૂવે બેડું મૂકીને ભેરવને મળવા

ગઈ હતી. પણ એના બદલે પત્ની જ સામેથી કહેવા લાગી : 'પરણાવો દીકરીને હેંડો ?'

ને પતિએ પછી પત્નીના સૂર જેવો સૂર કાઢી કહી નાખ્યું : 'એવું જ થવાનું છે.'

આ પછી એણે શામળભાઈની વાત કરી. વળી ઝોક ઉપર રતને ભેરવનો પક્ષ લીધો હતો એની પણ યાદ આપી. અંતમાં પૂછ્યું : 'બોલો હવે અરજણને શો જવાબ આપવો છે ?'

'દીકરી આવે એટલે પૂછીએ વળી.' મા જાણે મક્કમ બની.

'એ તો ના જ કહેવાની છે... પછી ?'

'પૂછીએ તો ખરાં ?'

'વગર પૂછે જ હું કહું છું. અમસ્થી આમન્યા તૂટે એવું શું કામ કરવું છે.'... પત્નીને મૂંગી જોઈ વળી પૂછ્યું : 'બોલો. દીકરી તો કહેશે કે પેલા રખડેલ જોડે પરણાવો તો ખરું. શો જવાબ આપશો ?'

'હેંડો હેંડો. નામ નહિ, ઠામ નહિ ને એવા ને મારી આ દેવ જેવી દીકરી... ભૂલી ગયા વીસેક વર્ષ ઉપર નગરશેઠની દીકરી લીલાનો દાખલો ? એના બાપા કોઈક મુલકમાંથી ઘરજભાઈ લઈ આવ્યા તે ન મલ્યો લીલાનો જીવ કે ન મૂઓ પેલો ય. ઊંધું નાખીને પડી રહ્યો ને છેવટે જતાં મિલકત લેવા લીલાનું ખૂન થઈ ગયું. ને એ ય રોયો હાથમાં આવ્યું એટલું લઈને છુ થઈ ગયો તે મહેલ જેવી હવેલીમાં ભૂત ભૂસકા મારે છે ને ત્યાં થઈને કોઈ નીકળે છે તો આજે ય જાણે બીતું બીતું. પરભાર્યું (પારકો) ને પ્રેત બે ય બરાબર હાંકે ?'

પતિની અકળામણનો પાર ન હતો. ગુસ્સો ગળતાં બોલ્યો : 'તમે કહો તો છોડીને કાંઈ પૂછવું નથી ને અરજણનું સગપણ ગોઠવીએ.'

'ને દીકરી પછી સોડિયાપોથી (બગલમાંથી) હાથ જ બહાર કાઢે તો ?'

'એ પણ ખરું ! એકની બે થાય. ગામમાં પેલાનું (અરજણનું) નાક જાય ને એ લોક પાછાં સ્વભાવનાંય ભૂંડા છે ને'... અકળામણનો માર્યો

ઊભો થતાં બબડી પડ્યો : 'આવી દીકરી કરતાં તો ન હોય એ વધારે સારું !'–

ઘડીક થઈને શામળભાઈ આવી ઊભા. જેસળે એમને આવકાર આપી ખાટલા ઉપર ગોદડું પાથરી બેસાડ્યા.

શામળભાઈ અમસ્થા આવ્યા હોત તો તો માત્ર કંઈ ખાટલા ઉપર ગોદડું પાથરવાની જરૂર ન હતી. પણ એમણે આવતામાં કહ્યું હતું : 'વડસાળું લઈને આવ્યો છું જેસળભાઈ.'

હોકો તમાકુ કર્યા પછી શામળભાઈએ વાત છોડી : 'ધીલને મને ને હરિભાઈને અરજણની સગાઈ માટે મોકલ્યા છે.'

રતનની માએ સવાલ કર્યો : 'હરિભાઈ ક્યાં ગયા ત્યારે ?'

'એ વળી બાવજીને લેવા ગયા છે.'

'ઠીક છે. આવવા દો બાવજીને, પછી વાત વિચારીએ.' જેસળે કહ્યું.

એને એક રીતે આનંદ થતો હતો : 'આપણે બધાંને ભેગા કરવા મટ્યા.'

પત્ની પણ કંઈક ખુશમાં હતી. 'જે તે એક પાની નીકે પાણી વળશે તો ગમ પડશે.'

તો મહેમાનો માટે રસોઈપાણી કરવા વળેલી રતન પણ કંઈ ખાસ નારાજ ન હતી. બલ્કે આ વડસાળમાં બાવજી પણ છે એ જાણીને થોડીક ખુશ પણ હતી.

મનોમન પોતે પોતાની વાત પણ ગોઠવી રહી : 'ભેરવ ભલે અજાણ્યો છે પણ બે માસથી એ આ ગામમાં રહે છે. કોઈ તો કહો કે અરજણથી એ કઈ રીતે ઊતરતો છે ?'

અને પછી મનોમન બાપાને જવાબ આપતી હોય એ રીતે લીલીના ખૂનમાં અરજણના બાપાનો હાથ હતો એ વાતની યાદ સાથે પોતે જ બબડવા લાગી : 'અરજણના આવા ભૂતકાળ કરતાં ભૂતકાળ વગરનો ભેરવ શો ખોટો છે, કહેશો મને ?'

❑

૧૫

⁓⊱⊰⁓⊱⊰⁓

રતન જો અરજણ સાથે લગ્ન કરવા સંમત થાય તો મહારાજને પણ કશો જ વાંધો ન હતો.

ગઈ કાલે ગામમાં તપાસ કરવા આવ્યા ત્યારે પણ એમને કંઈ ભેરવનો જ પક્ષ લેવો એવું ન હતું. એમને તો બે જીવ જો સહજીવન ઝંખતા હોય તો મદદરૂપ થઈને પુણ્યકાર્ય કરવું એવું જ ખાસ તો હતું.

એટલે જો રતન ભેરવ સાથે લગ્ન કરવાની હઠ ન પકડે તો બાવજી તો ઊલટાના ખુશ હતા. એમણે રતનને એક કોરે બોલાવી સવાલ કર્યો : 'બોલ બેન, તારો શો વિચાર છે ? તારાં માબાપનો વિચાર તો તું જાણે છે એટલે એ વિશે મારે કંઈ કહેવું નથી.'

રતને મહારાજ આગળ ચોખ્ખી જ વાત કરી : 'મેં ભેરવને વચન આપ્યું છે, બાવજી.'

'વચનનું તો ઠીક છે, બેટા. એ માણસનો પ્રાણ જ એવો છે કે એની સામે તું એને ભાગ્યે જ ના પાડી શકે.'

'ના બાવજી. વચનભંગ તો હું થઉં જ નહિ.'

પાંચેક ક્ષણના વિચાર પછી મહારાજે પૂછ્યું : 'ને ધાર કે ભેરવ વચનમાંથી છૂટી કરે તો ?'

રતનનું મોં એકાએક ફિક્કું પડી ગયું. મહારાજે આ વાતની નોંધ પણ લીધી. જીવ કાઠો કરીને વળી એમણે પોતાના પ્રશ્નને વધુ જલદ બનાવ્યો : 'ધાર કે ભેરવ જ એમ કહે કે મારે આ ગામમાં ઝઘડો નથી ઘાલવો, તો ?'

આટલી વારમાં રતન અંતરમાં ડૂબકી મારીને તાગ લઈ આવી હતી.

કહે છે : 'ભેરવ એમ કહે જ નહિ, બાવજી.'

'અને ધાર કે અમે એને સમજાવીએ ને જો માની જાય તો ?'

'માને જ નહિ ને પણ.' રતન મક્કમ હતી.

'એ તને મોઢામોઢ કહેશે કે અરજણ જોડે તું પરણીશ તો મને કશો વાંધો નથી તો તો તને વાંધો નથી જ ને ?' મહારાજે ઊભા થવાની તૈયારી સાથે કહ્યું.

રતને પણ હવે દોરી ઢીલી બલ્કે છેડો જ છોડી દીધો. કહે છે : 'ભલે. એ જો મને મોઢામોઢ કહેશે તો કબૂલ છે, બાવજી.' રતને લપ છોડાવ્યું.

બાવજીને અંતરમાં ભય હતો : ભેરવ કદાચ મારી વાત પણ નહિ માને. છતાંય એમણે શામળભાઈ તથા હરિભાઈ અને ગામના મુખી ચાંગાભાઈના આગ્રહથી ભેરવને ગાયોમાંથી બોલાવરાવ્યો.

ગામના આ બધા આગેવાનો કોણ જાણે કેમ પણ ભેરવથી ડરતા હતા. ડરવાનાં કારણોમાં અરજણ સાથેનો ઝઘડો અને ગાયો વાળવા વખતે એનામાં જોયેલો જુસ્સો ઉપરાંત એ માણસની બોલચાલ અને વર્તન વગેરે બધું જ જાણે કે સાચું અને મક્કમ લાગતું હતું. હઠાગ્રહભર્યું પણ ખરું. ટૂંકમાં લોકો ઉપર એની છાપ દાંડ માણસની હતી એટલે બને ત્યાં સુધી એને સમજાવી-પટાવીને કામ લેવા માગતા હતા. વળી દિલની અંદર એમ પણ બધા ગણતા હતા કે રતન જેવી મનસ્વી છોકરી એની થઈને ઊભી રહી છે માટે આ માણસ પાસે વશીકરણ વિદ્યા હોય પણ ખરી.

ગમે તેમ પણ ભેરવને હેમખેમ પ્રકારે મનાવી લેવાનો વિચાર બધાયના મનમાં એક સરખો હતો-ખુદ રતનના બાપા અને માનો પણ.

ભેરવના આવ્યા પછી મહારાજે અજાણ્યા થઈને ભેરવને સહુ કોઈના સાંભળતાં ત્રીજી જ વાત કરી : 'બોલ ભાઈ, આ બધાની ઇચ્છા તને આખા ગામની ગોવાળી સોંપવાની છે, તારો શો વિચાર છે.'

એક તો ગામના બધા આગેવાન ભેગા થયા હતા. અને તે પણ રતનને ઘેર. ભેરવે આ તક ઝડપતાં કહી નાંખ્યું : 'રતનને પરણાવો તો કહો તે કામ કરવા તૈયાર છું.'

રતનના બાપાને આમેય ભેરવ તરફ અણગમો તો હતો જ ને

પોતાના અપમાન સરખી આ ઉદ્ધત વાત સાંભળીને એ છેડાઈ પડ્યા. કહે છે : 'ઊઠ ઊઠ અહીંથી, નાગડા !'

મહારાજને ને બીજાઓને હતું કે ભેરવ કાં તો બાપા સામે ઊખડી પડશે. પણ એ તો સાવ શાન્ત જ હતો. સાથે સાથે પોતાની વાતમાં પણ એટલો જ મક્કમ હતો. કહે છે : 'તમારે મને ગાળો ભાંડવી હોય એટલી ભાંડો બાપા, પણ રતનને તો મારી સાથે પરણાવવી જ પડશે.'

આ માણસની ઉદ્ધતાઈ જોઈને મુખી છેડાઈ પડ્યા : 'અરે મૂર્ખ, ગામમાં રહેવાના તો સાંસા છે ને બોલતાં જરા વિચાર તો કર.'

'બાવજી કાઢી મૂકશે તો નદીને સામે છેડે છાપરું કરીને રહીશ; બાકી આ ગામની સીમમાંથી હું હવે જવાનો જ નથી.'

'કંઈ કારણ ?' શામળભાઈએ કરડી આંખે પ્રશ્ન કર્યો.

'કારણ કે આ ગામમાં રતન રહે છે.' ભેરવે ઠંડે કાળજે જવાબ આપ્યો.

'તું લાખ કરીશ તોય રતન તને હું આજે ય નહિ પરણાવું ને કાલે ય નહિ. ઊઠ અહીંથી, ચાલતો થા.'

'પણ રતન પરણવાનું કહે છે ને, બાપા.'

'ભલેને કહે.'

'તો તો હું પરણવાનો જ.'

'મારા પરણાવ્યા વગર કેવી રીતે પરણવાનો છે ?'

'બાવજી છે ને પણ ?'

સહુ કોઈએ મહારાજ સામે જોયું. મહારાજ કશાક વિચારમાં પડી ગયા હતા. ભેરવ સામે જોઈને બોલ્યા : 'એ તો ઠીક પણ રતન તને પરણવાનું ના કહે તો, ભાઈ ?'

'રતન ના કહે જ નહિ, બાવજી.'

'તને કેમ ખબર પડી ?'

'એણીએ મને કહ્યું છે. ન કહ્યું હોત તોપણ પહેલે દિવસે મારી સાથે રાસ રમી ત્યારની મને ખાતરી છે કે અમે બે એક જ છીએ ને એક થઈને રહેવાનાં છીએ.'

બારણામાં ઊભેલી રતનની મા આ માણસની ધૃષ્ટતા જોઈને દાંતમાં

આંગળી જ ઘાલી ગઈ. જ્યારે અંદરના ભાગમાં રહી કાન માંડી રહેલી રતનનો ભાવ આથી સાવ વિરુદ્ધનો-આનંદનો હતો.

મા હવે બોલ્યા વગર ન રહી શકી. કહે છે : 'જો તું આટલું બધું જોર કરીશ તો છોડીને જ હું સ્વધામ પહોંચતી કરી દઈશ. જજે પછી તું સ્મશાનમાં પરણવા.'

'મને ના પરણાવવાનું કારણ તો કહેશો ને, મા ?'

'જા જા મૂવા માવાળા !' માના મોંમાંથી આગની જ્વાળા નીકળી.

તો જેસળે વળી પત્નીના બદલે પોતે જ ભેરવને સંભળાવી દીધું : 'એક તો રખડતી બલા છે ને બીજું એ કે ગામમાં તું આવ્યો છે જ કાળ ચોઘડીએ.'

ભેરવ હસવા લાગ્યો. કહે છે : 'કાળ ચોઘડિયું ય મેં જ કર્યું છે એમ કહોને બાપા, તો તો.'

'તેં તેં. સત્તર ફેરા તેં.' રતનની મા બોલી.

આ સાથે જ પવનની એક ઘૂંટી આવી. આ ઘૂંટી સહુ પહેલાં ભેરવને સ્પર્શી હોય તેમ બોલી ઊઠ્યો : 'વાયરાની આ ઘૂંટી પણ મેં જ ઊભી કરી છે, નહિ મા.'

ઘૂંટી ખરેખર કારમી હતી. બાપાએ ધૂળને લીધે આંખો ચોળતાં કહ્યું : 'જો, કહેવત છે કે ભૂતકા નામ લિયા ને ભૂત હાજર. એવું જ તારું ય લાગે છે.' મહારાજ સામે જોઈને કહ્યું : 'જુઓ બાવજી, આપણે અપશુકનની વાત કરી કે તરત જ આ આંધી ઊપડી છે.'

આંધીના ધમધમાટમાં બાવજીએ પૂરું સાંભળ્યું ન સાંભળ્યું ત્યાં તો ફળીમાંથી કોઈકનો અવાજ આવ્યો. 'જેસળકાકા, તમારો ઝોક પડ્યો-ઝોકનું ઢાળિયું એક પાનું નમી ગયું.'

એક બે છોકરા દોડતા દોડતા આવતા લાગ્યા. એમણે પણ આ સમાચાર આપ્યા.

જેસળે એક તરફ મોં ફેરવતાં ભેરવ ઉપર આગ વેરી. કહે છે : જો સાલા અપશુકનિયાળ, તેં મારા ઘેર પગ દીધો ને જ'...

ચોપાડમાંનું લોક ઝોક તરફ ઊપડી ગયું. મહારાજ સાથે આગેવાનો

સફાળા બેઠા થયા ને જેસળ પાછળ એ લોક પણ ઝોક તરફ દોરાયા. રતનની મા હાયવોય કરતી જવા લાગી ને રતને પણ કલ્પાંત કરતાં બારણું વાસ્યું.

ભેરવ જાણે દ્વિધામાં હતો. વંટોળ તરફ આંખો ફાડીને જોતો હતો ને...

રતનને કલ્પાંત કરતી જોઈ બોલી ઊઠ્યો : 'ફિકર ન કરતી રતન, હું જઉં છું.' ને ઊપડી ગયો—

ફળી બહાર નીકળેલી માએ જોયું તો ભેરવ જાણે પવનની અંદર રૂનું પોટલું ઊડતું હોય તેમ પાછળથી આવતો ને પાર નીકળી ગયો. આગેવાનોએ તથા બાપાએ પણ જોયું તો ભેરવ ધરતી ઉપર પગ પણ નો'તો ટેકવતો ને ઊડેલો જાણે જતો હતો.

ઝોક આગળ કેટલાંક લોક આવી ઊભાં હતાં. જેમાં અરજણ પણ હતો. એ લોકોએ જોયું તો ભેરવ જાણે વંટોળ પાછળ પડ્યો હોય ને વંટોળ જાણે ભેરવથી ડરીને ભાગી જતો હોય એ રીતે ભેરવની આસપાસ બધું શાન્ત પડતું જતું હતું.

ભેરવે ઝોકમાંના મકાનમાં પેસીને જોયું તો વચ્ચેનો એક પાટ ભાગી ગયો હતો પણ છાપરું હજી નમી ભલે ગયું હતું બાકી આમને સામને વળિયો તથા મોભના જોડાણને લીધે જમીનદોસ્ત હજી થયું નો'તું.

એક નજરમાં ભેરવ પામી ગયો કે ભાંગેલા પાટના બેઉ કકડા ઊંચા કરીને નીચે જો ટેકા આપી દે તો આખુંય છાપરું અકબંધ રહી જાય એમ હતું.

અરજણ વગેરેને ઉદ્દેશતાં ભેરવે કહ્યું : 'આવી જા બંકા. જોઈએ તારામાં કેટલું બળ છે.' – આ સાથે એણે ઝોકના મેદાનમાં નજર દોડાવી ને ઝાંપા આગળ પડેલાં લાકડામાંથી બે જાડાં લાકડાં લેતા આવવાની બાપાને સૂચના કરી. કારણ પણ આપ્યું : 'પાટ નીચે ટેકા મૂકવા છે.'

ઘરની અંદર બલ્કે પડું પડું થઈ રહેલા છાપરા નીચે ફરતો ભેરવ લેશ પણ ડરતો ન હતો. જ્યારે અરજણ વગેરે બારણામાંથી અંદરની પા નજર નાખતાં ખચકાઈને ઊભા હતા.—

ખુદ બાપા અને મહારાજ વગેરે આગેવાનો પણ બારણામાં જ થંભી ગયા.

ભેરવે બાપા તથા શામળભાઈ પાસેથી લાકડાના ટેકા લેતાં કહ્યું, 'હેંડ બંકા. આવી જાઓ બધા મોટિયારો ગભરાયા વગર... આ એક લાંબો છેડો હું ને વસ્તો ઉપાડીએ ને તું ને આ પાંચ છ મોટિયાર થઈને નાનો છેડો ઉઠાવો. લો બાપા, તમે ને શામળકાકા આ એક એક ટેકો લઈને ઊભા રહો તે પાટની નીચે મૂકી દેજો.'

હરિભાઈ જેવા ડરપોક તો વળી અંદર જવાને બદલે અંદર જનારને જ રોકતા હતા : 'અલ્યા એના (ભેરવના) વાદે ચઢશો તો પડું પડું થઈ રહેલા છાપરા નીચે તમે જ દટાઈ મરશો.'

અરજણની પણ હિંમત પડતી ન હતી.

ત્યાં ભેરવે વળી હાંક પાડી : 'હેંડ બંકા. શું બીએ છે ? છાપરાને હું તોળી રાખીશ. પડશે તો – તમારી એ આખી ય ટોળી આ મોખરાના ભાગમાં આવી જાઓ. અમારી પા તો હું, વસ્તો ને શામળકાકા એટલા જ ઘણા છીએ.' આ સાથે જ ભેરવ પાટના લાંબા ટુકડા ઉપર ઝૂક્યો. બરાડો પણ પાડ્યો : 'હાં રે મર્દ ! આવી જાઓ... આવી જા વસ્તા, આપણા તરફ.'

ભેરવના હાંકોટામાં કોઈ જાદુ હોય તેમ વસ્તો આવ્યો. અરજણ પણ પછી તો શૂરનો ભર્યો બારણામાં પ્રવેશ્યો ને બીજાઓને પણ લેતો આવ્યો, 'હેંડો' લ્યા. આપણે ય કાંઈ બંગડીઓ ઓછી પહેરી છે.'

ભાગવાનું સુગમ પડે એ રીતે અંદર પ્રવેશીને ઊભેલા હરિભાઈ તથા એમની આગળ મુખી અને મહારાજ ગૂંચવાઈ રહ્યા હતા. ન એ ભેરવની વાતમાં સંમતિ આપતા હતા કે ન ના પાડીને ભેરવની વાતનો વિરોધ કરી શકતા હતા.

ભેરવે હોકાટો પાડ્યો : 'હાં રે મર્દો ! એક સાથે ઉપાડજો બંકા. નહિ તો-હો રે વસ્તા – લગાવ જોર !'–

બીજા અને ત્રીજા આંચકે તો ભેરવવાળા છેડા નીચે શામળભાઈએ ટેકો સુધ્ધાં ટેકવી દીધો. ભેરવ એને બરાબર જમાવવા લાગ્યો.–

ઢિંગ થઈ રહેલા હરિભાઈ, મુખી બબડી પડ્યા, 'શું સાળામાં બળ છે !' તો મહારાજ વળી શાબાશી આપવા લાગ્યા : 'શાબાશ મર્દ, શાબાશ !'

ત્યાં તો અરજણની પાથી ચીસ ઊઠી, 'અલ્યા અલ્યા પડ્યું કાં તો–' બધા જ લગભગ પાટ છોડતાકને ખસી ગયા.

સહુ કોઈની આંખો એ તરફ વળી. બાપાનું મોં એ દૃશ્ય જોઈ ને ફાટી ગયું. ચીસ પણ નીકળી પડી, 'ભેરવ ભેરવ, અરજણ પાટ નીચે દબાઈ ગયો. મૂવો કાં તો !'

વળી ભેરવ વંટોળની જેમ ધસી આવ્યો. પાટ નીચે દબાઈ ગયેલા અરજણને જોઈ ઢીંચણીએ પડતોકને એણે બરડા ઉપર કટ કટ કરતો પાટ લીધો. બાપાએ પાટ નીચેથી અરજણને ખેંચી લીધો.

ભેરવે વળી હાંકોટો કર્યો : 'આવી જાઓ' લ્યા લગાવો જોર.'

વસ્તો વગેરે ધસી આવ્યા. હાથ પાટે લગાવ્યા.–

પણ શામળભાઈએ જ્યારે પાટ નીચે મૂક્યો ને એ લોકો જ્યાં છૂટા થયા ત્યાં જ દરેકને થવા લાગ્યું, 'મીં તો પૂરું જોરે ય નો'તું કર્યું – હાથ જ અડાડ્યો હતો એટલામાં તા કટ કટ કરતો પાટ જાણે આપમેળે ઊંચો થયો !

આ બાજુએ બાપા, મહારાજ તથા મુખી પાટ નીચે દબાઈ ગયેલા અરજણની સરભરા કરવા લાગ્યા.

અરજણને આમ તો ખાસ વાગ્યું ન હતું પણ પાટના વજન નીચે દબાઈ ગયેલું અંગ-જાણે કે આખું ય ભાંગી ગયેલું લાગતું હતું. બે ચાર મોટિયારે અરજણને ટેકો આપ્યો. ભેરવે એની પાસે આવી સવાલ કર્યો : 'ઉપાડી લઉ, બંકા ?'

અરજણે ભેરવ સામે આભારભરી નજર નાખી કહ્યું : 'તું ન હોત તો આજે મારું નક્કી મોત હતું.'

'હોય કંઈ ગાંડા.' ભેરવ બોલ્યો, 'જમ પાસેથી ય હું તને પાછો લઈ આવત. તું હજી મને જાણતો નથી.'

ખુદ આગેવાનોને પણ લાગ્યું કે ભેરવ અમસ્તાં ગપ્પાં નથી મારતો.

પણ બાપાનો ભય તો ઊલટાનો વધી ગયો.

જ્યારે રતનની મા ભેરવનાં વખાણ કરતી હતી : 'જાહ રે જાહ. ભેરવ ન હોત તો અરજણ આજ પાટ નીચેથી જીવતો નીકળવાનો ન હતો ને આપણા માથે જીવનભરની ટીલી રહેત કે ફલાણાનું છાપરું ઊંચું કરતાં

ધીલનનો એકનો એક દીકરો ખપી ગયો. પણ ભેરવે આજે આપણી બધાયની લાજ રાખી આપી.'

બાપાની સ્થિતિ વિચિત્ર સરખી બની રહી. ન તો એ હવે ભેરવને અપશુકનિયાળ કહી શકતા હતા કે ન એ એના ગુણ પણ ગાઈ શકતા હતા.–

આગેવાનો પોતપોતાના ઘર તરફ વળ્યા. ત્યાં તો રતનની માએ એ બધાને યાદ દેવરાવ્યું : 'ઘેર ક્યાં જાઓ છો ?'–

શામળભાઈએ કહ્યું : 'આજે હવે વાત બધી ડહોળાઈ ગઈ છે માટે'–

'હાં પણ મારે ત્યાં બધાંની રસોઈ કરી છે એ ?' બાપાને કહેવું પડ્યું.

તો રતને પણ ભેગાભેગી કહી નાખ્યું : 'હવે તો જે વાત લીધી છે એ પૂરી કરીને જ જાઓ, બાવજી.'

આગેવાનો ના છૂટકે રતનના ઘર તરફ વળ્યા.

સહુ કોઈ વિચારમાં પડી ગયા હતા.'આપણે હવે કઈ નીકે પાણી વાળીશું !... એક રીત વિચારીએ તો બાપાએ કહ્યું હતું તેમ, 'ભૂત કા નામ લીયા ને ભૂત હાજર ! એવું થયું હતું. તો બીજી પા ભેરવે અરજણને મરતો બચાવ્યો હતો. બાપાને આપણે સલાહ શી આપીશું ?'

મહારાજે આમ તેમ જોયું તો ભેરવ ન હતો. એમણે સવાલ કર્યો : 'ભેરવ ક્યાં ગયો ?'

રતનની મા બોલી ઊઠ્યાં : 'ઓ દેખાય છાપરા ઉપર. નળિયાં ઠીક કરતો લાગે છે.' ને લાગલી એમણે હાંક પાડીને ભેરવને કહ્યું, 'ભેરવ, નળિયાં ઠીક કરીને ઘેર આવજે. જોજે ક્યાંય ઢોરોમાં જતો ?'

મહારાજે પણ કહ્યું : 'ચાલજે ઝટ. કામ બાકી રહેશે તો કાલે થશે.'

ને ના છૂટકે પછી બાપાને પણ કહેવું પડ્યું : 'એ રહેવા દે અત્યારે. પછી મોડેથી'–

ત્યાં તો ભેરવે નેવાં તરફ સરકતાં કહ્યું : 'થઈ ગયું બાપા, બધું.' એણે દોઢેક માથાવા ઊંચેથી બડીંગ દેતોકને ઠેકડો માર્યો.

પેલા બધા વાહ વાહ કરતા દિંગ થઈને એકબીજા તરફ જોવા લાગ્યા તો બાપાના અંગમાં વળી અહીં ભય જાણે કે ફરકી રહ્યો ! થતું હતું : 'આ તો હાળો મનેખ છે કે કશુંક એણે સાધ્યું છે કે-સમજવું શું ?'

❑

૧૬

બાપાની જેમ આગેવાનો પણ દ્વિધામાં હતા. એમને પોતાને સમજ નો'તી પડતી : ભેરવ જેવો જમાઈ સારો કે ખોટો ?

પણ મહારાજના વિચાર હવે ચોખ્ખા હતા. એમણે જ ચોપાડમાં બેઠા પછી શામળભાઈ તથા મુખીને સવાલ કર્યો : 'બોલો ભાઈ, ઘરનાંની વાત રહેવા દો હમણાં, તમે જ કહો : તમને શું રુચે છે ?'

શામળભાઈએ મુખી સામે જોયું. મુખીએ હરિભાઈ સામે નજર નાખી. જ્યારે હરિભાઈની નજર તો હજીય જાણે બેબાકળી હતી. એ જ બોલી ઊઠ્યો : 'આપણને તો આમાં કશી જ સૂઝ પડતી નથી. તમને બધાને ગમ પડે તેમ કરો.'

હરિભાઈના જવાબથી શામળભાઈ છેડાઈ પડ્યા. કહેવા લાગ્યા : 'સૂઝ નથી પડતી એમ કરીને છૂટી જશો એ નહિ ચાલે, હરિભાઈ. તમારે મત આપવો જ પડશે.'

ભેરવ આંગણામાં ઊભો ઊભો વસ્તા વગેરે જુવાનો જોડે વાતો કરતો હતો. એ તરફ નજર નાખતાં હરિભાઈએ ધીમેકથી કહી નાખ્યું : 'ભેરવ આપણામાં ભળે એવો મને નથી લાગતો.'

મહેમાનો માટે હોકો ભરીને ઘરમાંથી બહાર નીકળતા બાપાના કાને હરિભાઈના શબ્દો પડ્યા. ખુશ થતાં એ ધીમેકથી બોલી પડ્યા : 'બસ હરિભાઈ, મારી પણ એ જ વાત છે. અત્યાર લગી મને અણગમાનું કારણ જડતું ન હતું પણ ભગવાને જ હરિભાઈને સૂઝાડ્યું.'

મહારાજે બાપાને શાન્ત રહેવાનો ઇશારો કરતાં કહ્યું : 'હમણાં તમે

ઘરમાં જાઓ, જેસળ. અમને એક વાર વાત કરી લેવા દો.'

બાપાના ગયા પછી મહારાજે વાત આગળ ચલાવી. હરિભાઈને જ પૂછ્યું : 'શા માટે એ (ભેરવ) આપણામાં ભળે એવો નથી લાગતો ? બોલો શામળભાઈ ? તમે પણ મુખી, વિચાર કરો.'

શામળભાઈએ વળી હરિભાઈ સામે જોયું. હરિભાઈએ હસીને કહ્યું : 'મને ભલાઆદમી, શું કામ આગળ કરો છો ? કો'ને તમે ?'

'કારણ તો એ બાવજી કે'-આમ કહી શામળભાઈએ ભેરવ તરફ જોઈ લીધું. ધીમા અવાજને વળી ધીમો કરતાં કહ્યું: 'તે વખતે અરજણ ધૂળ ભેગો થઈ ગયો ત્યારે ય હું નજરે જોનાર હતો ને આજે પાટ ઊંચક્યો ત્યારે ય હું જ એની પડખે હતો, પણ મને જાદુ જેવું બેઉ વખતે લાગ્યું છે.'

'કેવી રીતે ? ખચકાયા વગર ચોખ્ખા શબ્દોમાં વાત કરો.' આમ કહી મહારાજે જોસ્સાભરી વાણીમાં ઉમેર્યું : 'જાદુ હશે તો હું બેઠો છું ને ? તમે કેમ ડરો છો ?'

મુખીએ બાવજીની વાતમાં ટાપસી પૂરી. કહે છે : 'ભલભલા જાદુગરને ને છુમંતરને બાવજી પહોંચી વળે એવા છે. કહો તમ તમારે સોજી વાત.'

'સોજી જ વાત છે-ભેરવે તે વખતે હાથ ઉગામ્યો એટલામાં તો અરજણ ઢળી પડ્યો ને આજે પાટ ઉપાડ્યો ત્યારે ય વસ્તો ને એ બધા તો જાણે ગોતરડે હાથ જ દેતા હતા ને પાટ જાણે ભેરવના બળે-બળેય નહિ બાવજી, એની જાણે નજર ઉપર ઉચકાતો હતો.' આમ કહી શામળભાઈએ મુખી પાસે હુંકારો માગ્યો : 'નો'તું જોયું મુખી તમે-અરજણને એણે પાટ નીચેથી કાઢ્યો ત્યારે ? પીઠ ઉપર આખો ય પાટ કેવો એણે તોળ્યો હતો ?'

મહારાજે વાતની દોર આગળ ચલાવતાં કહ્યું: 'તમે કહો છો એમ હોય તોપણ ભેરવથી આપણે ડરવાનું શું કારણ છે, મુખી ? એણે એના બળથી કહો કે મંત્રથી માનો પણ આપણું કામ તો આબાદ રીતે કરી આપ્યું ને ?' લાગલું ઉમેર્યું : 'પહેલી વાતે અરજણ પડી ગયો ત્યારે પણ એણે તો અરજણને ચેતવણી આપી હતી. એક વાર નહિ પણ લોક કહે છે કે અનેક વાર.'

'એ વાત ખરી બાવજી, પણ આ માણસ આપણાથી જુદો તો છે જ ને ?' હરિભાઈએ પોતાની વાત પકડી રાખી.

'ના હરિભાઈ. તમારા કહેવાનો અર્થ 'જુદો' નથી પણ 'મેલો' છે. બોલો શામળભાઈ, ખરી વાત ?'

મુખીએ ટાપસી પૂરી : 'બાવજીની વાત સાચી છે. આપણે એને જુદો ગણીને ખરાબ જ ગણીએ છીએ.'

હરિભાઈએ હસીને કબૂલ્યું : 'એવું કાંક ખરું, બાવજી.'

'અહીં જ આપણી ભૂલ થાય છે. આપણે એને આપણા જેવો નથી ગણતા એનો મતલબ એ કે એ માણસ આપણી રીતે નથી વર્તતો.'

'નથી વર્તતો બાવજી. જોયું નહિ તમે ? આપણે એને ગાયો ચરાવવાની વાત કરી તો જવાબમાં એ કેવું માથે વાગે એવું બોલ્યો ?'

હરિભાઈએ શામળભાઈની વાતમાં ઉમેરો કર્યો, કહે છે : 'ને જેસળભાઈને ય કેવો લાજશરમ વગર જવાબ આપતો હતો ?'

મુખી પણ બોલી ઊઠ્યા : 'ખરી વાત. આપણે એને ગામઠામ પૂછ્યું ત્યારે એણે જવાબ પણ કેવો વિચિત્ર આપ્યો હતો : રતનનું ગામ એ મારું ગામ.'

આ બધા વિરોધથી મહારાજ ઊલટાના ખુશ થયા.

કહ્યું : 'બસ ! અહીં જ આપણી ભૂલ થાય છે. આપણા બધાને આપણો ભૂતકાળ વળગેલો છે, જ્યારે આ માણસને ભૂતકાળ જેવું કશું નથી.' મહારાજે ભેરવે કરેલી ભૂતકાળની વાત પકડી લીધી હતી.

મહારાજની વાત કોઈ પણ સમજી શક્યા નહિ. મોં વકાસીને એમની તરફ તાકી જ રહ્યા.

મહારાજે ચોખવટ કરતાં કહ્યું : 'એની પાસે આપણે જે વિવેકની આશા રાખીએ છીએ એમાં જ દંભ છુપાયેલો છે, શામળ. બાકી એ તો બિચારો સાવ સાચી વાત કરે છે. વિવેકમાં પણ એણે આમ તો કશી જ ખામી આવવા નથી દીધી. જેસળને બાપા ને રતનની માને પણ મા કહીને સંબોધતો હતો. વળી જેસળે એને આકરાં વેણ કહ્યાં ને અપમાન જેવું કર્યું તોપણ એ ભલો માણસ શાન્ત જ હતો.'

આ પછી મહારાજે બાપાને બોલાવ્યા ને ભેરવનામાં લેશ માત્ર કપટ નથી એની વિગતે વાત કરતાં અરજણને એણે જે રીતે બચાવ્યો એ બાબત સાબિતીરૂપે આગળ ધરી. અને પછી આખીય વાતનો સાર કાઢતાં ઉમેર્યું : 'એ માણસ આપણી રીતે એટલે કે દાંભિક રીતે વર્તતો નથી માટે જ એ આપણાથી જુદો પડે છે. બાકી સચ્ચાઈમાં એ આપણા કરતાં કેટલાં ય ડગલાં આગળ છે. આ સિવાય એનામાં ઈર્ષા નથી કે અહંકાર પણ આપણા જેવો તો નથી જ.'

બાપાને તથા આગેવાનોને મહારાજની વાત સાવ સાચી લાગતી હતી છતાં ય ભેરવ એમને જુદો ને જુદો જ લાગતો હતો. બાપાએ કહ્યું પણ ખરું : 'એ બધી વાત ખરી બાવજી, પણ એ માણસ આવ્યો છે જ કોઈ ખરાબ ચોઘડીએ. જ્યાં જ્યાં એ જાય છે ત્યાં કાંક ને કાંક વિઘ્ન થયા વગર નથી રહેતું.'

'પણ બીજી બાજુ વિઘ્નનું નિવારણ પણ ચટ દેતુંકને થાય છે ને, જેસળ ? અને તે પણ ભેરવના જ હાથે.'

'એં બાવજી !' હરિભાઈએ મહારાજ આગળ ડોક લંબાવી છૂપા સાદમાં પૂછ્યું, 'આ માણસ પોતે ને પોતે ઊભું કરતો હોય ને પોતે જ પાછો ઠેકાણે પાડતો હોય એવું કેમ ન બને ?'

'ના રે ના. મેં તમને અનેક દાખલા આપીને સમજાવ્યું કે એનામાં જૂઠ કે બનાવટ તો છે જ નહિ' ક્ષણેક થંભી મહારાજે ઉમેર્યું : 'ને એટલે જ એ આપણાથી જુદો લાગે છે ને ભય પણ એનામાં જે પ્રાણની શક્તિ છે એ આપણે આ પહેલાં કદી જોઈ નથી માટે જ લાગે છે. બાકી અસલમાં તો આપણને આવા શક્તિશાળી માણસ માટે માન થવું જોઈએ ને આવો માણસ ગામમાં હોય તો અભિમાન પણ લેવું જોઈએ.'

આ પછી મહારાજ બાપાને એક તરફ લઈ ગયા ને ભેરવની સચ્ચાઈ તથા નિર્મળતાના દાખલારૂપે રજપૂતના કુટુમ્બની ને ખોવાયેલા છોકરાઓની વાત કરતાં ઉમેર્યું : 'મેં તો એને આડકતરી રીતે સલાહ પણ આપી હતી કે ભૂતકાળ યાદ ન આવતો હોય તો કંઈ નહિ, તું તારે આ રજપૂતનો ભૂતકાળ ઓઢી લે માથે. પણ એ માણસ તમારી દીકરીને સાચા દિલથી ચાહે

છે માટે જ જૂઠામાં પગ મૂકવાની ના પાડીને ઊભો રહ્યો. માટે મને પૂછો તો ભેરવનો સ્વીકાર કરો.

'વિચાર તો ઘણોય કરીએ બાવજી, રતનની માનો પણ વિચાર થયો છે પણ અરજણનું ?... એક તો મેં સામેથી એનાં માબાપને સગપણ માટે પૂછેલું ને એમાં વળી આજે તો આપણા જ કામમાં એ બાપડો મરતાં મરતાં બચી ગયો છે.'

થોડીક વારના મૌન પછી મહારાજે કહ્યું : 'તમારો વિચાર હોય તો હું ને શામળ એને ઘેર જઈને બે વાતો કહી જોઈએ.'

બાપા પણ હવે ગણતા હતા કે છોડી પોતે પોતાની હઠ છોડવાની નથી, વળી એની મા પણ ભેરવ તરફ ઢળી છે ને બાવજી જેવા આગેવાન ગણાતા પુરુષનું મન પણ ભેરવ તરફી લાગે છે તો ભગવાનની જેવી મરજી. છોડી જ પોતે દીવો લઈને કૂવામાં પડવા નીકળી છે પછી આપણી ના ક્યાં સુધી ચાલવાની છે !'

મહારાજ આગળ બાપાએ છેવટે પોતાની પણ સંમતિ આપી : 'તમારો બધાનો મત મળતો હોય તો જાઓ ને અરજણના બાપાને સમજાવો, જો રાજીરંગે માનતા હોય તો.'...

અરજણને ઘેર પણ આ જ વાતો ચાલતી હતી. એ લોકોને તો વળી છોડી જ ખુદ અપશુકનિયાળ લાગતી હતી. ગઈ સાલ લગ્નસરામાં રતનનું માગું કરવાનો વિચાર ચાલતો હતો એવામાં ધીલન માંદો પડ્યો. એ પછી દિવાળીમાં સગપણની વાત ચર્ચવી હતી પણ રૂપાને ને અરજણને ઝઘડો થયો હતો એટલે વાત થોડીક લંબાઈ હતી. ને હોળી પછી વાત શરૂ કરી ત્યાં તો અરજણની માસી દેવલોક પામી ને આ પછી વળી કોઈ ન કલ્પે એવો ભેરવનો ડખો ઊભો થયો...

દીકરાને વાગ્યાના સમાચાર સાંભળી આ જાતની ગણતરી સાથે હાય વોય કરતી ઝોક તરફ જોઈ રહેલી અરજણની મા મોટિયારોના સહારાથી ઘેર આવતા અરજણને જોઈ કહેવા લાગી : 'પેલો મૂઓ વાયરે ઉડેલો જતો હતો ત્યારથી જ મારા દિલમાં ધ્રાસકો પડ્યો હતો તે છેવટે મારો દીકરો જ–'

અરજણે માને ડરતાં કહ્યું : ‘સમજ્યા વગર બોલ ન મા. એણે તો ઊલટો મારો જીવ બચાવ્યો છે.’

મા હવે દીકરા ઉપર ઊખડી : ‘હું તને ક્યારની ય કહેતી હતી કે ઘૂઘરિયાળીનું નામ છોડ પણ તું જ આંધળો થયો હતો તે ભોગવ હવે.’

આનો મતલબ અરજણ કંઈ સમજ્યો નહિ. આખું શરીર કળતું હતું છતાંય એણે સવાલ કર્યો : ‘ઘૂઘરિયાળી શું કરે બાપડી ?’

ચોપાડમાં ખાટલો ઢાળતાં મા બોલી : ‘એ જ અપશુકનિયાળ લાગે છે. હવે મને ખબર પડી. જોતો નથી આજે જ્યારે વાત પાકી પૂછવા ગયા ને જ મોત આવીને ઊભું રહ્યું એ ?’

‘લવારો કર્યા વગર રે’ મા. મારા જીવને ઊલટાનો તું ઉકાળે ચઢાવે છે.’

ત્યાં તો ખેતરેથી અરજણના બાપા આવી લાગ્યા. ખાટલામાં પડેલા અરજણની સ્થિતિ જોઈને એ વળી અરજણ ઉપર ઊખડી પડ્યા : ‘બંકો થઈને ફરતો’તો તે ખાધોને લાડવો હવે ? વગર વિચાર્યું માથું ઘાલવા ગયા તો ખા હવે ! લોહી નીકળે એ સારું પણ મૂઢ માર ખોટો’–

આવા આવા બબડાટ સાથે એમણે અરજણનો ખટલો ઘરમાં લીધો. આ પછી ગામમાંથી ઊંચી જાતનો દારૂ મેળવ્યો ને અરજણના અંગે દારૂ ચોળી થોડોક એને પાયો પણ ખરો. આ પછી થોડુંક સાન્તવન આપી બહાર નીકળતાં કહ્યું : ‘સૂઈ જા હવે આખો મીંચીને.’

પતિ-પત્ની સંતલસ કરવા વળ્યાં. પત્નીનું કહેવું હતું કે રતની અપશુકનિયાળ છે; જ્યારે પતિનું કહેવું હતું : ‘સારા સારા માણસો જેસળને ઘેર પૂછવા કાઢ્યા છે ને હવે આપણે ના પાડીએ તો જનારની કેવી કિંમત થાય !...

ત્યાં તો જમીપરવારીને ખુદ વડસાળિયા જ મહારાજ તથા શામળ-ધીલનને ત્યાં આવી બેઠા. અરજણની તબિયતના સમાચાર પૂછવા આવ્યા હોય એ રીતે મહારાજે સવાલ કર્યો : ‘કેમ છે અરજણને ?’

‘દવાદારૂ કરીને જપાડી દીધો છે, બાવજી.’ ધીલને બાવજી પાસેથી ચલમ લેતાં કહ્યું.

ધીલન ઘરમાં ચલમ ભરવા ગયો તો પત્નીએ વળી પોતાનો લવારો મહારાજ આગળ ઠાલવવા માંડ્યો, કે' છેઃ 'કોણ જાણે બાવજી, કયા શુકનમાં જેસળની છોડીની વાત ઉપાડી છે તે એક પા તમને બધાને પૂછવા મોકલ્યા ને બીજી પા આ થતુંકને ઊભું રહ્યું.'

જે માટે પોતે આવ્યા હતા એ વાતને મદદરૂપ થાય એવી અરજણની માની વાત સાંભળીને મહારાજને થયું કે ખોડિયાર આપણી મદદમાં છે. છતાંય એમણે શરૂઆતમાં તો મોળો જ હુંકારો ભર્યો : 'હોય ત્યારે અરજણની મા !'

ધીલને ચલમ સાથે બહાર આવતાં, આ જ વાત આગળ ચલાવી : 'ખેલ તો જુઓ, બાવજી ? કાલે જ આપણે આ વાત છેડવી હતી પણ આપને બિલાડીઓ આડી ઊતરી એટલે પડતી રાખી ને આજે જ્યારે નવેસરથી પૂછવા મોકલ્યા ત્યારે ખુદ છોરા ઉપર જ વિઘન આવીને ઊભું રહ્યું છે.'

શામળભાઈ માટે બિલાડીઓની વાત નવી હતી. અંદરખાનેથી ખુશ થતાં બોલી ઊઠ્યા : 'શુકન તો શુકન છે, ધીલન ! ભગવાન આપણને આગળથી ચેતવે છે પણ આપણ જ આપણી મમત નથી છોડતા પછી ભગવાન બાપડો શું કરે ?'

ધીલને હવે શામળ આગળ પેટછૂટી વાત કરી. 'મમત તો શામળભાઈ, હું કાંઈ કરું એવો નથી પણ છોરો અમારો લઈ બેઠો પછી આપણે ય બાવજી, મોટા જોટા છોરાની વાત માનવી જ પડે ને ?'

મહારાજે પોતાની વાત આગળ કરવા માંડી. કહે છે : 'માનવા જેવી હોય તો માનીએ ધીલન, ને ન માનવા જેવી હોય તો ન માનીએ.'

મા બોલી : 'એમ એમ ગણીએ છીએ કે ગયા વરસથી આ વાત ચાલતી હતી એટલે પછી–'

મહારાજ વચ્ચે બોલ્યા : 'મારો વિચાર તો આજે ય આ વડસાળમાં આવવાનો ન હતો, પણ હરિભાઈ આવીને બેઠા એટલે મારે ના છૂટકે આવવું પડ્યું.'

'શું નક્કી થયું બાવજી ?' માએ મૂળ સવાલ ઉપાડ્યો. જો કે મનોમન તો એ ભગવાનને પ્રાર્થતી હતી કે લોકો વાતો લાવે છે એમ છોડી જો પેલા ભેરવને પૈણવા માગતી હોય તો પાપ ગયાં !

'હજી બધું ગોળગોળ છે, અરજણની મા !'

'છોડી શું કહે છે ?' ધીલને પૂછ્યું.

મહારાજ પણ આખર તો વડસાળિયાના શાંગમાં હતા ! કહે છે : 'છોડી તો લાખ કહે પણ છોડીનું કર્યું ઓછું થાય છે ?'

ધીલને પોતાનો મતલબ સાધવા માંડ્યો. કહે છે : 'સરળતાથી થતું હોય તો ઠીક બાવજી, બાકી ઝઘડામાં આપણે–'

મહારાજ હસવા લાગ્યા : 'તમે તો સમજુ છો પણ છોકરો તમારો હઠે ભરાયો છે. પછી તમારું ને મારું ચાલવાનું શું છે ?'

'હાં બાવજી ! પણ આપ જેવા જો એને બે વાતો કહીને સમજાવો તો – અમારો તો હવે તલભારેય વિચાર નથી.' માએ પેટની વાત કહી દીધી.

મહારાજે આનંદને બદલે ગંભીરતા ધારણ કરી ધીલનનો હુંકારો માગતાં પૂછ્યું : 'હેં ધીલન ?'

ને ધીલને પણ પોતાનો બચાવ કરતો હોય એ રીતે ના કહેવાનાં બે-ત્રણ કારણ આપી ઉમેર્યું : 'એટલે જો આપ આ બધું છોકરાને ગણાવીને એને જો મનવી લો તો આપના જેવું કોઈ નહિ, બાવજી.'

'મનાવીએ તો છોરાને, ક્યાં છે ?'

'અંદર છે બાવજી.' આમ કહી ધીલને પત્નીને ઉદ્દેશી : 'જુઓ જો જરા જાગ્યો છે ?... જાગ્યો હોય તો કહો કે બાવજી તને બે વાતો–'

ત્યાં તો અંદરથી અરજણનો જ અવાજ આવ્યો : 'કશું કે'વાની જરૂર નથી, બાવજી.' આ સાથે જ એ ભાંગેલી ચાલે ઉંબર ઉપર આવી ઊભો. બારશાખનો ટેકો લેતાં બોલ્યો : 'જે માણસે મને મોતના મોંમાંથી બચાવ્યો છે એની આડે તલભારે ય મારે હવે આવવું નથી. માટે થતું હોય તો મારા બદલે ભેરવનું જ ગોઠવી આપો.' ને લાગલો અરજણ અંદરની પા ચાલતો થયો.

પેલા ચાર જણાનો આનંદ પણ દિલમાં જાણે સમાતો ન હતો. મહારાજ શામળ સામે જોઈને બબડ્યા પણ ખરા : 'આનું નામ ખોડિયાર, શામળ !'

□

૧૭

ભેરવ સાથે રતનનું નક્કી કરતી વખતે બાની આંખમાંથી ચોસર ધાર વહેવા લાગી, ખુદ બાપાની આંખો પાણીભીની થઈ આવી.

મા જાણે કે વિલાપ કરતી હોય એ રીતે કહેતી હતી : 'અરેરે આવી મારી લાડકી દીકરીને આખરે હાથેપગે હોય એવા માણસ સાથે વરાવવાનો વારો આવ્યો !'

હાથેપગેનો અર્થ મહારાજ અને ગામના આગેવાનો પણ સમજતા હતા. સમાજના રિવાજ પ્રમાણે વર પક્ષે કન્યાને સગપણ વખતે દાગીના ને કપડાં ચઢાવવાનાં હોય છે. પણ સહુ કોઈ ભેરવને પૂછ્યા વગરે ય પામી ગયા હતા કે આ ફક્કડ માણસ ક્યાંથી દરદાગીના લાવવાનો છે ? કપડાં તો કદાચ બાવજી જેવાની મદદથી લાવી શકે પણ ટોપલું ભરાય એટલા સોનાચાંદીના આભરણ એને કોણ આપવાનું હતું ?

મુખી જેવાએ અડધા વ્યંગમાં તો અડધા સત્યમાં કહ્યું પણ ખરું. 'ભાઈ, માણસ જ દીકરીએ એવો પસંદ કર્યો છે કે પહેરવા ઓઢવાના ઓરતા રાખે તો દીકરી જ પોતે મૂર્ખ ગણાય !'

છતાંય મહારાજે ભેરવને બોલાવીને કહેવા ખાતર કહ્યું : 'જો ભાઈ, રતનનું સગપણ તો જાણે તારા ગુણ જોઈને કરીએ છીએ પણ સમાજના રિવાજ પ્રમાણે તારે એને કપડાંલત્તાં ને દરદાગીના ચઢાવવા જોઈએ એનું શું ?'

'ચઢાવીશ, બાવજી.'

ભેરવનો બેધડક જવાબ જોઈને હરિભાઈ મૂછમાં હસ્યો. તો

શામળભાઈ વળી આંખો ફાડીને મુખી સામે તાકવા લાગ્યો.

બાવજીએ પણ હસવું ખાળ્યું, પૂછ્યું : 'ચઢાવીશ એમ તો કહી નાખ્યું પણ લાવીશ ક્યાંથી ?'

'લાવીશ બાવજી.'

પહેલા જવાબથી તો આ લોકોને હતું કે આ અડબંગ માણસ ધૂનમાં ને ધૂનમાં બોલી ગયો છે કે ચઢાવીશ બાવજી. પણ બીજી વારે ય એણે, 'લાવીશ બાવજી' કહ્યું ત્યારે સહુ કોઈ વિચારમાં પડી ગયા.

મહારાજને તો હજી એમ જ હતું : આને બિચારાને ખ્યાલ જ નહિ હોય શું શું જોઈએ છે ? પૂછ્યું : 'તને ખબર છે શું શું જોઈશે એ ?'

'ના બાવજી, કહો મને, શું શું જોઈશે ?'

મહારાજે શામળભાઈ તથા મુખી સામે જોયું. શામળભાઈએ હરિભાઈને કહ્યું : 'બોલો હરિભાઈ, દાગીના ગણાવો આ ભેરવને.'

હરિભાઈએ ઠાવકું મોં રાખી ભેરવ સામે જોઈને કુંવરબાઈની સાસુની જેમ કહેવા માંડ્યું : 'જો ભાઈ, ગાડાનો સરાજમ (સરંજામ) ને બૈરાનો શણગાર ! કોઈએ પૂરો કર્યો નથી ને કરશે ય નહિ. પણ હું તને ઓછામાં ઓછું ગણાવું છું.'

અને પછી હરિભાઈએ માથે ગૂંથવાના સોનાનાં બોરથી લઈને તે ગળા-હાથનાં આભરણ અને પગે પહેરવાનાં કડલાં, સાંકળાં, ઝાંઝર વગેરે ગણાવતાં ગણાવતાં હાથ-પગની આંગળીઓની જાત જાતની વીંટીઓ તથા જોડવાં સુધ્ધાં અનેક ચીજો ભેરવને જાણે, આઘાત આપવા માગતો હોય એ રીતે ગણાવી દેખાડી.

મહારાજને હતું કે આટલું બધું સાંભળીને ભેરવ હેબતાઈ રહેશે. આ હિસાબે લાગલું એમણે ઉમેર્યું : 'આમાંથી હવે તારાથી જે બને એ.'

પણ ભેરવે તો એવી રીતે જવાબ આપ્યો કે ડાબા હાથનો ખેલ જાણે. કહે છે : 'બધું જ બનશે.'

આ માણસની ભાષા અને સીકલ જોઈને શામળભાઈને એવી તો ખીજ ચઢી ! કહી નાખ્યું : 'બસ ત્યારે લઈ આવજે જા. બોલો બાવજી, ક્યારનું રાખવું છે ?'

'પૂછો ભેરવને. એને આ બધું સંપાડતા ઘડાવતાં–'

ત્યાં તો ભેરવ બોલી ઊઠ્યો : 'કાલ કહો તો કાલ, બાવજી.'

'બસ તો. કાલ જા.' મહારાજે પણ આછી શી ચીઢ સાથે જવાબ આપ્યો. ઊઠવાની તૈયારી કરતા જેસળને પણ કહ્યું : 'હાસ્તો, ધરમના કામમાં ઢીલ શી હવે ?'

મા સામે જોઈને પૂછ્યું : 'બરાબર છે ને કાલ, રતનની મા ?'

ભેરવના ફટોફટ જવાબથી મા પણ થોડીક ચીઢાઈ હતી. એણે પણ કહી નાખ્યું, 'મહુરત સારું આવતું હોય તો કાલ ત્યારે.'

ને મહારાજે પછી વાર તથા ચોઘડીયું જોઈને કાલ સાંજનું નક્કી કરી ગોળ પણ વહેંચાવ્યો.

આગેવાનોને ઊઠવાની તૈયારી કરતા જોઈ ભેરવે મહારાજને વિનંતી કરીને : 'ભેગાભેગી લગનનું પણ કરી નાખ્યું હોત તો, મહારાજ ?'

મહારાજ ખીજાયેલા હતા. કહે છે : 'કાલે તું માગ્યા પ્રમાણે પલ્લું લાવીશ તો પહેલા મહુરતે લગ્ન જા. કેમ જેસળ, બરાબરને.'

'હા હા વળી. લગન હવે લેવું જ છે તો વહેલું શું ને મોડું શું ?' જેસળે કહ્યું. એને હવે ભેરવ માટે થતું હતું : 'એની પાસે પૈસાનું જોર હોવું જ જોઈએ. એ વગર આમ બેધડક જવાબ આપે નહિ ?'

લોકો પણ હરિભાઈએ ગણાવેલા બમણા દોઢા દાગીનાનો વિચાર કરતાં ભેરવ માટે કોઈ શંકા સેવવા લાગ્યા તો કોઈ વળી શ્રદ્ધા પણ ધરાવતાં હતાં : 'દર દાગીના હોય પણ ખરા. બાહુનો એક તો બળિયો છે ને છે ય પાછો ફક્કડ માણસ. પૈસો ભેગો કર્યો પણ હોય !'

જ્યારે શંકાવાળાં હસતાં હતાં : 'કંઈ નહિ ભાઈ, જોજોને કાલે. સગપણની વેળા થશે એટલે આવીને હાથ હલાવતો ઊભો રહેશે. એ ય જાણે છે કે ખુદ ખૂંટો (રતન) મજબૂત છે પછી કોણ શું કરવાનું છે ?...'

ગામલોકો જ નહિ ખુદ ઘરનાં માણસો પણ શંકા સેવતાં હતાં.

જ્યારે રતન તો વળી મનોમન ભેરવને ઠપકો જ આપતી હતી : 'ક્યાંથી તું આટલા બધા દરદાગીના લાવવાનો છે ?... એના કરતાં એમ જ કહેવું હતું ને કે કમાઈને પછી ઘડાવીશ... બીજો કોઈ ધંધો તું નહિ કરે ને

આખા ગામમાં ઢોર ચરાવીશ તોપણ અડધા દાગીના તો એક વરસમાં જ ઘડાવી શકીશ.'

અને પછી રતન પણ આનંદ મનાવવાને બદલે ઊંચા શ્વાસે કાલની વાટ જોવા લાગી.

સવાર થયું ને ભેરવ આવ્યો. એના હાથમાં કશાકની કોથળી હતી. રતન એને કંઈ પૂછે એ પહેલાં એણે જ સવાલ કર્યો : 'ક્યાં ગયાં મા, રતન ?'

'રસોડામાં છે. કેમ ?'

'બોલાવને જરા.'

'શી વાત છે, મને તો કહે ?'

'ના, તને કહેવા જેવી નથી.' ભેરવની આંખોમાંથી છલકાઈ રહેલો પ્રેમ રતન જાણે જીરવી શકતી ન હતી.

રતનને તો દાગીના માટે ભેરવે હા ભણી એ બદલ ઠપકો કરવો હતો. ત્યાં તો ભેરવે ઉમેર્યું : 'આ થોડાક પૈસા છે તે તું ને મા તારા માટે કપડાં દુકાનેથી લઈ આવજો. આપ માને, લે.'

રતનના આનંદનો પાર ન હતો. પૈસાની કોથળી લેવાને બદલે માને એણીએ હાંક પાડી : 'મા, ભેરવ આવ્યો છે તે બોલાવે.'

માના ચિત્તમાં ન આનંદ હતો કે ન હતો વિષાદ પણ. એને તો હવે એમ જ હતું : 'જેમ તેમ કરીને દીકરીનું ઠેકાણું પડી જાય તો લાયમાંથી નીકળી જઈએ. પછી દીકરીનું તકદીર દીકરી પાસે. દુઃખી થશે તો ય આપણે શું કરીએ. એણીએ હાથે કરીને વહોર્યું છે તો એ જાણે.'

સાડલાના છેડે હાથ લૂછતી માએ પ્રયત્ન કરીને હસતું મોં રાખ્યું હતું : 'શું છે ભેરવ ?' એને તો હતું કે વિધિની આને ખબર નથી એટલે કશુંક પૂછવા આવ્યો હશે. ભેરવની જરા દયા પણ આવી : 'એ બિચારો વહેવારની ગૂંચ બીજી કોને પૂછે ય ?'

ત્યાં તો ભેરવે વજનદાર કોથળી મા તરફ લંબાવી કહ્યું : 'આ થોડાક પૈસા છે તે તમે ને રતન દુકાને જઈને જોઈતાં કપડાં વહોરી લાવજો.'

માએ ખચકાતા મને કોથળી લીધી. વજન જોઈને સવાલ કર્યો :

'પરચૂરણ છે કે શું બધું ?'

'ના રે. રૂપિયા છે બધા ય.'

'ઓ ! દાગીના ય આમાંથી ઘડાવવા છે એમ જ કહોને ?'

'ના ના મા. દાગીના તો હું ઘડેલા લાવવાનો છું. આ તો ફક્ત કપડાંના જ છે. જઉં ત્યારે.'

ને ચપ દેતોકને ભેરવ પાછો ફરી ગયો, મા-દીકરીને બેઉને રૂપિયા ભરેલ કોથળી તરફ તાકતાં મૂકીને !

રતન જેટલી ખુશ થઈ એટલી જ મા પોતે વિચારમાં પડી ગઈ હતી.

ઝોક ઉપરથી પતિ આવ્યા ત્યારે પણ એ વિચારમાં બલ્કે વિષાદમાં હોય એ રીતે જ બોલી : 'રતનનાં લૂગડાં માટે ભેરવ રૂપિયા આપી ગયો છે.'

'આપણે રૂપિયાને શું કરવા છે ?' પતિએ આછા શા અણગમા સાથે કહ્યું.

'આપણને નથી આપ્યા પણ આપણે દુકાને જઈને એ રૂપિયાનાં લૂગડાં રતન માટે વહોરવાનાં છે.'

'એ તો હવે સમજ્યા. એના પક્ષમાં કોઈ નથી એટલે-બરાબર છે. રતનને લઈને જજો ને એને ગમે એવાં વહોરી લાવજો.'

'રૂપિયા તો ગણો કેટલા છે ? એ રહી કોથળી મજૂસમાં.'

'એણે (ભેરવે) તમને કહ્યા હશેને ?'

'કશું બોલવા-કહેવા રહ્યા નહિ ને કોથળી આપીને ફરી ગયા પાછા.'

મજૂસમાંથી કોથળી કાઢતાં જ પતિથી બોલાઈ ગયું : 'ભાર તો ખાસ્સો લાગે છે.'

'હું ય એ જ કહું છું ને ?'

'પરચૂરણ હશે.' પતિએ કોથળી છોડતાં કહ્યું.

'ના, બધા જ નગદ છે.'

પતિએ જમીન ઉપર કોથળી ઠાલવી તો બધા જ રોકડા હતા. ઉપરાંત ઘણા સમયથી સાચવેલા હોય એ રીતે કાળા પડેલા પણ લાગતા હતા. 'મને લાગે છે, દાગીના પણ આમાંથી જ લેવાના હશે.' જેસળ બોલ્યો.

'ના, લૂગડાં માટે જ છે. એણે ચોખ્ખું કહ્યું છે.'

'તો પછી સગપણનાં ને લગ્નનાં એમ બધાં જ લૂગડાં એક સામટાં વહોરવાનાં હશે.'

માની અક્કલ ઠેકાણે આવી હોય એ રીતે કહ્યું. 'એમ જ હશે. એણે જો કે ચોખવટ નથી કરી પણ રૂપિયા જોઈને મને ય હવે એમ લાગે છે.'

'પરવારીને જાઓ તો પછી દુકાને. રતનને ય લેતાં જાઓ ને પેલી ફળીમાંથી દિવાને ને શામળભાઈનાં વહુને ય બોલાવતાં જજો !'

'ભેરવ લાગે છે તો પાકો.' મા બબડી.

'કેમ ?' પતિએ પૂછ્યું.

'જુઓને તો. સગપણ ને લગન બધું ય એણે એક સાથે ઊજવવા માંડ્યું છે.'

'મને પૂછો તો ય હવે લગન પણ વહેલું ઊજવી નાખો. ચોમાસુ માથા ઉપર ઊભું છે ને રહી જશે તો દીવાળી સુધી પત્તો નહિ ખાય.'

'જોઈએ હવે સાંજે એ દાગીના કેવા લાવે છે ને–'

પતિએ વચ્ચે બોલતાં કહી નાખ્યું : 'કશું જ હવે જોવું નથી.' બે પાંચ ક્ષણ રહી ઉમેર્યું : 'હવે તો ફક્ત જોવાનું એટલું છે કે પરણ્યા પછી દીકરીને સુખ પડે છે કે દુઃખ, એ સિવાય બીજું કશું જોવું નથી.'

'કેમ કશું જોવાનું નથી ?' પત્નીનો અવાજ કડક હતો. ઉમેર્યું : 'દરદાગીના વગર દીકરી ખરસાંડી જેવા અંગે જશે ?'

'એવી જાય તો ય આપણો એમાં ઓછો વાંક છે ?' લાગલું પતિએ ઉમેર્યું : 'પણ એવું સાવ નહિ હોય. લૂગડાંના આ પૈસા જોતાં મને હવે લાગે કે એની પાસે દરદાગીના જરૂર હશે. થોડાક ઓછા હોય એ જુદી વાત છે.

પતિની આ વાત પત્નીને પણ બેસી ગઈ. બોલી : 'મને ય એમ જ લાગે છે. આખો અવતાર કૂટાયો છે તે પાસે કંઈક હશે જ. એ વગર ખાલી હાથે કોઈ કાંઈ કહે નહિ કે તમારી દીકરી પરણાવો.'

'જોઈએ છીએ મામાનું ઘર કેટલે તો દીવો બળે એટલે. આજ સાંજે એની મૂડીનો ખ્યાલ આપણને આવી જશે.'

રસોઈ-જમવાનું પતાવી પત્નીએ વહોરાચાર કરવા જવાની તૈયારી

કરતાં પતિને પૂછ્યું : 'શું કરવું છે ? સગાઈનાં જ એકલાં લૂગડાં લાવું કે લગ્નનું દેજ પણ ભેગાભેગી વહોરી લાવું ?'

'વહોરી જ લાવો રૂપિયા છે તો.'

'મને ય એમ જ છે.' પત્નીએ પાલવ ખોસતાં કહ્યું.

રતનને પણ એણે ઝોક ઉપરથી બોલાવી લીધી ને માલીની બા તથા શામળભાઈની વહુ સાથે બધાં દુકાન ઉપર જઈ બેઠાં.

વેપારીએ કપડાં કાઢવાની તૈયારી કરતાં સવાલ કર્યો : 'બોલો કાકી, ઊંચામાં ઊંચાં બધાં કાઢવાં છે કે વચલા વળનાં દેખાડું.'

કાકી પહેલાં દિવા બોલી : 'અલ્યા ભાઈ, જોયા વગર શી અમને ગમ પડશે ઊંચામાં કેવાં છે ને વચલા વળમાં શું શું છે ?'

રતનની બા બોલી ઊઠી : 'ઊંચામાં જ કાઢો, ભાઈ.'

દિવાની આંખો ચાર થઈ બેઠી. શામળભાઈની વહુને કોણી મારતાં રતનની માને સવાલ કર્યો : 'લૂગડાં આ તમારા તરફથી લો છો કે જમાઈ વતી, રતનની મા ?'

'જમાઈની વતી, દિવાબુન. એના પક્ષમાં કોઈ નથી એટલે મને કહ્યું કે લો આ પૈસાને–'

'તો પછી પૈસા પહોંચે એમ કરજો.' શામળભાઈની વહુએ જાણે સલાહ આપી.

'પૈસા તો-સગાઈનાં ને દેજનાં લૂગડાં લેતાંય વધશે એટલા રૂપિયા આપી ગયો છે.'

દિવાની આંખો ચારમાંથી આઠ થઈ બેઠી. શામળભાઈની વહુ સામે માંડેલી બે-પાંચ પળની મીટ પછી મૂર્છા વળી હોય એ રીતે બોલી : 'શું કહો છો ? ભેરવ એટલા બધા રૂપિયા આપી ગયો છે એમ ?'

માને બાપડીને બેઉ પાનું દુઃખ હતું. ભેરવના પૈસાની વાત કરે છે તો આ લોક કહેશે કે રૂપિયા જોઈને હવે જમાઈ ગમવા માંડ્યો છે ને નથી કરતાં તો દીકરી બાજુમાં જ બેઠી હતી. ને સાચું હતું એ કહી જ નાખ્યું પાલવમાંથી કોથળી બહાર કાઢી વચ્ચે મૂકતાં બોલ્યાં : 'આ રહ્યા. કાંઈ ખોટું કહું છું ?'

કોથળી જોઈને દિવા તથા શામળભાઈની વહુ જ નહિ, ખુદ વેપારી પણ દિંગ થઈ રહ્યો. પોતાની જાતને કહેતો હોય તેમ ઊભો થતાં બોલ્યો પણ ખરો : 'તો તો પછી કિનખાબનાં જ કાઢવા દો ને ?'

દિવા તથા શામળભાઈની વહુ અસલ કિનખાબનાં ઝાકમઝોળ કપડાં જોઈને સમણાંમાં જ પડી ગયાં.

જ્યારે રતનની મા ઊંડે ઊંડે ધ્રાસકા સરખું અનુભવી રહી.

ખુદ રતનને પણ સૂઝ ન પડી : આવાં મોંઘાં કપડાં જોઈને ખુશ થવું, શરમાવું કે–

એકાએક એને યાદ આવ્યું : ભેરવે એક વખત ગોવાળી કરતાં આવું કંઈક કહ્યું હતું : 'દરિયામાંથી મોતી લાવીશ, ધરતી ખોદીને ધન લઈ આવીશ-ને ભેરવનો એ સમયનો જોસ્સો ઓઢી રતન મનોમન બબડી રહી : 'કાંઈ કોઈના ચોરીને ઓછો લાવ્યો હશે ?'

અને જ્યારે આ લોકો કપડાં વહોરીને ઘેર જવા નીકળ્યાં ત્યારે કોણ જાણે કેવી રીતે કિનખાબનાં આ કપડાંની લોકોને ખબર પડી હતી કે આખાય ગામનું સ્ત્રીવૃંદ જાણે વાટ જોઈને ઘર બહાર નીકળી ઊભું હતું.

પછી તો પસાર થતાં એ ઊભે રસ્તે એકે જોયું, બીજીએ જોયું ને ઘડીકમાં તો આખું ફળું રસ્તા વચ્ચે લૂગડાં જોતું ટોળું થઈને ઊભું રહ્યું !...

આખું ય ગામ આ એક જ વાતને ચગડોળે ચઢ્યું હતું. ભેરવે રતન માટે નકરું કિનખાબ વહોર્યું છે. આવાં મોંઘાં લૂગડાં તો ગામના નગરશેઠની દીકરી લીલી પરણી ત્યારેય કોઈએ નહોતાં જોયાં...

અને આમ અત્યાર સુધી જે ભેરવ અજાણ્યો લાગતો હતો એ આજે આખા ય ગામને ભેદી માણસ પણ લાગવા માંડ્યો.

ઓછું હોય તેમ ગામનું લોક મેળે જવાની તૈયારી કરતું હોય એ રીતે સાંજ ટાણે જેસળને ત્યાં થનાર સગપણની વિધિ જોવા તલપાપડ થવા લાગ્યું : 'જોઈએ તો ખરાં ! લૂગડાં આવાં લીધાં છે ત્યારે ઘરેણાં તો વળી કેવાંક હશે !'

□

૧૮

સગપણની વિધિ માટે બ્રાહ્મણ તરીકે મહારાજ હરિભાઈ સાથે આવી પહોંચ્યા.

મહારાજને અહીં આવ્યા એ પહેલાં ભેરવને મળવું હતું પણ ગઈ સાંજથી એનો ક્યાંય પત્તો નો'તો. રાતે તપાસ કરી તો ઓટલા ઉપર પણ એ હતો નહિ. સવારમાં ગાયો ચરાવવા છોડી ત્યારે પણ ગામનો એક છોકરો આવ્યો હતો ને ભેરવ વગડામાં સીધો જ આવવાનો છે એમ કહી ગાયો લઈને ગયો હતો.

ગઈ કાલે સગપણનું નક્કી કર્યું ત્યારે તો મહારાજને હતું કે એ જો મદદ માગશે તો થોડીઘણી કરીશું. એમણે તો ભેરવના વ્યવસાય માટે પણ આખા ગામની ગોવાળી સોંપવાનું મનોમન નક્કી કર્યું હતું ને એમાંથી થનાર ઊપજનો હિસાબ ગણીને બાર મહિનાની બચત જેટલું પોતે કરજ અપાવવું એમ પણ ગોઠવ્યું હતું. પણ ભેરવ જ અત્યાર સુધી ન મલ્યો ! કોની સાથે વાત કરે ?

આજે સવાર સુધી ભેરવનો પત્તો ન ખાતાં મહારાજને જાત જાતના સવાલો ઊઠતા હતા. એમાં એક આ પણ હતો : 'કે પછી ધીલન જેવા કોઈએ એનો ઘડોલાડવો કરી નાખ્યો ?'

ધીલનની ને એની પાછળ એના દીકરા અરજણની માથાવટી મેલી હતી. વીસેક વર્ષ ઉપર દીકરાની તોલની નગરશેઠની એકની એક દીકરીનું ખૂન થયું એની પાછળ લોકોમાં ધીલનનું નામ પણ બોલાતું હતું. લીલીના વરની ઊઠબેસ ધીલનને ત્યાં રહેતી હતી એ હિસાબે સરકારે ધીલનને

પૂછતાછ કરી હતી; પણ લોકો વાતો કરતા હતાં કે, લીલીના વરે એને ધીલને અમલદારોનાં મોં પૈસાથી ભરી દીધાં હતાં. ને એવી વાત પણ વહેતી થઈ હતી કે લીલીનું ગળું રાતમાં ભૂતવંતરાંએ દબાવી દીધું હતું.

ગમે તેમ પણ ધીલનના આ સાચાખોટા ભૂતકાળને લીધે મહારાજને ભેરવ માટે થોડીક શંકા ઊઠી : 'ધીલન સાલો છે દંશીલો. એના ખેડૂતો પણ અડધા ચોરલૂંટારુ છે ને ભેરવનો ઘાટ ઘડી પણ નાખ્યો હોય... ભેરવ ઘણો ય શૂરો છે પણ ઝાઝા માણસો આગળ એનું કેટલું ઊપજી શકે ! કાં તો બળથી નહિ ને કળથી પણ ઠેકાણું કરી દીધું હોય !...

ત્યાં તો જેસળને ત્યાંથી હરિભાઈ બોલાવવા આવ્યો : 'પધારો મહારાજ, સગપણની વિધિ કરવા.'

'મૂળમાં સગપણવાળાનો જ તો કાલનો પત્તો નથી.' મહારાજે ઉચાટ સાથે વાત કરી.

'કેમ મહારાજ, પત્તો નથી એમ કહો છો ?'

'ક્યાં છે ત્યારે ભેરવ ?'

'એ બાપડો એકલા જીવે હજાર લાયમાં પડ્યો હશે. આવશે એની વેળા થશે એટલે સભાઈને ઘણો ય. આપ તો ચાલો !'

'સભાઈને શું કપાળ આવશે ! હજી સુધી કપડાંલત્તાંનું કે કશાયનું ઠેકાણું તો–'

હરિભાઈ વચ્ચે બોલી ઊઠ્યો : 'કપડાંનું તો થઈ ગયું મહારાજ ! વહોરાઈ ય ગયાં ને સીવાવા ય માંડ્યા છે.'

'ના ના !' મહારાજની નવાઈનો પાર ન હતો.

'ખોડિયારના સમ. જેસળની પરસાળમાં દરજી પણ બેસી ગયો છે ને મેં મારી જાતે એ મોંઘા મૂલાં લૂગડાં ફેરવી ફેરવીને જોયાં છે.'

હરિભાઈના શબ્દો કરતાં એની આંખનો ઉલાળો જોઈ મહારાજને પૂછવું પડ્યું : 'કેમ ફેરવી ફેરવીને ?'

'કારણ કે ભેરવનો ને લૂગડાનો મેળ જ નો'તો મળતો, મહારાજ !' હરિભાઈએ પોતાની ટેવ પ્રમાણે મલાવીને વાત કરવા માંડી.

'કંઈ સમજાય એ રીતે વાત કરને ?' મહારાજે ખીજ ઠાલવી.

હરિભાઈને ઊલટાની મજા આવી. કહે છે : 'સમજાય એવી વાત જ નથી. એટલે તો હું – ઠીક ! તમે જ કહો : 'ભેરવની શક્તિ કેવાં લૂગડાં લેવાની છે ?... ધારો કે ધીલનના છોરાનું ગોઠવાયું હોત તો આ બેમાં કોનાં લૂગડાં ઊંચાં હોય ?'

મહારાજ હસવા લાગ્યા. 'તું પણ હરિ, મૂર્ખામી જેવી વાત કરે છે ! અડધો નગરશેઠ જેવો ધીલન ક્યાં ને આ બાપડો ઢોર ચરાવી ખાનાર ભેરવ ક્યાં ?'

મહારાજનો એક એક શબ્દ દારૂની છાક (પ્યાલી) હોય એ રીતે પાન કરતો હરિભાઈ છોકરાની જેમ ખુશખુશાલ થઈ કહેવા લાગ્યો : 'ખોડિયારે જ આપને બોલાવ્યા, બાવજી. હેંડો હવે ઊભા થાઓ. આપ જ પોતે ભેરવનાં લૂગડાં નજરે જુઓ ને કે'જો પછી કે હરિભાઈ સાચો છે કે તૂત વાત કરતો હતો. ઊઠો.'

મહારાજને વળી ખીજ ચઢી. હરિભાઈ ભેરવનાં કપડાં વખાણે છે કે વખોડે છે એ હજી એમના હાથમાં આવ્યું નો'તું. ચીઢ ઉપર હાસ્યનો ઢોળ ચઢાવતાં બબડ્યા : 'બલા જાણે તું શું કહેવા માગે છે !' ને સવાલ કર્યો : 'ભેરવ પોતે વહોરી લાવ્યો કે–'

'ના રે ના. એ તો એની સાસુને રૂપિયાની કોથળી આપતોક ને પાછો ફરી ગયો હતો. લૂગડાં ય સગપણનાં ને લગનનાં બધાં ય વહોરાઈ ગયા છે ને દિવાભાભી કે'તાં'તાં કે એટલાં લૂગડાં વહોરતાં ય ખોબો રૂપિયો વધ્યા છે.'

'તો થોડાંક મોંઘાં લેવાં હતાં.'

'નકરું જરિયાન તો લીધું છે પછી એનાથી કેવાં મોંઘાં, બાવજી ?'

'શી વાત કરે છે ? એટલા બધા રૂપિયા એ લાવ્યો ક્યાંથી પણ ?'

'બલા જાણે પણ ગામને હવે એમ થયું છે કે લૂગડાં આવાં ઊંચી જાતનાં, ત્યારે દરદાગીનો એ કેવોક લાવશે ? હેંડો તો ખરા આપ. લૂગડાં વહોર્યાં છે એ તો જુઓ. આવાં લૂગડાં તો લીલીના લગનમાંય નોં'તાં, બાવજી.'

મહારાજને ચટપટી થવા લાગી. તૈયાર થઈને નીકળ્યા ત્યારે એમની

ચાલમાં જાણેઅજાણે ય ગતિ આવી. રવાલ ચાલે ચાલતા હરિભાઈની જબાન પણ પગની હરીફાઈ કરવા લાગી. ગામની નવાઈની ને રતનના લેખની વગેરે આગળ પાછળની વાત કરતાં હરિભાઈ કહે છે : 'ભેદી માણસ નીકળ્યો, બાવજી ?'

'કેવી રીતે ?'

'દેખાતો હતો હાથેપગે ને જુઓને એણે રૂપિયા ઠાલવી દીધા એ ?'

'હોય ભાઈ. માણસ પોતે હાડકાંનો હલાલ છે એટલે આટલી ઉંમરમાં ભેગું કરેલું આવી વખતે નહિ કાઢે તો કામ શું લાગશે, હરિ !'

'આપની વાત મારે ગળે ઊતરતી નથી મહારાજ. ભેગું કરનાર માણસ આમ હાથના મેલ પેઠે કોથળી કોઈને આપી જ ન શકે.'

'કેમ ન આપે ભલા માણસ, આમ જુઓ તો રખડતી બલા જેવો છે ને એવા માણસને એક પ્રતિષ્ઠિત માણસની પરી જેવી છોકરી મળી.' ક્ષણેક થંભી મહારાજે ઉમેર્યું : 'છોકરી જ નહિ – ધરતી ઉપર એને ઠરીઠામ થવા મલ્યું એમ જ કહોને ?'

હરિભાઈ બોલ્યો : 'કોઈ સારા શુકને આ ગામમાં આવ્યો લાગે છે.'

'આ લો ! જેસળ કહે છે કે ભેરવ કોઈક ખરાબ ચોઘડીયે આવ્યો છે ને તું કહે છે કે સારા શુકને ગામમાં આવ્યો છે ! આ બેમાં કોણ ખરું, તું જ કહે હરિ, હવે.'

'સાચા ખોટા શુકન તો આપ જેવા કવેશ્રી જાણો પણ એટલી વાત કહેવી પડશે કે ભેરવ જ્યારથી ગામમાં આવ્યો છે ત્યારથી એણે ગામની હવા ગરમ કરી દીધી છે, મહારાજ.'

'ગરમ એટલે ?... સારી કે ખોટી ?'

'ગરમ એટલે ગરમ, મહારાજ !' ક્ષણેક થંભી પોતાની વાત સમજાય એ રીતે હરિ બોલ્યો : 'જેને નજીકમાંથી ગરમી લાગે એવાને ન ગમે ને મારા જેવા 'તેડે (કાંઠે) રે બેઠા જુએ તમાસો' – એવાને આનંદ આપે.'

હરિના આનંદમાં મહારાજ ખેંચાયા નહિ. વાત બદલતાં કહ્યું : 'ઠંડી ગરમી તો ઠીક છે પણ રૂપિયા આપીને એ (ભેરવ) ગયો હશે ક્યાં ?'

'ઘરેણું ઘડાવા ઊપડ્યો હશે શહેરમાં, મહારાજ ! આપણા પહોંચતાં

પહોંચતાંમાં આવ્યો સમજોને ?'...

પણ જેસળને ત્યાં પહોંચ્યા પછી મહારાજે જોયું તો ભેરવનું કશું ઠેકાણું ન હતું. ચોપાડમાં ગામલોકોની ઠઠ જોઈને કહ્યું પણ ખરું : 'અલ્યા જમાઈનો તો પત્તો નથી ને તમે બધાં ગોળ ખાવા ઠીક આવી પહોંચ્યાં છો !'

ચોપાડમાં નાખેલી મોદમાંથી શામળભાઈ બોલ્યા : 'આપ જેવા ગોર આવ્યા એટલે હવે ગોળ વહેંચનારો ય પાછળ પાછળ આવતો હશે.' શામળે મહારાજ માટે ગોદડું પાથરતાં ઉમેર્યું : 'આપના વગર એ ય જાણેને કે પૈડું રડવાનું નથી !'

'ના ભાઈ ના. મારી પાછળ તો કોઈ નથી. મેં તો એને કાલે અહીં જોયો હતો એ જ માફ.'

શામળભાઈને અને ગામલોકોને હતું કે ભેરવને મહારાજે જ કપડાના પૈસા આપ્યા હશે. પણ મહારાજે તો ઊલટી જ વાત કરી.

મુખીએ નવાઈ સાથે કહ્યું : 'અમે તો બધા એમ જ જાણતા હતા કે મહારાજે રૂપિયા આપ્યા છે ને આપ આવશો એટલે આપની પાછળ એ પણ આવી પહોંચશે.'

બાજુમાં બેઠેલા છોટા સોનીને મુખીએ સવાલ કર્યો : 'તમારે ત્યાં તો દાગીના ઘડાવવા નથી બેઠો ?'

છોટા સોનીએ ડોકું હલાવતાં ના પાડી : 'આવ્યો હોય તો એટલા મનેખમાં કાંઈ ઢાંક્યો રહે નહિ, મુખી'...

જેસળના ઘરનો અડધો કારોબાર માથે લઈને ફરનાર હરિભાઈએ ઘરમાંથી બહાર આવતાં પૂછ્યું : 'શું કરવું છે, મહારાજ ? ભેરવને આવવા દેવો છે કે થાપન વગેરે કરવા માંડવું છે ?'

સહુ કોઈને હતું કે ભેરવ મુલકમાંથી પણ આવ્યા વગર નહિ રહે. છતાં ય ખુદ મહારાજને પણ થવા લાગ્યું : 'એ આવે પછી શરૂ કરીએ તો ઠીક.' હરિને પણ ગોળ ગોળ જવાબ આપ્યો : 'તમે બધી સામગ્રી તો તૈયાર કરો.'

'તૈયારે તૈયાર છે. આપ આવીને બેઠા નહિ કે બધું જ હાજર.'

'ને પેલાને કદાચ વાર થઈ તો ?' શામળભાઈ બોલ્યા. ઉમેર્યું :

'મહારાજ ક્યાં સુધી થાપન ઉપર બેસી રહેશે ?'

'એ વાત ખરી પણ ભેરવે આવશે પછી મહારાજ વિધિ શરૂ કરશે તો એટલામાં તો ગોરજ ટાણું મટીને રાત જ પડી જશે. મહુરત કંઈ વાટ જોઈને ઓછું ઊભું રહેશે ?' મુખીએ કહ્યું.

'ઠીક ભાઈ ચાલો, વિધિ શરૂ કરીએ.' મહારાજ ઊભા થયા. ઘરમાં જઈને રતનની માને સવાલ કર્યો : 'ક્યાં ગઈ રતન ?... છે ને તૈયાર ?'

'તૈયાર થાય છે, મહારાજ.'

'અલ્યા કોઈ મહારાજને લૂગડાં તો દેખાડો, રતનની મા ?' માલીની મા દિવા બોલી ઊઠી.

'હા હા. જોઈએ તો ખરા, હરિભાઈ વખાણ કરે છે તે.'

દિવાએ મહારાજ માટે આસન પણ ઘર વચ્ચે પાથરી દીધું ને બારણા આગળ ઊભેલાં લોકોને પણ અજવાળા માટે ખસેડી દીધાં.

કોણ જાણે કેમ રતનની માને આ મહિમા હવે જરા પણ નો'તો ગમતો. એક કારણ : આવાં મોંઘાં કપડાં જોઈને પતિએ એને ઠપકો કર્યો હતો એ પણ હતું. જેસળે ચીઢ સાથે કહ્યું હતું : 'રાજાની કુંવરી જેવાં ઊંચી જાતના લૂગડાં આપણા લોકોને શોભતાં હશે તે વહોરી લાવ્યાં ?'

માએ બચાવ કરતાં કહ્યું : 'મારો વિચાર તો આવાં લૂગડાં લેવાનો જરાય નો'તો; પણ દિવાબેને ને શામળભાઈની વહુએ કહ્યું કે રૂપિયા આપનારે લૂગડાં વહોરવા તો આપ્યા છે પછી કેમ ખચકાઓ છો ?'

એટલે પછી મેં ય ગણ્યું કે રૂપિયા વધશે તો લોક કે'શે કે ઘરમાં રાખવા હતા એટલે દીકરીનામાં કાતરવેતર કરી.'–

મહારાજને લૂગડાં દેખાડતાં રતનની માએ આ જ રીતનો બચાવ કર્યો : 'મારો વિચાર વચગાળાનાં લૂગડાં લેવાનો હતો મહારાજ, પણ દિવાબુન જેવાં કે કે'વા લાગ્યાં કે લૂગડાં લેવા રૂપિયા આપ્યા છે તે તમે શું કામ–'

પોટલું ખુલ્લું થતાં મહારાજ દિંગ થઈ ગયા. બોલી પડ્યા : 'હરિની વાત મને ચઢાઉ લાગતી હતી પણ કપડાં જોઈને લાગે છે કે એની વાત ઊલટાની મોળી હતી. ખેર, જે થયું તે સારું થયું.' આમ કહેતા એ ઊભા

થયા, સ્થાનક તરફ ડગ માંડતાં કહ્યું : 'રતનને કહો કે તૈયાર થાય.'

'તૈયાર જ છે, મહારાજ.' પેલી બાજુથી માલી બોલી.

મહારાજે એ તરફ નજર નાખી તો જરિયાન કપડાંમાં રતન જાણે ઇન્દ્રાણી જેવી લાગતી હતી. આ સાથે મહારાજને વળી ન સમજાય તેવી મૂંઝવણ થઈ.

લોકોમાં પણ જાણેઅજાણે એવો ભાવ હતો જાણે હવે પછી કોઈ-ઘેલીનો વેશ ન આવવાનો હોય !

જેસળને તો એટલો બધો ક્ષોભ હતો કે વિધિનો કારોબાર પત્ની તથા હરિભાઈ ઉપર નાખીને કામનું બહાનું કાઢી ઝોકમાં જ ચાલતો થયો હતો.

મહારાજે ગણપતિનું સ્થાપન કરી ગોખલામાંથી ખોડિયારની છબી મંગાવી ભીંત સાથે ગોઠવી. એ પછી શ્રીફળ તથા આસોપાલવનાં પાનાં વગેરે લોટામાં ગોઠવી રૂડોરૂપાળો કળશ બનાવ્યો. મંત્રોચ્ચાર તો ચાલુ જ હતો. ધૂપદીપ વગેરે કર્યા પછી હાંક પાડીઃ 'આવો ભાઈ કન્યાનાં માબાપ.'

કોઈકે કહ્યું : 'જેસળકાકાને બોલાવવા હરિકાકા ગયા છે તે આવતા હશે.'

'જલદી કરો.' મહારાજ મંત્ર ભણવાની ધૂનમાં હતા. ભેરવ આવ્યો કે નથી આવ્યો એ પૂછવાનું પણ ભૂલી ગયા ને જેસળના આવતાં એમણે પતિપત્નીના હાથમાં જળ આપી કન્યાનું વાગ્દાન કરાવ્યું.

આ સાથે જ હાંક પાડી : 'લાવો ભાઈ, કન્યા માટેની પહેરામણી ? ત્યાં જ એમને ભેરવનો ખ્યાલ આવ્યો. બારણા તરફ જોઈને પૂછ્યું : 'આવ્યો કે નહિ ભેરવ, હરિ ?'

'હજી લગી કાંઈ–'

ત્યાં તો આંગણામાંથી કોઈક બોલી પડ્યું : 'ઓ આવે તૂટી જતો.' નેવાંમાંથી ડોકું કાઢી જોઈ રહેલાં ગામલોકો અંદરો અંદર કહેતાં હતાં : 'જાણે ધરતી ધમ ધમ થાય છે હોં ?... એનો પગ પડે છે એ તો જુઓ ?... બગલમાં કાંક'–

'પહેરામણી લાવ્યો લાગે છે... બચકું તો ભાઈ મોટું છે.'

આંગણામાં એ આવ્યો ને વસ્તો વગેરે કહેવા લાગ્યા : 'હેંડ ભાઈ,

હેંડ ?... અત્યાર લગી ક્યાં ગયો હતો ?'

તો કોઈ વળી આમ પણ કહેતાં હતાં : 'ના રે ના ! મહારાજે જેવી હાંક પાડી કે નાકા ઉપર દેખાયો છે-ન પહેલો કે પછી. ટાંકે ટાંક સમય પ્રમાણે આવ્યો છે !...'

ભેરવ ઘરમાં ગયો નહિ કે બારણા ઉપર લોકોની પડાપડી થવા લાગી–

ત્યાં જ મહારાજ બોલી ઊઠ્યા : 'આવી ગયો ને ?... અરે પણ આવાં કપડે નહિ. રતનનાં કપડાં જો ને તારાં જો.'

'ચાલશે મહારાજ, આપણે તો ?'

'તારે ચાલે પણ મારે સમજવું જોઈએને ? કોઈક મને મૂર્ખ બનાવે.' ને હાંક પાડી : 'ક્યાંક ગયા હરિ... જા ભાઈ, કન્યાનાં કપડાં સાથે શોભે એવાં દુકાનેથી ભેરવ માટે કપડાં લઈ આવ.'

'ના ના હરિકાકા, રે'વા દો. મારી પાસે આ રહ્યાં.' ને ભેરવે જ્યાં બચકું ખોલી પોતા માટે કપડાં કાઢ્યાં કે-રાજાના કુંવર સરખાં એ જરિયાન કપડાં જોઈને મહારાજ જ પોતે તો અવાક સરખા જ બની ગયા. મનની અંદર થતું હતું : 'આ સાલો ડુક્કર છે કોણ ?'

ગામલોકો પણ ભેરવનો આ પોશાક જોઈને દિંગ થઈ ગયાં, કેટલાકને તો અકારણ ભય પણ લાગવા માંડ્યો.

મહારાજને એક વિચાર ભેરવને પૂછવાનો આવી ગયો : 'બોલ સાલા, કોણ છે તું ?' પણ એ પછી એ પોતે જ પાછા ટાઢા પડ્યા. પોતાની જાતને કહ્યું પણ ખરું : ખોડિયાર આગળ એનો સમય આવ્યે ઉઘાડો પડશે. આપણે હમણાં એને કંઈ પૂછવું કહેવું જ નથી.'

અને પછી એ અસલની રીતે હસતા ચહેરે કપડાં બદલતા ભેરવની વાટ જોવા લાગ્યા.

❑

૧૯

રતન સિવાય સહુ કોઈને આ પ્રસંગ સમણા જેવો લાગવા માંડ્યો. ખુદ મહારાજને પણ. સહુ કોઈને ભેરવ માટે હવે પાકેપાકું ઠસી ગયું હતું : આ માણસ છે તો ભેદી.

પણ દુઃખની વાત એ હતી કે ભેદી ખરો પણ ભેદ શો એ કોઈના હાથમાં આવતો ન હતો. મહારાજની જેમ કેટલાકને હવે ભેરવને પૂછવું હતું : 'સાચેસાચી વાત કર ભાઈ; કોણ છે તું ? તારી પાસે આ પૈસોને-પૈસો તો ઠીક પણ તેં પહેરેલાં રાજાના કુંવર સરખાં આ કપડાં ક્યાંથી ?... હતાં તો અત્યાર લગી તેં એ ક્યાં મૂકી રાખ્યાં હતાં ?'

આવા આવા અનેક સવાલ લોકોના મનમાં ઘોરંભાતા હતા. પણ અત્યારે ભેરવને પૂછવાનો ન તો સમય હતો કે ન હતી કોઇનામાં હિંમત પણ. મહારાજ જેવામાં હિંમત હતી તો અત્યારે આ બધું પૂછવા સરખું ઔચિત્ય ન હતું.

મહારાજે ભેરવ તથા રતનને પાસપાસે બેસાડી માબાપ પાસે વાગ્દાન કરાવ્યા પછી ભેરવને હુકમ કર્યો : 'આપ ભાઈ, હવે પહેરામણી.'

ભેરવે બાજુમાં મૂકેલું પોટલું ખોલ્યું.

ઘરમાં આવી બેઠેલા આગેવાનો તથા ચારે બાજુએ કોટ થઈને ઊભેલાં લોકોની નજર પોટલું ખોલતા ભેરવ ઉપર મંડાઈ રહી.

પોટલીમાંથી ભેરવે કાઢેલા પિત્તળના ડબ્બા ઉપરની કોતરણી જ કહેતી હતી કે એ કોઈક ઘણા જૂના જમાનાની કોતરણી છે.

ડબ્બો કાઢી ભેરવે મહારાજને આપ્યો. મહારાજે ડબ્બો ખોલતાં

કહ્યું : 'આમ આવો મુખી, શામળભાઈ ને હરિભાઈ બધા.'

દોઢ વેંતની ડોક લંબાવીને હરિભાઈ તો પહેલેથી જ મહારાજની બાજુમાં ઊભો હતો. મહારાજે જેવો ડબ્બો ખોલ્યો કે એની આંખો ચક્કર વક્કર ફરવા લાગી. ગળામાંથી કકડા થઈને 'વાહ' પણ નીકળી પડી : 'વાહ વાહ વાહ !'

મુખી તથા શામળભાઈ બાજુમાંથી સરકી આવ્યા. ડબામાં નજર નાખતાં જ એ લોકો બોલી પડ્યા : 'વગર જોયે જ આપણે તો કહેતા હતા : જેવાં લૂગડાં એવા જ દાગીના છે.'

મહારાજે શામળ તરફ ડબો ધરતા કહ્યું : 'કાઢો બહાર ને દેખાડો બધાને. કન્યાનાં માબાપને પણ બોલાવો.'

'આ ઊભાં રતનની મા.' એમ કહી દિવાએ શામળને કહ્યું : 'ડબામાંથી દાગીના તો કાઢો એક વાર.'

હરિભાઈ ચપ દેતાકને શામળ પાસે બેસી ગયા. શામળભાઈના ખભા ઉપરની પછેડી લેતાં કહેવા લાગ્યા : 'કાઢો શામળભાઈ, દાગીના આ પછેડીમાં.' પછેડીનો છેડો પણ સભાની વચ્ચે પાથરી દીધો.

ખરું પૂછો તો શામળભાઈના વહેમી મનમાં ગુંચવાડો ઊઠ્યો હતો : પોતે ડબામાંથી દાગીના ન કાઢ્યા ને મને કેમ એમણે કાઢવાનું કહ્યું... હરિભાઈ પણ કેવો પાકો કે પોતાના ખભે રૂમાલ હતો એ છોડીને મારી જ પછેડી પહોળી કરી ?

ને શામળે પણ પછી હરિ આગળ ડબો આખો મૂકી દીધો : 'કાઢો લો તમે જ, હરિભાઈ.'

સાત ગળણે ગાળીને પાણી પીનાર હરિભાઈએ વળી મુખી તરફ ડબો ખસેડ્યો. કહે છે : 'ના ભાઈ ના, મુખી જેવા આગેવાન હોય ને–

મુખી પણ ક્યાં કાચી માયા હતા. કે' છે : 'સોની સોનાને ઓળખે. આપો આ છોટા સોનીને.'

છોટા સોની બોલી ઊઠ્યા : 'ના ભાઈ, ના. મહારાજના પવિત્ર હાથે જ નીકળવા દો... કાઢો બાવજી, તમે જ દાગીના.'

બાવજી સમજી ગયા : આ લોકો દાગીનાને અડકતાં ડરે છે.' ને

એમણે પણ પછી 'જય ખોડિયાર' એમ કહીને ડબામાં હાથ નાખ્યો. પહેલો જ દાગીનો સોનાનાં બોર ને હીરથી ગૂંથેલાં નકુર માદળિયાનો હતો. એક તો સોનું ને ઘીના દિવાનો ઉપર પ્રકાશ પડ્યો : એ સાથે જ પીળા રંગનો પ્રવાહી જાણે બેઉ બાજુનાં ચચ્ચાર બોરના ગોળાકારમાં છાકમછોળ ઊછળી રહ્યો !

છોટા સોનીની પાછળ બેઠેલી દિવાની આંખો દિવા કરતાં ય વધારે ચમકી ઊઠી. હાથ લંબાવતાં કહ્યું : 'આ તો-કાં તો લાવો તો બાવજી, જોઉં ?' તરત જ ઉમેર્યું : 'કન્યાની માને દેખાડું જરા.'

દિવસ હોત તોપણ દિવાની આંખોમાં ઊભરાઈ રહેલો વહેમ પરખાવો મુશ્કેલ હતો તો અહીં તો વળી દીવાઓનો ઝાંખો ઝાંખો પ્રકાશ હતો. અલબત્ત દિવાના પહેલા ચાર શબ્દોમાં શંકાનો ને વિચિત્ર એવી ઇંતેજારીનો રણકો જરૂર હતો. પણ પળ પળને ખાતી આવતી હોય ત્યાં એ રણકો કોણ પારખવાનું હતું ! ઓછામાં પૂરું, દિવાએ લાગલું ઉમેર્યું હતું : 'કન્યાની માને દેખાડું જરા.'

ને મહારાજે જ્યારે દિવાના હાથમાં માદળિયાં આપ્યાં ત્યારે તો દિવા-કન્યાની માને દેખાડવાનું પણ ભૂલી ગઈ ને આમ તેમ ફેરવતી પોતાની આંખો અને હાથ સુધ્ધાંને પરિચિત હોય એ રીતે સ્વગતની જેમ ડોકું હલાવતી મનોમન એ બબડવા લાગી : 'એ જ એ જ. લીલીવાળાં જ માદળિયાં ?' આગળ બેઠેલા છોટા સોનીને પાછળથી આંગળી ખોસી દિવાએ એનું માદળિયાં તરફ ધ્યાન દોર્યું. કાનમાં પૂછ્યું પણ ખરું : 'ઓળખાય છે કાંઈ ?'

દિવાના શબ્દો સાથે જ પચાસ વર્ષના છોટા સોનીની આંખોમાં વીસ વર્ષ ઉપરનું તેજ પ્રગટ્યું. ઓળખાણ પડતાં જ શ્વાસ રુંધાઈ ગયો. દિવા સામે જોયા છતાં ય એ એને જવાબ ન આપી શક્યો.

બાજુમાંથી શામળભાઈની વહુનો અવાજ આવ્યો : 'લાવો. જોઈ દિવાબુન, રતનની માને દેખાડું.'

દિવાને માદળિયાનું હવે કામ ન હતું. શામળભાઈની વહુને આપતાં કહ્યું : 'દેખાડો રતનની માને.'

અને પછી છોટા સોનીના કાનમાં એ ગુસપુસ ગુસપુસ કરવા લાગી.–

છોટો સોની દિવાની વાતમાં ટાપસી પૂરતો છાના સૂરમાં કહેવા લાગ્યો : 'એ જ... એ જ દિવાભાભી... એણીએ માદળિયાં પર મોર ટંકાવ્યો હતો ને આઠે આઠ બોર ઉપર પાછળથી ઘૂઘરિયો ટંકાવી હતી... હું કદાચ દાગીનો ભૂલી જાઉં પણ મારો હાથ ભૂલી જાઉં ?...

આસપાસનાં લોકોને દિવા તથા છોટા સોનીની ગુસપુસ વાતનો વહેમ પડે ન પડે એ પહેલાં તો મહારાજ મોતીની ચૂડિયો તથા બંગડીઓ, સોનાના બાજુબંધ ને નાના મોટા બીજા દાગીના સાથે ચાંદીના સાંકળાં ને એની નીચે પહેરવા માટે પાતળી સેરના ઘૂઘરિયા સોનાના છડા વગેરે એક પછી એક કાઢવા માંડ્યા.

લોકોને તો મદારીના કરંડિયામાંથી આ બધી વસ્તુઓ નીકળી રહી હોય એમ જ લાગતું હતું.

મહારાજે થાળી મંગાવી ને આસપાસના આગેવાનોમાં ફરી રહેલી ચીજો એકઠી કરી થાળીમાં મૂકી સ્ત્રીઓની આગેવાન એવી દિવાને કહ્યું : 'લઈ જાઓ દિવા, આ થાળી ને કન્યાને એ પહેરાવીને લઈ આવો એટલે ખોડિયારના આશીર્વાદ આપીને ગોળ વહેંચાવીએ.'

દિવાએ થાળી લઈ ઊભા થતાં બીજી સ્ત્રીઓ સાથે છોટા સોનીને પણ સાથે લીધો – આમ કહીને, 'હેંડો સોની, દાગીનો કોઈ નાનો મોટો હશે તો તમારી જરૂર પડશે.'

એટલું વળી સારું હતું કે આ બધી વહેવારવિધિમાં કન્યાનાં માબાપ તો જાણે સાક્ષી જેવાં જ હતાં, નહિ તો દિવા તથા છોટા સોનીની ગુસપુસ વાતો જોઈને એમનું લોહી બળી ઊઠત.

આ તરફ મહારાજ વગેરે ભેરવનાં વખાણ કરવા લાગ્યા. 'ગમે તેમ પણ એણે (ભેરવે) જેવી રતન માટેની રઢ લીધી હતી એવી પહેરામણી પણ કરી, ભાઈ.'

મહારાજની વાતમાં ટાપશી પૂરવા શામળે હરિભાઈ તરફ ડોક ફેરવી કહ્યું : 'કેમ હરિભાઈ, ખરુંને ?'

પણ હરિભાઈ તો બાપડો દાગીના જોઈને જ ચકનાચાંધ થઈ ગયો હતો ને એમાં વળી દિવા તથા છોટા સોનીની ગુસપુસ સાંભળી ભયને લીધે બોબડી પણ બોલતી બંધ થઈ ગઈ. માંડ આટલું કહી શક્યો : 'ખરી વાત.'

વળી વળીને મહારાજને થતું હતું કે ભેરવને પૂછે : 'ક્યાંથી આ અચાનકની માયા કાઢી ?'એમણે તો વ્યંગ કરતાં આ પણ કહ્યું હતું : 'કે પછી કન્યા પહેલાં દાગીના ઘડાવીને કન્યાની શોધમાં નીકળ્યો હતો ?' પણ એમને પોતાને ય ભય હતો. ભેરવ કાં તો ઉડાઉ જવાબ આપશે કે કાં તો પછી તે દિવસની પેઠે બધાંના દેખતાં આમ કહીને ઊભો રહેશે : 'ભૂતકાળને શું કામ બચકાં ભરો છો, બાવજી ?'...

છતાંય મહારાજ એનાથી આડકતરી વાત કર્યા વગર ન રહી શક્યા : 'હું તો તને કાલનો શોધતો હતો, ભેરવ.'

'હાં બાવજી.' ભેરવે જાણે હુંકારો ભણ્યો.

મહારાજ સમજી ગયા. એનો વિચાર આ અંગે વાત કરવાનો લાગતો નથી છતાંય ભેદ જાણવાની માનવીની ઇચ્છા વિચિત્ર હોય છે ! પૂછ્યા વગર ન રહ્યા : 'ક્યાં ગયો હતો કાલનો ?'

'આ બધી ધમાલમાં સ્તો, મહારાજ.'

મહારાજ હવે સારી પેઠે જાણી ગયા કે આ માણસને ગમે તેટલા સવાલ પૂછીશું પણ આ રીતે ગોળ ગોળ જવાબ જ આપવાનો. વળી આ બધાંની વચ્ચે પોતાનાથી એને સીધો જવાબ આપવાનું કહેવાશે પણ નહિ ને કહેશે તો અડબંગનું ભલું પૂછવું ? અટંસટં જવાબ આપીને ઊભો રહેશે તો આપણો ક્રોધ છે ખરાબ ને નાહકનું અહીં વિવામાં આપણા જ હાથે વિઘ્ન આવીને ઉભું રહેશે.'–

કોણ જાણે કેમ પણ મહારાજને એમ તો થતું જ હતું કે વિધિ ઝટપટ પતાવીને કામ પૂરું કરી દઈએ.

અને એમણે હાંક પાડી : 'કેટલી વાર, દિવા ?'

ત્યાં તો દિવાનો અવાજ અંદરથી આવવાને બદલે બાજુમાંથી આવ્યો : 'જોઉ બાવજી, વારે ય નહિ હોય.'

'હું જાણું કે તું અંદર કન્યાને તૈયાર કરે છે ત્યારે તું તો અહીં છે ?

સાથે–' ને લાગલો સવાલ કર્યો, 'કોઈ દાગીનો તો નાનો મોટો નથી પડ્યો ?'

'ના રે મહારાજ, દાગીના તો જાણે માપ લઈને ઘડાવ્યા હોય એમ બરાબરના બેસી ગયા છે.'

'બસ તો લઈ આવો કન્યાને હેંડો ! ક્યાં ગયા કન્યાના બાપા ?' જવાબ ન મળતાં હરિભાઈ સામે જોયું. 'કેમ જેસળ દેખાતો નથી ?'

'એમને ભલા માણસને સો લાયો.' આમ કહી હરિભાઈ ઊભો થયો. કહ્યું : 'શોધી લાવું મહારાજ, વાડામાં હશે કાં તો.'

હરિભાઈએ વાડામાં જઈને જોયું તો જેસળ તથા પત્ની કશીક ગુસપુસ વાતો કરતાં હતાં. એમનાં મોં નવાઈ અને ચિંતાથી પડેલાં હતાં. હરિભાઈને જોતાં જ પત્નીએ કહ્યું : 'આ આવ્યા હરિભાઈ. કો' એમને કે અમારો વિચાર'–

જેસળે હરિભાઈને કહ્યું : 'અમારો વિચાર સગાઈ ને લગ્ન બધું એક સાથે-અત્યારે જ પતાવી દેવાનો છે, હરિભાઈ.'

હરિભાઈ પણ રાજી થયો, 'બહુ સરસ વિચાર છે. ચાલો મહારાજને કહીએ.'

'હા. પણ આપણા રિવાજ પ્રમાણે જમણવાર–'

હરિભાઈ રતનની માની વચ્ચે બોલ્યા. કહે છે : 'રિવાજ ક્યાં નાસી જવાનો છે, જમણ તો આજે નહિ ને કાલે અપાશે. ભેરવ કાંઈ નાસી જવાનો ઓછો છે ?'

હરિભાઈના જવાબે જેસળને ચિંતામુક્ત કરી દીધો. કહે છે : 'બસ તો તમે જ મહારાજને ને મુખી તથા શામળભાઈને વાત કરો, જાઓ'...

કોણ જાણે કેમ પણ હરિભાઈનો પ્રસ્તાવ સાંભળીને ગામના આગેવાનો સાથે મહારાજ પણ બોલી ઊઠ્યા : 'બહુ સરસ.તરત ભરત ને દીતવાર ! અસલ.' લાગલો એમણે ભેરવને સવાલ કર્યો : 'કેમ ભેરવ, બરાબર છે ને ?'

ભેરવને તો લગ્નનો આ પ્રસ્તાવ સાંભળીને નાચવાનું મન થઈ આવ્યું હતું. મહામુસીબતે પોતાની જાતને કાબૂમાં રાખતાં બોલી ઊઠ્યો : 'તો તો બાવજી, ગામને આપણે એકને બદલે બે ખર્ચ આપવાં.'

'બે ખર્ચનું તો ઠીક છે પણ' – લાગલા મહારાજ ઊભા થયા. હરિને કહ્યું : 'ગારગોરમટી લાવીને આંગણામાં ચોરી બનાવી દો ચાલો. ઊઠો બધા. ચોરી કંઈ ઘરમાં ન રચાય હો કે.'

ઘડીકમાં તો મશાલનાં અજવાળાંમાં ચોરી રચાઈને ચોરી ઉપર છાણાંમાંથી ધુમાડો પણ નીકળવા માંડ્યો. ભેરવ પણ બાજઠ ઉપર વરની અદાથી બેઠો હતો. મહારાજે મંત્રોચ્ચારની રમઝટ વચ્ચે હોમ – હવન કરતાં હાંક પાડી : 'કન્યાને પધરાવો, ભાઈ.'

પરંતુ જ્યાં કન્યાને પધરાવ્યા પછી મહારાજ વરકન્યાનો હસ્ત-મેળાપ કરાવ્યો એ જ વખતે બાજુમાંની આંબલી ઉપર ઘૂવડ બોલ્યું : 'ઘૂ... ઘૂ... ઘૂ... ઘૂ...'

આ સાથે જ લોકોનાં અંતરમાં ભયનું મોજું ફરી વળ્યું. મંત્રોચ્ચાર કરતા મહારાજના હોઠ જાણે સિવાઈ ગયા. રતનથી પણ ભેરવને કહેવાઈ ગયું : 'ઘૂવડ બોલ્યું !'–

'ભલેને બોલ્યું. તું શું કામ ગભરાય છે ?' આમ કહેતો ભેરવ રતનના હાથમાંથી હાથ સરકાવી સફાળો ઊભો થઈ ગયો. આંબલી તરફ મીટ માંડતાં ત્રાડ નાખી : 'હટ સાલી નાલાયક ?' ભાન આવતાં સુધાર્યું : 'જાત જ તારી પ્રકાશ સામે અંધ છે. હટી જા, નહિ તો–'

તારાના પ્રકાશમાં લોકોએ જોયું તો એકને બદલે બે ઘૂવડ આંબલી ઉપરથી ઊડતાં ઊડતાં ભૈરવ ડુંગરની દિશામાં લોપ થઈ ગયા.

ભેરવે લોકોને પણ કહ્યું : 'ગભરાતા નહિ, ભાઈઓ. દુનિયા જે રીતે બદલાઈ રહી છે એ રીતે શુકન-અપશુકને ય બદલાઈ રહ્યાં છે... ઘૂવડ એ તો રાતનો રાજા છે; માટે રાજા બોલ્યો એમ જ ગણવું.'

અલબત્ત આ પછી ભેરવ આવી બેઠો ને મહારાજે વિધિ આગળ ચલાવી. પણ વિધિમાં કે લગ્નમાં કશાયમાં કોઈનો જીવ ન હતો-સિવાય કે એક ભેરવનો ને અડધો પડધો રતનનો ! ભેરવ રતનને કાનમાં જાણે કહેતો હતો : 'ઘૂવડથી બીતી નહિ... ઊલટાનું ખુશ થવું. રાતના રાજાએ આપણને જાતે આવીને આશીર્વાદ આપ્યા છે. જીવન આપણું રંગેચંગે જવાનું !'

પણ લોકોનાં અંતરમાં તો ભય જ ઘોરંભાતો હતો. અંદર અંદરની

વાતોમાં પણ ભેંકાર એવા ભાવિની આગાહીઓ થતી હતી.

દિવા તો વળી આસપાસના લોક સાંભળે એટલા જોરથી બોલતી હતી : 'વરકન્યાના હાથ ભેગા થતામાં જ ઘૂવડ બોલ્યું છે તો જો જો રતનીની દશા લીલી જેવી થાય છે કે નથી થતી !...'

કેટલાંક વળી ભેરવની પેલી રાતના રાજાની વાત યાદ કરીને ઠેકડી પણ કરતાં હતાં : 'એને હાળાને પૈણવું હતું એટલે કેવું એ આપણને કહેતો હતો : 'દુનિયા બદલાય છે એમ શુકન-અપશુકને ય બદલાતાં રહે છે, ભાઈઓ ?'...

❑

૨૦

દિવા તથા છોટા સોનીની વાતોથી અજ્ઞાત એવી ગામની છોકરીઓ તો રતનનાં ઘરેણાં જોઈને ભેરવ ઉપર એટલી બધી ખુશ હતી કે લગ્ન વખતે પોણા ભાગની છોકરીઓએ ભેરવનો પક્ષ લઈને ગીત ગાવા માંડ્યાં હતાં.

પરંતુ જ્યાં હસ્તમેળાપ થયો ને આંબલી ઉપર ઘૂવડ બોલ્યું ત્યાં જ ગીત ગાતી છોકરીઓનાં મોં સિવાઈ ગયાં.

ખરી રીતે ગીતની રમઝટ તો વરકન્યા જ્યારે ફેરા ફરે એ વખતે જ આવે છે. પણ એ વખતે ય ન તો રતનના પક્ષે કે ન ભેરવના પક્ષે કોઈએ ગીત ગાવાની હિંમત સુધ્ધાં કરી.

અચાનકનું લગ્ન લેવાયું હતું. એટલે વાજું પણ ન હતું.

મહારાજના હોઠમાંથી વહેતો મંત્રોચ્ચાર પણ મધુરા કોઈ ગુંજનને બદલે લૂખાસૂકા બબડાટ જેવો જ લોકોને લાગતો હતો.

લોકોનું લક્ષ જ મહારાજની વિધિ તરફ કે લગ્ન તરફ ન હતું. બલ્કે ચચ્ચાર છ છની ટોળીમાં ભળી એ લોકો ઘૂવડની જ વાત કરતાં હતાં. કોઈ કહેતું હતું : ‘સમી સાંજે ઘૂવડ કદી બોલે નહિ પણ આજ તો આ એક અચરજ જોયું !’

તો એંશી વર્ષની ઉમ્મરનો સૂરપાળ ડોસો કહેતો હતો કે ઘૂવડ કોઈ વાર સમીસાંજે બોલે ખરું પણ ગામમાં તો કદી જ નહિ ને તે ય વળી માણસોનો આટલો બધો ઝમેલો મળેલો હોય એવા ઠેકાણે તો આવે પણ નહિ ને બોલે પણ નહિ.

શામળે ડોસાને પૂછ્યું : ‘પણ આજે આ બોલ્યું એનું સમજવું શું, ડોસા ?’

'દેવનો કોપ. એ વગર કશું નહિ.' સૂરપાળ બોલ્યો.

ભેરવે રતનને સાન્તવન આપતાં કરી હતી એ વાત એક યુવતીએ સાંભળી હતી ને સાંભળ્યા પછી લોકોને ને તેમાં પણ ટીકાનાં સૂત્રધાર એવાં દિવાકાકીને એણીએ કહ્યું હતું : 'ભેરવ તો રતનને એમ કહે છે કે, આ તો રાતના રાજા આપણને આશીર્વાદ આપે છે.'

આજ વાત આગળ ધરતાં છોટા સોનીએ સૂરપાળને પૂછ્યું : 'પણ ભેરવ કહે છે કે રાતના રાજા આશીર્વાદ આપવા આવ્યા છે એનું શું ?'

સૂરપાળ જ નહિ, મુખી અને શામળ પણ હસવા લાગ્યા. સૂરપાળે ધીમેક રહીને મમરો મૂક્યો. કે' છે : 'તો તો પછી તું (ભેરવ) રાતના રાજાની રૈયત જ હોવો જોઈએ, ભાઈ !'

સૂરપાળે ભલે આ વાત મશ્કરીમાં કહી બાકી હરિભાઈએ તો મનની અંદર ગાંઠ જ પાડી : 'માનો ન માનો પણ આ (ભેરવ) હાળો કોઈક છુમંતરવાળો જ લાગે છે.'...

લીલીના દાગીનાની વાતે ય ટોળીએ ટોળીએ ચર્ચાવા લાગી.

આ બાબતમાં ભેરવનો પક્ષ લેનાર અરજણ નીકળ્યો. એણે કહ્યું : 'દિવાકાકી તો હાળી બાવાબૂતરી (લડાવી મારનાર) છે. અમારી પાસે ટુંપિયો છે એને પણ દિવાકાકીએ લીલીનો ટુંપિયો ઠોકી બેસાડ્યો હતો.'–

વસ્તાએ અરજણને પૂછ્યું : 'તો પછી તું જ કહે, ભેરવ પાસે આ બધા રૂપિયા ને દાગીના ને એના કપડાં એકદમ આવ્યાં ક્યાંથી ?'

'મલકમાંથી આવજો. એ બધાંની આપણે શી પંચાત !' અરજણે કહ્યું, ક્ષણેક થંભી ઉમેર્યું : 'તમારાં કે મારાં તો નથી ને ?... બસ ત્યારે.'

તે દિવસે પાટ નીચેથી ભેરવે અરજણને બચાવ્યો એ પછી એ ભેરવનો સાચા દિલથી દોસ્ત થઈ ગયો હતો. આવી બધી વાતોનો હિસાબ એણે હવે આ રીતે કરવા માંડ્યો હતો : 'ગમે તે હોય ને ગમે ત્યાંથી ચીજવસ્તુ લાવ્યો હોય પણ ભેરવ પોતે છે ન-પાપીઓ, એમાં તો કશો શક જ નથી.'

વસ્તા જેવા યુવાનોને એક તરફ અરજણની વાત સાચી લાગતી હતી તો બીજી તરફ દિવા જેવાં લોકોની વાત સાંભળતાં ત્યારે એમની વાતો ય

વિચારવા જેવી જણાતી હતી.

એટલું જ નહિ, વહેમી લોકોની વાતો સાંભળીને સાંભળનારને ભય સુધ્ધાં લાગવા માંડતો હતો.–

અરજણનો વિચાર સ્મશાન સરખા બની રહેલા ભેરવના આ લગ્ન-પ્રસંગને ગીત ગાઈને બહેલાવવાનો હતો. પણ કોઇનામાં એ ઉત્સાહ જુએ તો વાતે ય કહે ને ?

આવામાં વળી ચોરી આગળ લોકોએ ગરબડ સાંભળી. મહારાજનો ઊંચો અવાજ કાને પડ્યો. લોકો સહુ ચોરી આસપાસ ટોળે વળ્યાં. અરજણ તથા વસ્તો વગેરે જઈ લાગ્યા–

મહારાજ ભેરવને કડક સૂરમાં પૂછતા હતા : 'રતનને એકને કેમ તું ખોડિયારને પ્રણામ કરવા મોકલે છે, તું કેમ નથી આવતો ?'

'મારે નથી આવવું, મહારાજ.'

'અલ્યા જે ખોડિયારના ઓટલે તેં ધામા નાખ્યા એ ખોડિયારને પ્રણામ કરવાની ના પાડે છે, હરામી ?' મહારાજનો અવાજ ઊંચો ઊંચો થતો હતો.

'રતન આવે છે ને મહારાજ, અમારા બેઉના વતી એ ખોડિયારને પ્રણામ કરશે, પછી શું વાંધો છે ?' ભેરવે મીઠાશથી કહ્યું.

'ને તું ?' મહારાજે રાડ નાખી.

'હું ને રતન હવે જુદાં જ નથી, મહારાજ. એ એકલી પ્રણામ કરશે તોપણ ખોડિયારમા બેઉનાં પ્રણામ માની લેશે.'

'તને એમાં વાંધો શો છે એ તું મને કહીશ ?'

ભેરવ એકની એક જ વાત પકડી રહ્યો. મહારાજને જ પૂછવા લાગ્યો : 'આપે અમને બેને એક કર્યાં પછી અમે બે જુદાં છીએ – તો જુદા જુદા પ્રણામ કરીએ, મહારાજ ?'

ભેરવની આ દલીલ વાજબી લાગવા છતાં ય કોઈના ગળે ઊતરતી ન હતી.

મહારાજે એને એની જ વાતના સાંડસામાં સપડાવ્યો : 'અચ્છા એમ કર. તું ને રતન એક છો તો રતનના બદલે તું ચાલ. હવે તો આવીશ ને ?'

'ના મહારાજ.'

મહારાજ સાથે લોકો પણ હવે છેડાઈ પડ્યાં, અવાજ પણ ઊઠ્યા : 'શા માટે ના, ભાઈ ! તારા મોંઢે જ મહારાજે ન્યાય કર્યો છે.'

મહારાજે હવે ગંભીર સૂરમાં ચેતવણી આપી : 'જો ભાઈ, ખોડિયારને તુ પ્રણામ નહિ કરે તો તારું લગ્ન હું આ જ ઘડીએ ફોક કરીશ.'

'હું પ્રણામ કરું કે ન કરું એ મારે ને ખોડિયારને જોવાનું છે, બાવજી. મને સજા કરશે તો હું એ વેઠવા તૈયાર છું. પછી આપને શો વાંધો છે ?'

મહારાજને નહિ, લોકોને પણ ભેરવની આ દલીલ મૂર્ખામીભરી લાગી. શામળ તથા મુખી વગેરે મહારાજની મદદમાં આવી કહેવા લાગ્યા : 'ખોડિયારને પ્રણામ ન કરે તો કરી દો લગ્ન ફોક, મહારાજ.'

ઉશ્કેરાયેલાં લોકોએ પણ પડઘો પાડ્યો : 'હા હા વળી. ખોડિયારને ન માને એને કોણ કન્યા આપે ?'

ક્રોધે ભરાયેલી રતનની મા તથા દિવા રતનના હાથે વળગી કહેવા લાગ્યાં : 'કાઢી નાખ છોડી એના નામનું હેવાતન.'

રતને ભેરવ કરતાં ય સવાયા જોસ્સાથી માનો હાથ તરછોડી નાખ્યો. કહેવા લાગી : 'જે હેવાતન હરખે પહેર્યું એ તો હવે નીકળી રહ્યું !'

કેટલી ય વાર એકલો એકલો મૂંઝાયા કરતો રતનનો બાપ હવે બોલ્યા વગર ન રહી શક્યો. રતન સામે આવી પોતાના કપાળે હાથ ઠોકતાં એ દિલની વરાળ વેરવા લાગ્યો : 'અરે એ ફૂટ્યા કપાળની દીકરી ! જરા એટલું તો ગણ કે જે માણસ આપણી પોતાની કુળદેવીને પગે પડવાની ના પાડે છે એ માણસ કેવો હશે ને કેવુંક તને સુખ આપશે !'

'સુખ જ આપશે, બાપા. ખોડિયારે મને એક દિવસ સમણું આપ્યું હતું કે આ જ તારો વર છે. માટે–'

કઠોર એવું હાસ્ય કરતાં મહારાજ વચ્ચે બોલ્યા : 'સાંભળો ભાઈઓ, આ છોકરી જેવી મૂર્ખ છોકરી બીજી જોવા નહિ મળે... જે ખોડિયારે એને સમણું આપ્યું એ જ ખોડિયારને એનો વર નમવાની ના પાડે છે ને છતાં ય એ–' આ સાથે જ મહારાજે રતન તરફ જોઈ રાડ પાડી : 'કાઢી નાખ ચૂડી, છોકરી !'

મહારાજની રાડથી હવા જ નહિ માત્ર, લોકોનાં હૈયાં સુધ્ધાં કંપી ગયા.

રતનની બાજુમાં ઊભેલો ભેરવ ટટાર થયો.-પરંતુ એ કંઈ કહે બોલે એ પહેલાં તો રતન જ મહારાજની જેવી રાડ હતી એવી જ મક્કમતાથી કહેવા લાગી : 'ગમે તેવો ભલે હોય પણ એના નામની પહેરેલી ચૂડી જીવતે જીવ તો નીકળી રહી !'

રતનના જવાબે ને ભેરવની તંગ સૂરતે બલ્કે લોખંડની પ્રતિમા સરખા કઠોર લાગતા અંગે લોકોના ઉશ્કેરાટને ને મહારાજના જોસ્સાને મોળો મોળો કરી નાખ્યો.

પોતે જાણે ગુસ્સો ગળી જતા હોય એ રીતે મહારાજે ભાવિ ભાખતા ભૈરવ ડુંગરા તરફ નજર નાખી ઘેરા સૂરમાં બોલવા માંડ્યું : 'ભલે એ આજે ખોડિયારને ન નમે ને ભલે આ છોકરી પંચના કહેવા છતાં ય પોતાનું હેવાતન ન કાઢે ! બાકી એટલું બધા યાદ રાખજો કે જેસળની આ દીકરીને કોઈ કાળા ઓળાએ ઘેરી છે. ને મને આગળ દેખાઈ રહ્યું છે કે કાળો ઓળો વધતો વધતો છોકરીનાં માબાપને, એના આખા ઘરને ને ગામ આખાને ભરખી રહ્યો છે... ભૈરવ ડુંગરને હું ભડકે બળતો જોઉં છું. ભૂખી ભૂતાવળોનાં ટોળાં ને હું ટળવળતાં મારી સગી આંખે દેખી રહ્યો છું. ને યાદ રાખજો 'લ્યા, મહારાજના બોલ : મા ખોડિયાર રૂઠી છે ને જેસળ, તારી આ કાળમુખી દીકરી જો તારું કુળ ને ગામ આખું ન બાળે તો યાદ કરજો મહારાજ શું કહેતા હતા !'

આ સાથે જ ચોપાડ તરફ પગ ઉપાડ્યો. બોલવાનું તો ચાલુ જ હતું. 'ગામ જ નહીં, મનેખજાતનું નામ જો આ છોડી ન લજવે તો જો જો વળી !' ને ચોપાડની ખીંટીએથી થેલો તથા ડંગોરો લઈને ચાલતા થયા સીધા જ મંદિર તરફ.

અવાક થઈને ઊભેલું ગામ આખુંય એવું તો ક્યાંક ભયભીત હતું કે કોઈની ય હિંમત ન પડી ચાલ્યા જતા મહારાજને રોકે ને પાછા વાળે.

ખુદ લોકો જ જાણે ભય આગળથી ચૂપચાપ છટકી જતાં હોય એ રીતે પોતપોતાના ઘર તરફ ચાલતાં થયાં.

ઘડીકમાં તો જેસળનું આંગણું ખાલીખમ્મ ! રૂપો ચોપાડની એક તરફ જઈને ખાટલીમાં લંબાવી ગયો. તો રતનની માએ વળી કૂંભી આગળ બેસી ઠૂંઠવો મૂક્યો. જેસળ પણ ઘરમાંથી પછેડી ને લાકડી લઈને ઝોક તરફ ચાલતો થયો !–

પણ ફળી તો પૂરી નીકળ્યો નહિ ને પાછળથી રતનનો અવાજ આવ્યો : 'બાપા, તમે ઘેર જાઓ. ઝોકની રખવાળી આજથી હવે અમે કરીશું.'

ભેરવે લાગલું ઉમેર્યું : 'તમે કે'શો ત્યાં લગી, બાપા !'

આ લોકો ઉપર કાળઝાળ એવો જેસળ-કોણ જાણે કે રતન તથા ભેરવના અવાજમાં કોઈ જાદુ હતાં કે ગમે તેમ પણ એ ત્યાં જ થંભી ગયો. બોલ્યો : 'ભલે.'

ને એ બે જણને ઝોક તરફ ચાલ્યાં જતાં જોઈ એના દિલમાંથી આશીર્વાદની સરવાણી આપોઆપ જાણે ફૂટી નીકળી. કહે છે : 'ખોડિયાર તમારું રક્ષણ કરો ને અમર તપો !'

ઘર તરફ એણે પગ ઉપાડ્યો ત્યારે દૂર દૂર ઘૂવડ બોલતું હતું : ઘૂ... ઘૂ... ઘૂ...!'

પણ બાપાએ હવે ભય પામવાને બદલે એની સામે માથું જ જાણે ઊંચકવા માંડ્યું. ઘેર આવી પત્ની આગળ પાછા આવવાનું કારણ આપી કહેવા લાગ્યો : 'કંઈ નહિ હવે ! ભેરવને આપણે અપશુકનિયાળ ગણતાં હતાં છતાં ય થનાર વસ્તુ થઈને ઊભી રહી. તો શા માટે આપણે હવે છોકરાંનાં માબાપે ય મટી જવું !'

'હું તો તમને પહેલેથી જ કહેતી હતી.'

પત્નીએ કહ્યું હતું કે નો'તું કહ્યું એ વાતની ચર્ચામાં ન પડતાં પતિએ કહ્યું : 'લાવો મહારાજ માટે સીધુંસામાન ને દક્ષિણા આપો. ઊભે ઊભે હું એમને આપતો આવું ને મનાવતો આવું.'

'અત્યારે જશો ?'

પતિને નવાઈ લાગી. હસવાના પ્રયત્ન સાથે કહ્યું : 'કેમ કાંઈ રાતવરત ગામ સિમાડે જવામાં નવાઈ છે કે કેમ તે આમ પૂછો છો ?... હજી

તો સમી સાંજ છે.'

'આ ઘૂવડ બોલે છે એ ?'

પતિએ હસવાનો પ્રયત્ન કરતાં કહ્યું : 'રાતે ઘૂવડ ન બોલે તો શું કબૂતર બોલવાનું હતું ! રાતનું પક્ષી છે તે રાતે જ બોલે ને... ભૂલી ગયાં ભેરવે એ વખતે કહ્યું હતું એ ? દુનિયા બદલાય એની સાથે શુકન-અપશુકને ય બદલાતાં જ હશે ને ? એની વાત શી ખોટી છે ?'

આ પછી જેસળ સીધાસામાનની પોટલી ખભે ભેરવી એક હાથમાં ઘીની કુલ્લી ને બીજા હાથમાં લાકડી લઈને ખોડિયાર માના મંદિરે જવા રવાના થયો. રસ્તામાં પણ એ ભેરવની વાત ઉપર જ વિચારતો હતો : 'એની (ભેરવની) વાત ખોટી શી છે ? આપણા દાદા પરદાદા ઢોર લઈને આ વગડેથી પેલે વગડે ને આ પ્રદેશથી પેલા પ્રદેશ ભટકતા ફરતા હતા. એમાંથી ઠરીને એક ઠેકાણે રહેવા લાગ્યા પછી તો ગામબંધી થયા ને ઘરબંધી પણ થયા... તો શું બિલાડીઓના ને ઘૂવડના અપશુકન એ વખતે લોકોએ જે રીતના ગાંઠ્યા છે એ જ રીતના હજી ય રહ્યા હશે ?... અરજણનાં માબાપ કહે છે કે જેસળની દીકરી અપશુકનિયાળ છે ને આપણે કહીએ કે ભેરવ અપશુકનિયાળ છે તો આમાં પછી ખરું કોણ ને ખોટું કોણ ?'...

હજીય મંદિર પાછળનાં વૃક્ષોમાં ઘૂવડ બોલતું હતું. મંદિરની હદમાં પ્રવેશતાં બાપાનું મન ઘડી પહેલાંની અપશુકન સામેની દલીલ ભૂલી ગયું ને થવા લાગ્યું : 'મહારાજ ખીજાઈને આવ્યા છે ને ઘૂવડ આ હાળું સામી છાતીએ બોલી રહ્યું છે ને આજે કાં તો એ (મહારાજ) આપણું અપમાન કરીને દરવાજામાંથી જ પાછો કાઢવાના છે.' બંધ દરવાજો જોઈને મનોમન ઉમેર્યું : 'દરવાજો જ કાં તો નથી ઉઘાડવાના.'

ને થડકતે હૈયે જેસળે હાંક પાડી : 'મહારાજ... મહારાજ; જાગો છો કે ઊંઘો છો ?'

'કોણ છે ભાઈ ?' મહારાજનો અવાજ આવ્યો.

'એ તો હું જેસળ, મહારાજ !' જેસળે મહારાજનો જવાબ ઝીણવટથી સાંભળવા કાન માંડ્યા.

'ઓહો જેસળ આહીર !'

જેસળને મહારાજનો અવાજ રોજના કરતાં ય વધારે મીઠો લાગ્યો. એટલું જ નહિ, સફાળા એ ઊઠ્યા એમ પણ લાગતું હતું.

મહારાજ આ તરફ આવતાં આવતાં બોલતા હતા : 'રીસમાં ને રીસમાં તારે ત્યાંથી નીકળી ગયા પછી મને થતું હતું કે મારે એ છોકરાના વાદે ક્રોધ નહોતો કરવો જોઈતો. પણ આવ્યા પછી પાછા આવવું ને અહમ્ મારવો એ ક્રોધ મારવા કરતાં ય વધારે મુશ્કેલ છે, જેસળ.'આમ કહેતાં મહારાજે મંદિરનો આગળો ખોલ્યો. બારણું ખોલી જેસળને કહેવા લાગ્યા : 'આવ આવ ભાઈ, મારા કરતાં તો તું ઊલટો વધારે મોટા મનનો નીકળ્યો.'...

અને આમ મહારાજનો આવકાર ને ઉપરથી પાછો એમના પોતાના માટે પછતાવો વગેરે જોઈને અહીં શંકા સેવી રહેલા પોતાના મનને ટોણા સરખી ટકોર કરી : 'બોલ હવે. તું કહેતો હતો કે સામી છાતીએ ઘૂવડ બોલી રહ્યું છે ને બાવજી કાં તો અપમાન કરીને પાછો કાઢવાના છે, જ્યારે અહીં તો.'–

ને દરવાજામાં પ્રવેશ કરતાં જેસળ મનોમન બબડી રહ્યો : 'જમાનાની સાથે શુકન-અપશુકન પણ કાં તો બદલાતા હોય ! કહેવાય નહિ હાં કે જેસળ !'

❑

૨૧

ઝોકમાં પહોંચ્યા પછી રતને ભેરવને કહ્યું : 'બેસ આ ઓટલા ઉપર.' પોતે પડખામાં બેસી ગઈ. ભેરવના ખભે હાથ મૂકી લાગલો જ સવાલ 'કેમ તું ખોડિયારને પગે ન લાગ્યો ?' રતનના અવાજમાં દીનતા હતી. આછી આછી રંજ પણ ખરો.

'અમસ્થો.' ભેરવે પ્રેમ છલકતી નજર રતન તરફ નાખતાં કહ્યું.

'મને તો કહે ભેરવ !' આ વખતે રતનના અવાજમાં વિનંતી જ નહિ, રુદનની આછી છાંટ પણ હતી.

'કારણ કે હું ખોડિયારને જીવતી જાગતી માતા માનું છું.'

ભેરવનો જવાબ ભેરવના પોતાની વિરુદ્ધમાં લાગતાં મીઠા એવા ઠપકા સાથે રતને કહ્યું : 'તો તો તારે એક વાર નહિ પણ સાત વાર પગે લાગવું જોઈએ.'

'તારા જેવો હું સાચો અને નિર્દોષ હોઉં તો જરૂર એને સાત વાર નહિ પણ સત્તાવીસ વાર પગે લાગું, રતન !'

'સાચો નથી એટલે' રતનને હૈયે ફાળ પડી. મોં ઉપર પણ ભયની એક આછી શી વાદળી ઊતરી આવી. ભેરવે એ રતનના અવાજ ઉપરથી પારખી પાડી.

રતનના બરડે હાથ ભેરવતાં બોલ્યો : 'જો રતન, આ લોકો બધાં-મહારાજ સુધ્ધાં ખોડિયારને સાચી માતા માનતા નથી. એમને મન તો ખોડિયારની મૂર્તિ અને છબી જ છે. એટલે પછી એ બધા ખોડિયાર ખોડિયાર કરતા જાય, ઉપર ઉપરથી પગે પડતા જાય ને પોતાની જાતને ય ભેગા

છેતરતા જાય. પણ મારાથી આ કેવી રીતે બની શકે ?'

'શું કામ પણ ન બને ?' રતને સહેજ અકળાઈને પૂછ્યું :

'કારણ કે હું–' આ સાથે જ ભેરવ ખચકાયો. રતનને ચેતવતો હોય એ રીતે બોલ્યો, 'જો, હું તને સાચી વાત કરીશ તો-આ આટલું તને મારા ઉપર હેત છે છતાં ય તું ભડકી ઊઠીશ; માટે એ વાત અત્યારે જવા દે; કરીશ વળી ફરી કોઈ વાર.'

'ના, કશું ય હું ભડકવાની નથી. ઊલટાનો તું નહિ કહે તો મારા મનમાં વહેમ વધશે. ને'-એણે ભેરવ સામે જોઈ પૂછી નાખ્યું : 'તને ખબર છે, લોકો તારી શી શી વાતો કરે છે એ ?' રતનના મોં ઉપર ભારોભાર વિષાદ હતો.

પણ ભેરવ પોતે હળવો હળવો ફૂલ હતો. બોલ્યો તે પણ રતનનો હાથ હાથમાં લઈને પ્રેમપૂર્વક પસવારતાં : 'લોકોની વાતો આપણે કદી સાંભળી નથી ને તારા મોંએ સાંભળવી પણ નથી;' લાગલું ઉમેર્યું : 'આપણે તો રતન પોતે શું માને છે એ જ વાત મુદ્દાની છે ?'

'રતન તો બાપડી તને સારો ને સાચો જ માને છે. પણ – અત્યાર સુધી તો લોકો જ કહેતાં હતાં પણ આજ તો તું પોતે જ વહેમ પાડે એ રીતે વાત કરે છે, ભેરવ !'

ભેરવ અહીં પૂરેપૂરી મુશ્કેલીમાં મુકાઈ ગયો. એક તો એ પોતાની અસલ વાત રતનને કહી શકે એમ હતું જ નહિ, તો બીજી બાજુ સહજીવનની આ પ્રથમ વાતચીતમાં જ પોતાની આ દિલોજાન પત્ની આગળ જૂઠું બોલવા માગતો નો'તો–

છેવટે એને વચલો રસ્તો સૂઝી આવ્યો. કહ્યું : 'હું તને ચાહું છું એ વાતમાં તો શક જ નથી. પરંતુ ખોડિયાર આગળ હું તારા પતિ તરીકે એટલા માટે પગે નથી લાગતો કે હજી મારે તારા પ્રત્યેનો પ્રેમ સાબિત કરવો બાકી છે.' ઉમેર્યું : 'લોકનજરે ભલે આપણે પરણ્યાં છીએ પણ ભગવાન આગળ એ પરણ્યાપણું સાબિત કરવું બાકી છે, રતન.'

ભેરવની વાત સમજવા મથતી હોય એ રીતે રતન જાણે સ્વગતની જેમ બોલવા લાગી : 'વાત તો તારી ઠીક લાગે છે. લોકોને ને મારાં માબાપને

તો એમ જ છે કે હું તને પરણીને સુખી થવાની છું જ નહિ. નજરે જોશે તોપણ એ લોકો તો એમ જ કહેશે કે એ તો બધું ઉપર ઉપરનું. પણ ભગવાન આગળ તું કેવી રીતે આપણું પરણ્યાપણું સાબિત કરીશ ?'

'તારી જોડે સત્યને રસ્તે ને પ્રેમના પંથે જીવીને.'

રતનને ભેરવની વાત એક તરફ સો ટકા સાચી લાગતી હતી તો બીજી તરફ એ કંઈક છુપાવે છે એવો વહેમ પણ દિલના કોઈક ખૂણામાં પડ્યો હતો.

ઊભા થવાની બલ્કે વાત સમેટવાની તૈયારી કરતાં રતને કહ્યું : 'આપણે હવે તને બીજું કંઈ જ નથી કહેવું; પણ જે દિવસ તું ખોડિયારમાને પગે લાગીશ એ દિવસ માનીશું કે તું હું બેઉ ખરેખરા પરણ્યાં છીએ.'

રતનના આ તારણ ઉપર વારી ગયેલો ભેરવ એકદમ ઊભો થયો. રતન જાણે કે ફૂલની બનેલી પ્રતિમા હોય તેમ ઊંચકી લેતાં કહ્યું : 'તારા હાથની વાત છે, રતન. તારા પ્રેમના પ્રતાપે જ પેલો વદ આઠમનો ચંદ્ર ઊગ્યો. આપણે એ ખંડિત ચાંદાને આખો કરવો છે ને અમાસની રાતને અજવાળી બનાવવી છે. માટે'–

આ સાથે જ એણે રતનના અબોટ ગાલ ઉપર ચૂમી કરી.

તો રતને પણ–

ભેરવના બાહુપાશમાં પડેલી રતનની આંખો પાછલી રાતે એકાએક ઊઘડી ગઈ. ક્ષણભર એને થયું કે કૂકડાના અવાજે એ જાગી ગઈ છે. ત્યાં તો એના કાને ઘૂવડનો અવાજ પડ્યો 'ઘૂ... ઘૂ... ઘૂ... ઘૂ !'

રતનના દિલમાં ભયની એક આછી ધ્રુજારી ફરી વળી.

ભેરવને ઢંઢોળીને જગાડતાં કહ્યું : 'ભેરવ, મોભ ઉપર ઘૂવડ બોલ્યું.'

'ભલેને બોલ્યું.' ભેરવે બેઠા થતાંક કહ્યું.

'મને બીક લાગે છે.' આમ કહેતી રતન ભેરવને વળગી પડી.

આ વખતે પ્રકાશ હોત તો રતન ભેરવના મોં ઉપર ઊતરી આવેલી ચિંતાને જરૂર પારખી શકી હોત. ભેરવે એક ભારે શ્વાસ લેતાં કહ્યું : 'એક વાત યાદ રાખ, રતન... કોઈ દિવસ તારે બીવું નહિ.' ઉમેર્યું : 'બીકની અંદર જ મૃત્યુ છે તારું અને મારું પણ. જ્યારે જ્યારે તને બીક લાગે ત્યારે તારે

મને યાદ કરવો-મને નહિ તો ખોડિયારને.' અને પછી-'આ વાત મારી યાદ રાખજે,' આમ કહેતાં ઊભો થયો. મોભ તરફ જોઈ કઠોર એવા સૂરમાં કહેવા લાગ્યો : 'યાદ રાખો હોં... પાછળ તો પડી છો પણ હટ... હટ...!'

રતનને લાગ્યું કે એક નહિ પણ બે પક્ષીઓ મોભ ઉપરથી ઊડ્યાં છે.

ને ભેરવ જ્યાં ખાટલા ઉપર આવી બેઠો ત્યાં વળી રતન એને પૂછવા લાગી : 'તું તો જાણે કોઈ માણસ સાથે વાતો કરતો હોય એ રીતે ઘૂવડને-ને હાં ! ઘૂવડ જાણે બૈરી હોય તેમ 'પાછળ પડી છો' એમ કેમ કહેતો હતો ?'

'પનોતી ગણીને કહેતો હતો. લોકોમાં મારી વાતો થાય છે ને તને ને લોકોને બીવરાવવા ઘડીકમાં ઘૂવડ ને ઘડીકમાં બિલાડીઓ દેખા દે છે. એ બધું એક વર્ષની મને પનોતી બેઠી છે એટલે આમ થઈ રહ્યું છે.'

'પછી ?' રતનના અવાજમાં ફાળ જેવું હતું. ભેરવે એને બાથમાં લેતાં વળી કહ્યું : 'ભૂલ નહિ રતન ! બીવાનું જ નહિ. યાદ રાખ. તું હવે ભેરવની પત્ની છે. કોઈની મગદૂર નથી કે તારી સામે કોઈ આંગળી સુધ્ધાં કરી શકે !' ક્ષણેક થંભી વળી કહ્યું : 'ભૂતકાળને ભૂલી જા. બિલાડીઓથી ને ઘૂવડથી બીવાનું તને ભૂતકાળે ભલે શિખડાવ્યું, બાકી તું હવે એવાની પત્ની છે કે જે ભૂતકાળને ખંખેરીને તારી પાસે આવ્યો છે ને જેની પાસે પ્રેમનો એક મહા બળવાન મંત્ર છે; માટે નચિંત બનીને જીવ માણ !' ને એવા પ્રેમથી રતનને એણે હૈયે લગાડી કે–

રતનને પણ-પોતે જાણે ભાનમાં આવતી હોય એ રીતે થવા લાગ્યું : 'હું પણ ખરી છું તો ! ભેરવ જેવો ભેરવ મારી પડખે છે ને ઘૂવડ જેવા એક પક્ષીના બોલવાથી ખાલી ખાલી બી મરું છું !'–

છતાં ય જ્યારે ખોડિયાર મંદિરની દિશામાં ઊંડે ઊંડેથી રતનના કાને ઘૂવડનો અવાજ પડ્યો કે - 'વળી પાછું ઘૂવડ બોલ્યું. ખોડિયારના મંદિરની પેલી પા ક્યાંક આઘે. સંભળાય છે તને ?'

ભેરવ સમજી ગયો. રતનના દિલમાંથી બીક કાઢવી મુશ્કેલ છે. બીજી બાજુ આ બીક કાઢ્યા વગર છૂટકો નથી એ પણ એ સમજતો હતો. એ સારી

પેઠે જાણતો હતો કે નિર્ભય અને સ્વતંત્ર માનવીમાં જ પ્રેમ સોળે કળાએ ખીલી શકે...

એકાએક એને તુક્કો સૂઝ્યો, કે' છે : 'હવે તો મારે તને બીક સામેનો મંત્ર જ શિખવાડવો પડશે.'

'એમ ? આવડે છે તને ?'

'એટલે જ તો તને શિખડાવું છું. શીખવો છે ને ?'

'હા હા વળી. મંત્ર તને આવડતો હોય તે બોલ જોઉં ?'

ને ભેરવ પછી જોસ્સાથી બલકે મંત્રવિશારદની અદાથી બોલવા લાગ્યો : 'કાળીનો છાંયડો ગોરીએ કાપ્યો. રાતનો બુરખો ઘૂવડ ઉઘાડતો. હટ રે વંતરી ! ગોજારો વાયરો ! દેવે દીધેલ છે મારો રે સાહ્યબો !'

ઘડીકમાં તો રતને આ મંત્ર મોઢે પણ કરી લીધો. એને તો વળી ભેરવ ખરેખર દેવનો મોકલેલો હોય એમ જ લાગતું હતું. આવું એને સમણું પણ આવ્યું હતું ને ભેરવે જ્યારે આ વાત મંત્રમાં ગૂંથી દીધી પછી તો એ એને સાચેસાચ દેવનો દીધેલો પતિ જ લાગવા માંડ્યો.

ને ભેરવે જ્યારે એને મંત્ર બોલવા કહ્યું ત્યારે ખરેખર જાણે એ ભેરવ માટે ગૌરવ લેતી હોય એ રીતે એવા જોસ્સાથી બોલવા લાગી : 'કાળીનો છાંયડો ગોરીએ કાપ્યો, રાતનો બુરખો ઘૂવડ ઉઘાડતો, હટ રે વંતરી ! ગોઝારો વાયરો ! દેવે દીધેલ છે મારો રે સાહ્યબો !'

રતનનો આ જોસ્સો જોઈ ભેરવ ખરેખર ખુશ થયો. એટલું જ નહિ, રતનના ભયનો ઇલાજ આ રીતે પોતાને જડી ગયો એ બદલ એ પોતાના દેવનો આભાર પણ મનોમન માનવા લાગ્યો.

દેવ સાથેની શર્તમાં પોતે તરી પાર ઊતરશે એ જાતની શ્રદ્ધા પણ અત્યાર સુધી તો મનની જ હતી પણ હવે તો જાણે અંતરમાંથી ઊઠતી હતી.

ભેરવે રતનને કહ્યું : 'હવેથી જ્યારે જ્યારે તને બીક લાગે ત્યારે તારે આ મંત્ર શ્રદ્ધાપૂર્વક બોલવો. ગમે તેવો ભય હશે પણ મંત્ર ભણતાં જ એ નિર્મૂળ થશે.'

'તેં તો મંત્ર સુધ્ધાં નો'તો ભણ્યો ને 'હટ' કે'તામાં ઘૂવડ ઊડી ગયાં – ચોરીમાં ને અહીયાં પણ.'

'ઊડી જ જાય.' ભેરવે કહ્યું.

'ને ન ઊડે તો ?'

'ન કેમ ઊડે-એને ઊડી જ જવું પડે.'

'પણ ન ઊડે તો ?' રતને એનો એ પ્રશ્ન દોહરાવ્યો.

'ન ઊડે તો એનું આવી બને, રતન.'

'કેવી રીતે ?'

'એક જ પથ્થરમાં ભોંય ભેગાં.'

'હાં પણ પક્ષીઓને કેમ ખબર પડી કે–'

ભેરવને રતનનો આ પ્રશ્ન પણ ખૂબ જ ગમ્યો, કહ્યું :

'આ સવાલ તેં સારો પૂછ્યો. વાત એમ છે કે મને પોતાને ખાતરી છે કે હું એ પક્ષીઓને ખતમ કરવા ધારું તો કરી શકું એમ છું. ને એટલે જ મારા પડકારમાં પણ આ જાતનું બળ અનાયાસે જ વ્યક્ત થાય છે. ને આ બળ પેલા પક્ષીઓને વગર સમજે પણ સ્પર્શે છે ને જીવ લઈને ભાગી જાય છે.

'પણ મારામાં તો આવું બળ–'

ભેરવે વચ્ચે કહ્યું : 'નથી. એટલે તો તને મેં આ મંત્ર આપ્યો છે... આ મંત્ર જ તારામાં બળ પૂરશે.'

'હાં... સમજી ગઈ. મૂળ વસ્તુ બળની છે.'

'અડધું સમજી.' ભેરવ હસવા લાગ્યો.

'સમજાવ તો આખું.'

'મૂળ વસ્તુ-બળ કરતાંય નિર્ભયતા છે.'

'તો મંત્રફંત્ર કરતાં તું મને તારા જેવી નિર્ભયતા જ આપને, દોસ્ત.' રતને ભેરવના ગળે હાથ નાંખી પ્યાર કરતાં કહ્યું.

ભેરવ અર્ધ પાગલ બની ગયો. રતનને હૈયે ભીસતાં બોલ્યો : 'હું જ આખો તારો છું પછી નિર્ભયતા ક્યાં બાકી રહે છે !'

તો રતન કોઈ અનેરા પરિતાપ સાથે બોલી પડી : 'હા ખરી વાત ! તું જ આખો મારો છે પછી મારે–'

પણ રતનના શબ્દો હોઠમાં જ અટવાઈ પડ્યા ! એટલું જ નહિ,

બળની અને નિર્ભયતાની વાતો પણ પાગલ બની બેઠેલાં આ પ્રણયીઓની પ્રેમચેષ્ટામાં નિરસ સરખી લાગતી હતી. પોતાની જાત સુધ્ધાં ભૂલાઈ ગઈ. અંગેઅંગમાં આનંદની મહેફીલની અધવચમાં કોઈક કરુણ બનાવ બન્યો હોય તેમ—

રતન જ ફાળ સાથે બોલી પડી : 'શું થાય છે ભેરવ એ ?'

શબ્દો કરતાં ય રતનનાં અંગોએ ભેરવને ભાનમાં આણ્યો. ના છૂટકે એણે પણ કાન માંડ્યા. ઉઘાડી બારીની પેલી બાજુએ કોઈક જાણે ખડખડાટ હસતું હતું : અવાજ ઉપરથી લાગતું હતું, એક નહિ પણ બે જણ હસે છે. કશીક જાણે ક્રૂર મશ્કરી કરી રહ્યાં છે. અવાજ પણ સ્ત્રીઓનો લાગતો હતો.

'કોણ હશે ? આપણને જ હસતાં હોય તેમ લાગે છે.' રતન બોલી.

રંગમાં ભંગ પડતાં ભેરવના ક્રોધનો પાર ન હતો. રતનને જવાબ આપવાને બદલે સફાળો એ ખાટલા ઉપરથી ઊભો થયો. મારવાના સાધન માટે આમ તેમ જોવા લાગ્યો.

અને અહીં હસવાનો અવાજ દૂર દૂર જતો જતો આકાશમાં ઊંચે ઊઠતો હોય એવો રતનને લાગવા માંડ્યો.

બારણાએ વાસેલો આગળો કાઢી ભેરવ બારી આગળ પહોંચ્યો ત્યાં તો હવામાં વેરાઈ રહેલું પેલું ખડખડ હસવું ઘણે દૂર નીકળી ગયું હતું. દાંત પીસી એ તરફ તાકી રહેલો ભેરવ પાછા ફરતાં બબડી પડ્યો : 'ભાગી ગઈ તો ?'

ભેરવના આ શબ્દોએ રતનને ભયમાં નાખી દીધી. મગજ પણ એવું ગૂંચવાઈ ગયું કેમ જાણે પોતે પોતાની દુનિયામાંથી અજાણ્યા એવા કોઈ દૂરના પ્રદેશમાં આવી પડી ન હોય !

પણ ભેરવ જ્યાં પડખામાં આવી બેઠો કે દિલનો ભય રતનમાંથી જાણે ભાગી ગયો-જો કે મનમાં તો એ હજી ય ભરાઈ રહ્યો હતો. ભેરવને ખભે વળગી સવાલ કર્યો : 'કોણ હતું, ભેરવ ? કોને તું કે' છે કે–'

ભેરવ એના લહેરી અવાજે વચ્ચે બોલ્યો : 'એ જ – પનોતી, રતન.'

'બે હતી પણ.'

'પનોતી તો અનેક વેશ લઈ શકે ને અનેક રીતે આપણને એ હેરાન

કરવાના પ્રયત્નો પણ કરે – જોને તું, કરે જ છે ને.'

'એ ખરું પણ પનોતી આમ નજરે દેખાય ને કાને સંભળાય એવું તો મેં કદી સાંભળ્યું નથી, ભાઈ.'

ભેરવ હસ્યો. રતનનાં મખમલી અંગોને હાથ વડે પસવારતાં કહેવા લાગ્યો : 'ભૂતકાળમાં બન્યું હોય એનું એ જ ભવિષ્યકાળમાં પણ બન્યા કરતું હશે, રતન ? તો તો પછી જગતની પ્રગતિ પણ ન જ થાય.'

'જા જા હવે. કંઈ પનોતીની પ્રગતિ આમ તે થતી હશે ક્યાંય ?... તું કાંક છુપાવે છે જરૂર, ભેરવ.'

'કશું જ છુપાવતો નથી, દોસ્ત. પનોતી એટલે જ ભૂતપલીત ને આસુરી શક્તિ. ને આમાં ક્યાં કશું છુપાવવા જેવું છે ? જે તું સાંભળે છે એની જ હું વાત કરું છું ને–'

રતન વચ્ચે બોલી : 'હા. પણ તું એ પનોતીઓ જોડે એવી રીતે વાતો કરે છે કે જાણે તમે એકબીજાને ઓળખો છો.'

'ઓળખું જ છું તો. એની ક્યાં હું ના પાડું છું. મેં તને કહ્યું તો ખરું કે હું જાદુમંત્ર જાણું છું ને એટલે પછી આ સૂક્ષ્મ તત્ત્વો જોડે ઘરોબો હોય એમ બોલું છું.'

ભેરવ મંત્ર જાણે છે એ જાણીને ભલે રતન પહેલી વાર ખુશ થઈ હતી બાકી આ વખતે તો એ જાણે કે વિચારમાં જ પડી ગઈ હતી : ભેરવ જાદુમંત્ર જાણે છે એ સારું કહેવાય કે ખોટું કહેવાય !

બીજી બાજુ ભેરવને પણ થતું હતું : રતનને આ જાદુમંત્રની વાત કરી એ સારું કર્યું કે ખોટું કર્યું ?

પણ આ બધા બનાવો એવા બનતા હતા કે એ વિશે ચોખવટ કર્યા વગર એનો છૂટકો જ ન હતો.

આ પછી ભેરવે રતનને આ વાત ભૂલાવવા ને આનંદપ્રમોદમાં લાવવાનો પ્રયત્ન ભલે કર્યો, બાકી પોતાના દિલમાં વસવસો તો ઊઠ્યો જ હતો : પહેલી જ રાતે રતનને મારા તરફ શંકા ઊઠી છે... આમ ને આમ જો આઠદસ મહિના નીકળી જા તો તો પછી ઝખ મારે છે.

પછી તો હું સાચા માણસનું ખોળિયું પામીશ ને મારા જીવનનો

ઇતિહાસ કહીને હું એની શંકાઓનું નિરાકરણ પણ કરી દઈશ. એ પણ પછી મારા ભૂતકાળની વાત જાણીને એટલી બધી ખુશ થશે કે આનંદથી મારી એ જ મને ઊંચકી લેશે ને નાચી ઊઠશે...'

ને સોનેરી આ દિવસો માટે ભેરવ પેલા દેવને જ મનોમન પ્રાર્થી રહ્યો : 'દેવ ! માણસજાતમાં ભય ને શંકાઓ ભરપટ ભરેલી છે ને એમાં વળી આ વંતરીઓ મારી પાછળ હાથ ધોઈને પડી છે; માટે રતનનું તું રક્ષણ કરજે ! તું તો જુએ છે, રતનને મારા તરફ કેટલો પ્રેમ છે ! એણીએ એનાં માબાપથી, ગામથી ને ખુદ એની કૂળદેવી ખોડિયારથી ય ઉપરવટ થઈને મારી સાથે લગ્ન કર્યું છે એ જ એના પ્રેમની સાબિતી છે, દેવ. માટે તું એનું વિરોધી શક્તિઓથી રક્ષણ કરજે'...

આ સાથે ભેરવને એક વિચાર આવ્યો : લાગ જોઈને પેલી વંતરીઓને પટાવવા ને મનાવવાનો પ્રયત્ન પણ કરી જોવો.

આ વિચાર એને એટલો બધો ગમી ગયો કે હળવા એવા હૈયા સાથે રતનને પણ કહ્યું : 'દેવનો હુકમ તો-આજકાલમાં હું પેલી પનોતીને શીશામાં ઉતારી દઈશ. તું તારે બેફિકર રહે.'

ને રતન પણ પનોતીને શીશામાં ઉતારવાની વાત સાંભળી વળી પાછી ગેલમાં આવીને વળી પાછાં બેઉ જણ પ્રેમસમાધિમાં ઊતરી પડ્યાં.

❑

૨૨

જેસળ પાસે સીધાસામાનનું પોટકું તથા ઘીની કુલ્લી વગેરે જોઈને મહારાજ વધારે નરમ પડ્યા. કહેવા લાગ્યા : 'ભલા માણસ, સવાર નો'તી પડવાની તે સમી રાતે સીધું આપવા આવ્યો ?'

'અમે મહારાજ, એમ ગણ્યું કે એક તો જમાઈ ને છોડી અવળે પાટે ચઢ્યાં છે ને એમાં વળી આપ જેવા સંત પુરુષ અમારે ઘેરથી રીસે ભરાઈને ભૂખ્યા ને ભૂખ્યા આવતા રહ્યા પછી'... ને થોડુંક વળી ગાંઠનું ઉમેરીને આમ પણ કહ્યું : 'રતનની માએ તો કહ્યું છે કે મહારાજ પાસે અત્યારે જ રસોઈ કરાવજો ને જમી રહે પછી સવા પાંચની દક્ષિણા આપીને પછી જ ઘેર આવજો.'

ચૂરમામાં ઘી ભળે એ રીતે મહારાજના અવાજમાં હસવું ઓતપ્રોત થઈ રહ્યું. કે' છે : 'અહીં તું મહારાજને જમાડવા રહીશ ને ત્યાં ઝોકમાંથી કોઈ ગાયો કાઢી જશે તો ?'

મહારાજની આ રમૂજ જેસળને ખૂબ જ ગમી. એને તો વળી એમ લાગ્યું જાણે ખોડિયારે જ પોતાની મૂંઝવણમાં મોકળો માર્ગ કરી આપ્યો. નહિ તો પોતે બંડખોર જમાઈ-દીકરીને ઝોક સોંપ્યાની વાત કયા મોઢે કરી શકત ? કહ્યું : 'ઝોકની રખેવાળી તો અભાગિયાં દીકરી-જમાઈએ એમના માથે લઈ લીધી છે; મહારાજ. એટલે જ તો–'

મહારાજ ઓર ખુશ થયા, પૂછ્યું : 'એમ ? બહુ સરસ કર્યું, જેસળ. નહિ તો એ બે અબૂધ છોકરાં અત્યારે ક્યાં જાત ને એની જ મને ચિંતા હતી !'

આ પછી જેસળે મહારાજ આ તરફ આવ્યા એ પછી છુમંતર થઈ ગયેલા લોકોની ને પત્નીના વિલાપની તથા રતનની ઇચ્છા વગેરેની વિગતે વાત કરતાં અંતમાં ઉમેર્યું : 'તો ય ઝોક ઉપર જવા નીકળેલો હું પાછો તો ન જ ફરત; પણ રતનીના અવાજમાં એવું કાંક હતું મહારાજ, કે પાણીમાં મીઠું પીગળે એ રીતે મારો ક્રોધ પીગળી ગયો ! મેં પણ પછી ગણ્યું કે છોરું કછોરું થાય પણ માબાપથી કમાબાપ ન જ થવાય.' સ્વગતની રીતે ઉમેર્યું : 'નહિ તો રાતની વેળાએ એ બે જણ-ભગવાન જાણે ક્યાં જાત !... અહીં તો ભેરવે આપનાથી વેર કર્યું હતું ને બીજે તો એને કોઈનાથી બેસતી નથી !'

'ક્યાં જાત એવી તો ચિંતા જ કરવાની નથી, જેસળ. હું એ અડબંગને હવે ઓળખી ગયો છું. એ તો પેલા ભૂતિયા ખંડિયરમાં ય ધામા નાખે એવો છે.'

'એ બાપ !... એ ભલે ધામા નાખે પણ રતનની શી વલે થાત ?'

'કેમ ?' મહારાજે નવાઈ સાથે પૂછ્યું.

'આમ તો એ (રતન) બહાદુર છે પણ ભૂતપલીતથી એટલી બધી બીએ છે કે કોઈ વાર એ ખંડિયેર આગળ અંધારું પડે ગાય ગઈ હોય તો લેવા સુધ્ધાં નથી જતી.'

'પણ ભેરવ સાથે હતોને ?' જેસળને મૂંગા જોઈને મહારાજે ઉમેર્યું : 'હજી ય તું બે જણના પ્રેમને ઓળખી શક્યો નથી, જેસળ ?... રતનના પડખામાં ભેરવ હોય તો જમને ત્યાં જતાં ય રતન હવે નહિ ડરે.'

જેસળના ગળે સરબતના ઘૂંટડા પેઠે મહારાજની વાત ઊતરી ગઈ. કહ્યું પણ ખરું : 'એ વાત આપની ખરી, મહારાજ.'

જેસળના હુંકારમાં તલભારે ય શંકા ન હતી છતાં ય મહારાજે સવાલ કર્યો : 'શું ખરી ?'

મનની અંદર વાત બેસી જાય એ એક વાત છે પણ કારણ આપવું બીજી વાત છે ! જેસળે લોચા વાળવા માંડ્યા : 'ખરી તો એમ કે રતની પેલાની પાછળ આંધળી છે એટલે–'

'ના, એમ નથી.'

મહારાજના મોં ઉપરની પ્રસન્નતા દીવાના ઝાંખા પ્રકાશમાં પણ

જેસળ જોઈ શક્યો. પૂછ્યું : 'તો ?'

મહારાજે કહ્યું : 'આંધળી છે એમ ન કહી શકાય, ઊલટાની એ ભેરવના સાથ પછી વધારે દેખતી થઈ છે.'

જેસળ થોડોક ખોટો થયો. કહે છે : 'દેખતી તો થઈ છે પણ જેની આંખે દેખતી થઈ છે એ માણસની વાતો લોકો કરે છે એ આપે હજી સાંભળી નથી, મહારાજ.'

'શી વાતો કરે છે. કહે હવે, ચાલ.' મહારાજે બાજુમાં પડેલી ચલમ લેતાં સવાલ કર્યો. મોં ઉપરના ભાવો ઉપરથી લાગતું હતું કે મૂળ વાત પાટા ઉપર ચઢેલી જોઈને મહારાજ હવે એ વાત આગળ ચલાવવા કટીબદ્ધ થયા છે.

ચલમમાં તમાકુ ભરતાં ઉમેર્યું : 'કોઈ વાત છુપાવતો નહિ. મારે આમાંથી તાળો મેળવવાનો છે કે મારી ધારણા કેટલી હદે સાચી છે !'

જેસળે પણ પછી પૈસાની થેલીની ને લીલીના દાગીનાની વાત કરતાં કોઈકે ભેરવને પેલા ખંડિયેરમાંથી નીકળતાં જોયો હતો એ પણ મહારાજને કહી સંભળાવ્યું. અંતમાં ઉમેર્યું : 'એટલે આ માણસે જક્ષણી સાધી હોય ને રતનીના ઉપર મોહિની કરી હોય તો પારકી (ભેરવની) આંખે વધારે દેખતી થયેલી રતનીનું દેખવું કેટલો સમય ટકશે મહારાજ ?'

'કેમ ?' મહારાજે સવાલ ભલે પૂછ્યો પણ એ કાંઈક વિચારમાં પડેલા હોય એ રીતે ચલમ ફૂંકતા હતા.

'મેલી વિદ્યાનું અજવાળું કેટલું ?' આમ કહી જેસળે ઉમેર્યું : 'કહેનારે કહ્યું છે કે ભૂતોને ભજનાર ભૂતોને પામે ને દેવને ભજનાર સ્વર્ગ પામે.'

'ના ના જેસળ. આ માણસમાં સાવ એવું નથી લાગતું. એ સાલો આમ તો આપણા બધા ય કરતાં વધારે સાચો અને ઉમદા દિલનો માણસ છે. પણ' – મહારાજ ચલમ ખેંચવા વળ્યા.

ચલમનો દમ લગાવી ધુમાડાના ગોટ મોંમાથી કાઢી રહ્યા પછી પણ એ કંઈ જ ન બોલ્યા ત્યારે જેસળને પૂછવું જ પડયું : 'કેમ 'પણ' કહીને છાના થઈ ગયા, મહારાજ ?'

મહારાજ બોલવા લાગ્યા : 'આ માણસ સાલો સમજાતો નથી. એક

તરફ એનામાં દેવ જેવો ગુણ છે ને બીજી તરફ એ સાલો પલીત લાગે છે.' ઉમેર્યું : 'પલીત કરતાં એ જીન હોય એવો મને વહેમ પડ્યો છે.'

'શી વાત કરો છો આપ ?' જેસળના મોં ઉપરથી ઊડી ગયેલું લોહી ઝાંખા અજવાળામાં ય મહારાજ જોઈ શક્યા. આ સાથે એ હસવા લાગ્યા. કે' છે : 'ભલા માણસ, એટલો તો વિચાર કર કે એક તરફ દેવ છે ને બીજી તરફ એ જીન હશે તોય સામસામા છેદ ઊડતાં માણસ તો એ રહે જ છે ને ?'

પણ આ વાત જેસળને ગળે ઊતરી નહિ.

ને વળી અહીં મહારાજે ભેરવનો ઇતિહાસ શરૂઆતથી ઉખેળીને પ્રસંગ પ્રસંગ વાર જેસળ આગળ ઉલ્લેખ કરી એના મનમાં ઠસાવ્યું કે ભેરવથી કોઈ પણ પ્રકારે ડરવા જેવું છે જ નહિ. પછી ભલેને એની આસપાસ ભેદના ને ચમત્કારોના ડુંગરો ખડકાયે જતા...

મોડેથી એ ઘેર જવા નીકળ્યો ત્યારે પણ મહારાજે આવી જ વાત કરી : 'કાલે સવારે ગામ ભેગું કરીને લોકોને સમજાવીએ કે આ માણસને ગામનું ધણ ચરાવવાનું કામ આપે. પૂજાપાઠ કરીને હું આવી લાગીશ.'

'ગામ તો એનાથી એવું બી ગયું છે કે ધણ ચરાવવાનો સહુનો મત મલે ત્યારે જાણીએ કે મલ્યો છે.'

'મતે ય મલશે ને બધું ય ઘાટે પડશે, જેસળ ! ચિંતા કરવી છોડી દે. રતનની માને પણ કહેજે કે લોકોના વાદે ચિંતા કરીને દુઃખી ન થાય.'

ને મહારાજ પછી દરવાજો વાસી પથારીમાં પડ્યા પડ્યા ભેરવનો ભેદ ખોલવાના વિચારમાં ને વિચારમાં ઊંઘી ગયા.

વહેલી સવારે જાગીને મહારાજ નહાવાધોવા નદીએ ગયા ત્યાં પેલી બાજુના બહેડા આગળની ઝાડીમાંથી કોઈકનો અવાજ કાને પડ્યો. એકચિત્ત થઈને સાંભળ્યું તો એ અવાજ પરિચિત લાગ્યો. દબે પગે થોડેક આગળ જઈને કાન માંડ્યા તો સમજાઈ ગયું એ અવાજ ભેરવનો હતો. એ જાણે કોઈનાથી વાત કરતો હોય તેમ ખચકાઈને ખચકાઈને બોલતો હતો. શક્ય એટલા નજીક જઈને મહારાજે જોવાનો ને સાંભળવાનો પ્રયત્ન કરી જોયો. પણ ન તો એમને ભેરવ સિવાય બીજું કોઈ જોવા મલ્યું કે ન કંઈ ભેરવ સાથે

વાત કરનારનો અવાજ સુધ્ધાં સંભળાયો. એટલું જરૂર સમજાયું : સામે કોઈક સ્ત્રી હોય એ રીતે ભેરવ વાત કરે છે... સ્ત્રી પણ એક નહિ પણ બે છે એ વાતે ય મહારાજે પામી ગયા. આ સાથે એમને પડેલો વહેમ પણ પાકો થયો : માનો ન માનો પણ આ માણસ કોઈ મેલી વિદ્યાનો જાણકાર છે ને એની સામે વાતો કરનાર કોઈક વંતરીઓ લાગે છે !

ક્ષણ બે ક્ષણ મહારાજ પોતે એવા ડઘાઈ ગયા કે એમની પાસે ખોડિયારનો સહારો ન હોત તો મનોમન એમણે નીમ પણ લીધું હોત : આજથી આ ભેરવિયાનું નામ સુધ્ધાં ન લેવું !

ને ખોડિયારના સ્મરણ સાથે સ્વસ્થતા મેળવી મહારાજ પછી સંતાઈને એ આખી ય વાત સાંભળી રહ્યા. ભેરવ કહેતો હતો : 'હું હારીને પાછો આવીશ તો તમારા મોંમાં શું આવશે ?' સામેથી કોઈ જવાબ મલ્યો હોય એ રીતે વળી એ બોલ્યો : 'વંતરાં કરતાં માનવી મોટું છે એ વાત તો દેખીતી જ છે. હું પોતે હારીશ તોપણ કંઈ આ છોકરી કરતાં તમે વંતરીઓ ઓછી ચઢી જવાની છો ?... મેં ક્યાં તમારું અપમાન કર્યું છે ? વંતરામાં માનવીના જેવો પ્રેમ નથી એ તો એક હકીકત છે. તમારામાં જો મારા તરફ સાચો પ્રેમ હોત તો હારીને હું કાયમ ખાતે નર્કલોકનો વાસી બની રહું એવો પ્રયત્ન તમે કરત જ નહિ... જો હું જીતીશ તો તમને પણ ફાયદો થશે... ફાયદો એ કે હું અહીં તમારા માટે દાન-તર્પણ કરીને તમને બેને પ્રેતલોકમાંથી વહેલી મુક્તિ અપાવી શકીશ. ને તમે પછી માનવ યોનિમાં ફરી પાછો જન્મ લેશો... ના ના તમને લાંચ નથી આપતો. તમારી સાથે મને દોસ્તી છે એટલે કહું કે હું જો મુક્તિ પામીશ તો તમને પણ હું વહેલી તકે છોડાવી દઈશ...'

આ પછી કોણ જાણે સામેથી શો જવાબ મળ્યો કે ભેરવ જાણે આભમાં કોઈ ભાગી જતું હોય ને એની પાછળ જોઈને બોલતો હોય તેમ કહેતો હતો : 'તો તો પછી એમ જ કહોને કે મને હેરાન કરવામાં જ તમને રસ છે. પણ યાદ રાખજો, જો તમે કાવાદાવા કરીને મને મારી શર્તમાં હરાવશો ને મારે પાછા આવવાનું થશે તો મારું તો જે થવાનું હશે એ થશે પણ તમારું તો હું કાટલું જ કાઢી નાખીશ. તમારા વેર કરતાં મારું વેર ભયંકર

હશે એ વાત કદી ભૂલતાં નહિ... ઠીક છે, જાઓ.' પીઠ ફેરવતાં બબડ્યો પણ ખરો : વંતરાં તે વંતરાં સાળાં. એમનામાં વળી દયા કે સદ્દ્ભાવની આશા જ શાની !'

ભેરવની પાછળ સંતાઈને જોઈ રહેલા મહારાજ એને ભાંગેલી ચાલે ખોડિયારના મંદિર તરફ જતો જોઈને નાહવાની વિધિ ઝટપટ પતાવતાકને મંદિર તરફ જવા ઊપડી ગયા.

મહારાજ મંદિરે પહોંચ્યા ત્યારે ભેરવ ઓટલા ઉપર બેઠેલો હતો. મહારાજને જોતાં જ એ ઓટલા ઉપર ઊભો થયો. હાથ જોડીને પ્રણામ કર્યા.

'ક્યાંથી ભાઈ, અત્યારના પોરમાં ?' મહારાજે લૂખા અવાજે સવાલ કર્યો.

'ચરાવવા માટે ગાયો લેવા આવ્યો છું.'

'કોણે કહ્યું ?' મહારાજના મનમાં એમ હતું કે મારા જતા પહેલાં જેસળે ને ગામલોકોએ ગામનું ધણ ચરાવવાનું નક્કી કરી દીધું હશે.

પણ ભેરવે જુદું જ કહ્યું. કે' છે : 'હું મારી મેળે આવ્યો છું, બાવજી.'

'તું તો કહીશ પણ લોક તારો વિશ્વાસ કેવી રીતે કરશે ને તારા હાથમાં ગામનું ધણ કેવી રીતે સોંપાશે ?'

વિષાદથી ભરેલું ભેરવનું મોં વધારે ઢીલું પડ્યું. મહારાજને સામો સવાલ કર્યો : 'મેં શું એવું કોઈનું બગાડ્યું છે કે લોક વિશ્વાસ નહિ કરે, મહારાજ ?'

ભેરવના આ સીધા સવાલનો સીધો જવાબ મહારાજ પાસે ન હતો. દરવાજા તરફ પગ ઉપાડતાં બોલ્યા : 'બગાડ્યું તો કંઈ નથી પણ તું કોઈક ભેદી માણસ લાગે છે, ભાઈ.'

'આપે મને ભેદી કહ્યો તો તો હવે પૂરી વાત કરીને જ જાઓ, મહારાજ.' ભેરવના અવાજમાં વિનંતિને બદલે આદેશનો જાણે રણકો હતો.

મહારાજને પણ લાગ્યું કે આની સાથે હવે પૂરી વાત જ કરી લેવી જોઈએ. કહ્યું : 'આવ અંદર, પૂરી વાત કરું.'

'અંદર તો હું નહિ આવું. અહીં જ ઊભા રહો. કહો તો નોકર પાસે આસન મંગાવું.'

મહારાજ માટે આ પણ નવું હતું. હવે જ એમને ખ્યાલ આવ્યો કે આટલા સમયથી ભેરવ અહીં રહે છે ભલે પણ એક્કે ય વાર એણે ખોડિયારની મૂર્તિવાળા વિભાગમાં પ્રવેશ કર્યો ન હતો. જ્યારે આજે તો વળી દીવા જેવી એણે જ પોતે ના પાડી.

દરવાજામાં ખચકાઈને ઊભા રહેલા મહારાજે આછા શા ક્રોધ સાથે પૂછ્યું : 'કેમ તું મંદિરમાં નહિ આવે ?'

'નીમ છે, બાવજી.'

'કેવો નીમ ?'

'એક વર્ષ લગી દેવદેવીને નમવું નહિ કે એના સ્થાનમાં પેસવું નહિ.'

મહારાજની અકળામણનો પાર ન હતો. અકળામણે ય ખાસ તો દ્વિભાવની હતી. એક તરફ આ માણસ મેલી વિદ્યાનો ઉપાસક એટલે કે મેલો હતો તો બીજી તરફ સ્ફટિક સરખો ચોખ્ખો હતો. એક તરફ એના તરફ તિરસ્કાર આવતો હતો તો બીજી તરફ પ્રેમ જાણે ઊમટતો હતો.

ને ભેરવવાળા ઓટલા ઉપર જમાવતાં બાવજી પોતે સ્વગતની જેમ કહેવા લાગ્યા : 'ભલે. આજે તો મારે સીધી વાત કરીને પૂરેપૂરો તને ઓળખી જ લેવો છે. બેસ અહીં બાજુમાં.

પણ ભેરવ તો જાણે અત્યારથી જ એમને આશાભંગ કરવા લાગ્યો. હસતાં હસતાં કહેતો હતો : 'પૂરેપૂરો તો મહારાજ, હું જ મને પોતાને નથી ઓળખતો પછી આપને કેટલો ઓળખાવી શકીશ ?' ને બાજુમાં એ બેસી ગયો-ઊંધા પગ નાખતોકને.

'હું પૂછીશ એના જવાબ તો તું સાચેસાચા આપીશ ને ?'

'આપીશ. પણ હું કોઈનાથી બંધાયેલો હોઈશ તો એના જવાબ મારે ટાળવા પડશે એ આપને હું પહેલેથી જ જણાવી દઉં છું.'

આ સાથે મહારાજના ખભે પડેલા ભીના ધોતિયાનો ભેરવને ખ્યાલ આવતાં ઊભો થયો. ધોતિયું લઈને સામેની વાડ પર એ સુકાવવા ગયો.

તો મહારાજે વળી મંદિરમાંના નોકરને ઘાંટો પાડ્યો : 'ચલમ ભરીને આપી જા મને.'

❑

૨૩

મહારાજે ભેરવને અનેક સવાલ પૂછ્યા : પૈસા ક્યાંથી લાવ્યો, દાગીના કોના છે, ને ખોડિયારને કેમ પગે ન પડ્યો ?

અને ભેરવે પણ જે વાત રતનને કહી હતી એ જ લગભગ મહારાજને કહી : પોતે જક્ષણી સાધી છે, ને ધરતીમાં દાટેલા ધનની પોતાને ખબર પડે છે. ખોડિયારને પગે ન લાગવાનું કારણ પણ એ જ આપ્યું. પોતે ખોડિયારને સાચેસાચી શક્તિરૂપે માને છે ને પોતાને હજી રતન પ્રત્યેનો પ્રેમ પુરવાર કરવાનો બાકી છે પછી કઈ રીતે ખોડિયાર આગળ રતનના સ્વામી તરીકે પુરવાર કરતા પહેલાં પગે લાગે ?

મહારાજને એની અડધી વાત સાચી લાગી તો અડધી કાંઈક તૂત જેવી પણ લાગતી હતી. ભેરવને કહ્યું પણ ખરું : 'તારી વાત સાચી હોય તોપણ ગળે ઊતરતી નથી, ભેરવ.'

ભેરવે મહારાજની શંકાને પણ ખોળે ઘાલી. કહ્યું :

'એક દસેક માસ થોભી જાઓ, બાવજી. મારા ગુરુનો આદેશ છે કે એક વર્ષ સુધી તારે કોઈને તારો ભેદ આપવો નહિ. માટે આપને પણ હું વિનંતી કરું છું કે આપે પણ કોઈને મારા જાદુ મંત્રની કે આ મુદતની કશી જ વાત ન કરવી !' ઉમેર્યું. 'આ વાત એક રતન જાણે છે ને બીજા આપ જાણો છો !'...

ગમે તેમ પણ મહારાજને ભેરવ વળી પાછો પહેલાંની જેમ ગમવા લાગ્યો. હવે તો એ એમના માટે ઉઘાડી રાતે મેલી વિદ્યાનું સેવન કરનાર હતો છતાંય જાણે દૂધ જેવો ઉજળો એમને લાગતો હતો.

અને જાણે ભેરવ પ્રત્યેનો મેલી વિદ્યાનો મેલ પોતાનામાંથી કાઢી નાખવા માગતા હોય તેમ પાંચ દસ પળના વિચાર પછી મહારાજે વળી કહ્યું : 'તેં જો સાચેસાચ જક્ષણી સાધી હોય તો પેલા રાજપૂતના ઘરમાં દાટેલું ધન તું કાઢી લાવ જો... તો હું પછી, તારી આ બધી જ વાત માની લઈશ !'

મૂંગા બની મહારાજની વાત સાંભળી રહેલા ભેરવે હસીને કહ્યું :

'આમાં કાંઈ મોટી વાત નથી, મહારાજ. પણ આપ તો જાણો છો કે મંત્ર જાણનાર માણસને બંધન હોય છે.'

'કેવું બંધન ?'

'પોતાને ખાસ જરૂર હોય તો જ એણે ધરતીનું ધન બહાર કાઢવું, એ વગર નહિ.' ક્ષણેક થંભી ઉમેર્યું : 'તેમાં પણ પોતાનો પરચો દેખાડવા તો આ વિદ્યાનો ઉપયોગ કરવાનો હોય જ નહિ, મહારાજ.'

મહારાજને ભેરવની વાત સાચી લાગવા છતાંય એ કંઈક કહેવા જતા હતા પણ ભેરવ વચ્ચે હસતાં હસતાં વળી બોલ્યો : 'નવાઈની વાત કહેવાય, બાવજી ! એક પા તમે ને ગામ આખું કહો છો કે પેલી વાણિયણના દાગીના છે ને બીજી પા પાછા તમે જ મારી વિદ્યા ઉપર શંકા લાવો છો !'

મહારાજ સહેજ લજવાઈ રહ્યા. વાત સમેટતાં કહ્યું : 'અચ્છા ભાઈ. દસ માસ સુધી હું તને કંઈ જ નહિ પૂછું.' ને પોતે પછી ઊભા થતાં કહ્યું : 'ચાલ હવે ગામમાં જઈએ. ગામલોકને સમજાવી જોઈએ, જો તને ગામનું ધણ ચરાવવાનું કામ સોંપે તો !'

'ગામ સોંપે તો સારી વાત છે. નકર આપણે તો નક્કી છે કે બાપનું ને ખોડિયારનું ધણ ચરાવવું ને મઝા કરવી !'

'એટલામાં તમારા બેનું પોષણ થશે ?'

મહારાજે પૂછતાં તો પૂછ્યું પણ તરત જ ખ્યાલ આવ્યો કે જે માણસ પાસે ધરતીમાં પડેલા ધનના ડુંગરો છે એ માણસને પોષણનો વળી સવાલ કેવો !

ભેરવ કદાચ મહારાજની આ વાત પામી ગયો હશે, બોલ્યો : 'આપણાં બાવડાં સલામત છે તો પોષણના શા ભાર છે, મહારાજ ?'

'કેવી રીતે ?'

'અનાજ લણવાનો વખત આવશે ત્યારે રતન જશે ધણ ચરાવવા ને હું રહીશ ખેતરો લણવા.' ક્ષણેક થંભી ઉમેર્યું : 'એક તરફ દસ માણસ ને એક તરફ હું એકલો, મહારાજ. બાર મહિનાના રોટલા એક મહિનામાં કૂટી કાઢીશ.'

'વાહ વાહ જવાન.' મહારાજે ભેરવનો ખભો થાબડ્યો.

બેઉ જણ ગામમાં આવ્યા ત્યારે જેસળને ત્યાં ગામના આગેવાનો બેઠેલા હતા. આ લોકો પણ ભેરવને ધણ ચરાવવાનું કામ આપવાની જ વાતો કરતા હતા.

અલબત્ત એ પહેલાં ભેરવ વિશેની ચર્ચા શામળભાઈ મુખી તથા હરિભાઈ વગેરેએ અંદરોઅંદર કરી લીધી હતી. શરૂઆતમાં તો ભેરવ સાથે કોઈ પણ જાતનો સંબંધ રાખવાની એ લોકની ઇચ્છા ન હતી. પણ જ્યારે અરજણે સવાલ કર્યો : 'ભેરવે આ ગામમાં કોઈનુંય કાંઈ બગાડ્યું તો છે નહિ ત્યારે શું કામ તમે બધા એ માણસથી નારાજ છો એનો તો જરા વિચાર કરો ?'

ને અંતે પછી એ બધા ઢીલા પડ્યા હતા.

ઓછું હોય તેમ ગઈ સાંજે રીસાઈને ચાલતા થયેલા મહારાજ પણ આવી લાગ્યા. ને તે પણ વળી ભેરવ સાથે... અરે એ જ પોતે પહેલાંની જેમ ભેરવની વકીલાત કરવા તત્પર થતાં કહેવા લાગ્યા : 'ભેરવ થોડોક અડબંગ છે એ વાતની ના નહિ, પણ રાતે મને વિચાર કરતાં લાગ્યું કે આ અબુધ માણસને ખોડિયારમાં શ્રદ્ધા ન હોય તો શું કામ આપણે'–

આ સાથે જ ભેરવ બોલી પડ્યો : 'અવળી વાત ક્યાં કરો છો, મહારાજ ?... ખોડિયારને તો હું ઊલટો જીવતી જાગતી ગણું છું ને એટલે જ–'

પોતાની વાત કાપતા ભેરવ ઉપર મહારાજને જરા ખીજ તો ચઢી પણ વચ્ચે બોલીને એમણે જ પછી ભેરવની વાત ઉપાડી લીધી, હસીને કહ્યું : 'એમ ગણ ભાઈ. બાકી–' આમ કહી મહારાજે વળી ગામલોકોને કહેવા માંડ્યું : 'આ માણસે આપણું કશું બગાડ્યું તો છે નહિ – પછી–'

'ઊલટાનું કંઈ કે ય સધાયું છે.' અરજણે વચ્ચે બોલી ટાપસી પૂરી...

ને અંતે પછી ગામલોકોએ ભેરવનું મહેનતાણું નક્કી કરી ગામનું ધણ ચરાવવાનું કામ એને આજથી જ સોંપી દીધું.

ભેરવે જાણે ભાવતું હતું ને વૈદે કહ્યું ! રતનના હાથનું ભોજન જમી ગામનું ધણ લઈને સવારે નીકળી પડ્યો ગોચર તરફ વાંસળી વગાડતો વગાડતો.

ભેરવ માટે આજનો દિવસ ધન્ય હતો. રતન સાથેના રાતભરના સહચારમાં જોકે વંતરીઓએ બે-ત્રણ વાર ડખલ ઊભી કરી હતી છતાં ય માનવજીવનમાં બહુ ઓછાંને સાંપડતો પ્રેમસભર શારીરિક આનંદ એણે-બલ્કે બેઉ જણે મુક્ત મને માણ્યો હતો. આ હિસાબે મન જ એકલું નહિ, શરીર પણ જાણે સ્વર્ગમાં જઈ આવ્યું હોય એ રીતના આનંદમાં હળવું હળવું ફૂલ હતું.

પ્રેતોની સભામાં પ્રવચન કરતાં દેવે એક વાર કહ્યું હતું એ ભેરવને આજે યાદ પણ આવી ગયું. દેવે એ વખતે કહ્યું હતું : 'માનવદેહ ધારણ કરવા છતાંય ચેતનાની અંદર પ્રેતપણું તો કાયમ જ હોય છે. પરંતુ જ્યારે માનવદેહને દ્વૈતમાંથી મળતો આનંદ અદ્વૈતમાં ફેરવાઈ જશે ત્યારે જ પછી માનવ ચેતનાપૂર્ણ બનીને ઊભો રહેશે...'

અલબત્ત ભેરવને દેવની આ વાત બરાબર સમજાતી ન હતી પણ આજના સહચાર પછી એમ તો એને થતું જ હતું : આ આનંદની પેલી બાજુ અદ્વૈતાનંદ હોય પણ ખરો !...

ગમે તેમ પણ આજનો ભેરવ પહેલાંના કરતાં જુદો જ હતો. વાંસળી જોકે એ જ હતી. તો વાંસળી ઉપર રમતી પેલી આંગળીઓ પણ ભેરવની અસલ જ હતી. ગીત પણ એનું એ જ હતું. પણ આજે જાણે એ ગીતની અંદર ભેરવનું લોહી ફરતું હતું.

> મનની માટીનું માનવી
> ઉરમાં અમરતની દીવડી
> હે... ધરતી ને આભની વચાળે
> કે ભીંસમાં ભીંસાણી જિંદગી !

અને પછી આની સામે જવાબ આપતાં ભેરવનો ઉલ્લાસભર્યો આત્મા આખો ય જાણે આશાનો ઉન્માદ બની મધુરી એ સૂરાવલીમાં વહેવા લાગ્યો. હવામાં જેમ સુવાસ ભળે એમ આનંદ જાણે ચારે બાજુ પથરાઈ ગયો :

મનની માટી કેળવશું.
પ્રેમનાં પાણીમાં ગૂંદશું.
હે... માયલાનાં મોંઘે અજવાળે
કે રૂપલા ચાંદો ચમકાવશું !...

ભેરવના આવવાની વાટ જોતી એક ખખડધજ વડ ઉપર આવી બેઠેલી વંતરીઓની દશા, ઉનાળાની બપોરે ખાબોચિયાનાં ઓછાં પાણીમાં ખદબદ થતાં માછલાં જેવી બની રહી. ગોરી કરતાં કાળીની દશા અનેકગણી દયાજનક હતી.

ગોરીનામાં પહેલેથી જ ભેરવ તરફ કૂણી લાગણી બલ્કે પ્રેમભીની મમતા હતી. અત્યારે પણ એ ભેરવની ઈર્ષા કરવી ભૂલી ગઈ ને મુગ્ધ બની ભેરવની વાંસળીમાંથી વહે જતા મધુરા સૂરનું પાન કરતી પૂતળી સરખી બની રહી હતી.

પણ કાળીની દશા દુઃખદ હતી. વાંસળીમાંથી વહેતી સૂરાવલી જાણે શારડી હોય ને દિલની અંદર ફરતી ફરતી શારતી હોય એ રીતે એ આકળવિકળ થઈ રહી હતી. ઘડીકમાં એ હોઠ ભીંસતી, તો કોઈ વાર વળી મૂઠિયો વાળી મૂઠીમાં જાણે ખંજર હોય ને ભેરવની છાતીમાં ભોંકતી હોય એ જાતનો અભિનય પણ કરતી હતી.

એકાએક એની નજર ગોરી તરફ વળી. એ એને કંઈક કહેવા જતી હતી. પણ ગોરી તો જાણે કાન વાટે શરાબ પીતી બેઠી હોય તેમ આંખો પણ એની મોજીલી ને–

આ જોઈ કાળીને દાઝ ચઢી. ગોરીનું બાવડું ઝાલી કાંઠી (ઝાડ)ની ડાળી ઝંઝોડતી હોય એ રીતે ઝંઝોડતી દાંત ભીંસી કહેવા લાગી : 'તું જ સાલી બદમાશ છે.'

ગોરી ઘડીક ગભરાઈ ગઈ. ચીસ પાડી પૂછવા લાગી : 'મેં શું કર્યું વળી ?'

'તું જ મારો આખો ખેલ સુધારવાને બદલે બગાડી આપે છે.'

'હાય હાય ! કેવી રીતે મેં તારો ખેલ બગાડ્યો, કાળી ? તું કહે છે એટલાં ડગ હું ભરું છું છતાં ય તું મને આમ કહે છે ?' છેલ્લા શબ્દો રડમસ હતા.

'હા હા. ઘૂવડ થઈને બોલીએ છીએ ખરાં પણ મારો ઘૂઘવાટ જેટલો ભેંકાર હોય છે એટલો તારો નથી હોતો.'

'કોઈને પણ પૂછી જો, તારો ઘૂઘવાટ ને મારો ઘૂઘવાટ એક સરખો હોય છે કે નહિ ?' ગોરી બોલી. આ સાથે એ સફાળી ઊભી થઈ, 'ચાલ આપણે ભેરવ પાસે જ ન્યાય કરાવીએ.'

'કેવી રીતે ?'

'તું ચાલ તો ખરી.' ગોરી આગળ થઈ.

કાળીને પણ ભેરવ સાથે વાત કરવાની લાલચ તો હતી જ : 'ચાલ, કેવી રીતે તું ભેરવ પાસે ન્યાય કરાવે છે.'

ને બેઉ જણ ભેરવની દિશામાં ઊપડી ગયાં.

વાંસળી વગાડતા ભેરવને આ લોકોની હાજરીની ખબર પડી ગઈ. વાંસળી વગાડવી બંધ કરી લહેરી અવાજે કહેવા લાગ્યો : 'અરે મૂર્ખીઓ, ઈર્ષાની આગમાં બળ્યા વગર આનંદ લૂંટો આનંદ-લૂંટતાં જો આવડે તો.'

ગોરીએ કાળી સામે આંખ મીચકારી શાન્ત રહેવાનું સૂચન કર્યું. પછી ભેરવની જેમ લહેરી અવાજે સવાલ કર્યો : 'કેવી રીતે આનંદ લૂંટવો એ જ તો અમે તારી પાસેથી શીખવા આવ્યાં છીએ, દોસ્ત.'

'પૂછ આ આસપાસની વનરાજીને, કેવી રીતે એ આનંદ લૂંટે છે ?'

'તું કહેને પણ ?' કાળીએ છણકો કર્યો.

'આનંદમાં રહીને ! એટલું ય તું જાણતી નથી ?' ઉમેર્યું : 'આ તારું ડાચું જ બળેલું છે પછી આનંદને શી પડી છે ? તારી પાસે એ ઢૂંકે ય ખરો ?'–

ગોરીએ લાગલો સવાલ કર્યો : 'ને મારી પાસે, ભેરવ ?' ભેરવે

ગોરીનો સવાલ સાંભળ્યો ન સાંભળ્યો કરી કાળીને જ કહ્યું : 'બળેલા છૂંછાથી ને ચીઢિયાં, ક્રોધી મનેખથી તો આનંદ હમેશાં બાર ગાઉ છેટે જ ફરતો હોય છે.'

કાળી ચીઢાઈ ઊઠી : 'જા જા સાલા !'

ભેરવ હમણાં વીફરશે એમ કરીને ગોરી થોડીક પાછી હટી. પણ ભેરવ અત્યારે ખૂબ જ લહેરમાં હતો. હસતાં હસતાં બોલ્યો : 'સાલા કહે કે વહાલા કહે, એ બધું જ હવે આપણે તો સરખું છે, કાળી !'

'કેમ હવે સરખું છે ?' ગોરીએ, હવે ઉપર ભાર દેતાં સવાલ કર્યો.

કાળીએ જાણે દાઢમાં દબાવીને મહેણું માર્યું : 'એને સાલાને પ્રેમ મલ્યો છે ને ! પણ યાદ તો રાખ ! આ સાલી ગોરી જરા દોગલી છે, નહિ તો'–

વચ્ચે બોલી ગોરીએ ગંભીર ભાવે ભેરવને પૂછ્યું : 'સાચું બોલજે, ભેરવ ! તને અમારા બે જણનાં ઘૂઘવાટમાં કદી તફાવત લાગ્યો હતો ?'

ભેરવ સમજી ગયો આ લોકો ઘૂવડ થઈને બોલ્યાં હતાં એ વાત કરે છે. બે-પાંચ પળના વિચાર પછી બોલ્યો : 'ના ભાઈ, આપણે કદી તમારા બેનો અવાજ પારખવાનો પ્રયત્ન પણ નથી કર્યો ને ફેર પણ નથી લાગ્યો.' ને સવાલ કર્યો : 'વાત શી છે એ તો કહો ?'

'કાળી કહે છે કે મારા જેવો ભયંકર તું ઘૂઘવાટ નથી કરતી ને હું કહું છું કે મારો ઘૂઘવાટ તારા ઘૂઘવાટ જેવો જ છે – એટલે અમે તારી પાસે ન્યાય કરાવવા આવ્યાં છીએ.

પછી તો એ લોકોએ બેઉ વચ્ચે થયેલી આખીય ચર્ચા ભેરવને કહી સંભળાવી.

ભેરવને થયું : ન્યાય કરવો તો બરાબર કરવો. કહ્યું : 'એમ કરો : બેઉ જણ પેલા સીમડાઓના વનમાં જઈને વારાફરતી અવાજ કરો. પછી હું તમને કહી શકું.'

કાળીના ગળે જો કે સોએ સો ટકા આ વાત ઊતરી નહિ છતાં ય એ સંમત થઈ. બેઉ જણ દૂર આવેલા સીમડાઓના વન તરફ ઊપડી ગયાં. જતાં જતાં કાળીએ પાછા ફરી ભેરવને કહ્યું : 'અમે બે જણ બે બે અવાજ

કરીશું. એક સાથે બે કરીએ કે આગળ પાછળ પણ કરીએ. આમાંથી તારે ચારે અવાજ પારખવાના ને બે બે અવાજનાં જોડકાં કરી આપવાનાં, પછી જોઈશું. કેવો તું ન્યાય કરે છે.' ભેરવને આ વાત ખૂબ ગમી.

ને એ લોકના ગયા પછી ભેરવ આંબલીના એક વૃક્ષ ઉપર ચઢી કાન માંડીને બેસી ગયો.

કાળીની વાત ઉપરથી એ પામી ગયો હતો કે એ લોકોનો મુદ્દો કોનો અવાજ કેટલી અસર કરે છે એ વાત ઉપર છે. આ હિસાબે એણે કાળી ગોરીનો અવાજ પારખવા તરફ લક્ષ ન આપતાં દરેક અવાજની અસર પોતાના ઉપર કેવી થાય છે એ તરફ જ લક્ષ આપ્યું. સાથે સાથે આસપાસમાં ચરી રહેલા ધણ ઉપર કોની અસર કેટલી થાય છે એ પણ એણે જોવા માંડ્યું.

થોડીક વાર થઈને સીમડાના વનમાંથી ઘૂવડનો અવાજ ઊઠ્યો. આખા ય વનને ઘૂઘવાટે જાણે ભરી દીધું. ગાયોએ ચરતાં ચરતાં ઊંચું જોયું, અવાજની દિશામાં કાન પણ માંડ્યા, ને વળી પાછી એ ચરવા વળી.

થોડીકવાર થઈ ને બીજો અવાજ આવ્યો. આ અવાજ પહેલા અવાજ કરતાં ય થોડોક મોટો હતો પણ આ વખતે ગાયોએ જાણે ખાસ ધ્યાન ન આપ્યું.

થોડીક વારના વિરામ પછી વળી ત્રીજો ઘૂઘવાટ ઊઠ્યો. ગાયોએ આ વખતે ચરતાં ચરતાં ઊંચું જોયું. પણ પહેલાં અવાજ વખતે કાન માંડ્યા હતા એવા કંઈ માંડ્યા નહિ. જ્યારે ચોથા અવાજ વખતે તો કાન માંડ્યા એટલું જ નહિ, પગમાં પણ જાણે ભડકવાની પૂર્વ તૈયારી લાગતી હતી.

થોડીકવાર થઈ ને વંતરીઓ આવી લાગી. કાળી બોલી : 'બોલ હવે, કયો અવાજ કોનો હતો ?'

ભેરવ હસ્યો. કહ્યું: 'એના બદલે એમ પૂછ કે કયો કયો અવાજ વધારે ભેંકાર હતો.'

ભેરવની વાતથી કાળી ખરેખર ખુશ થઈ. ખુશ થઈ એટલું જ નહિ પણ ભેરવ તરફનું આકર્ષણ જાણે કાન માંડીને ઊભું રહ્યું. જો કે બહારથી તો એ કરડી જ હતી. બોલી : ખરી વાત, ચારેય અવાજમાંથી કયા બે

અવાજ વધારે કાતીલ હતા ?'

'જો, પહેલો અને છેલ્લો અવાજ ભેંકાર હતો ને એ અવાજ તારા સિવાય ગોરીનો હોય જ નહિ.'

ગોરીનું મોં પડી ગયું. બોલી, 'કેમ તને ખબર પડી ?'

જ્યારે કાળી પોતે ગોરી ઉપર દાંત પીસવા લાગી : 'બોલ હવે. છે ને તારી દાનતમાં પોલ ?'તિરસ્કારી પણ નાખી : 'હટ્ટ સાલી મોળી !'

બિચારી ગોરી ! ઊલટાનો એણીએ તો દાંત પીસીને એવો ઘૂઘવાટ કર્યો હતો ! પણ આખરે એ કાળી કરતાં મોળી નીકળીને ઊભી રહી. આ બધી વાત એણીએ ભેરવ આગળ કહી પણ ખરી.

ભેરવે એને દિલાસો આપતાં કહ્યું : 'આમાં તારો દોષ જ નથી. અવાજ કરનારા દિલની વાત છે. જેવું દિલ એવો એ અવાજની અંદર પટ લાગે છે. કાળીનું દિલ કાળું છે તો એનો અવાજ પણ કારમો જ હોય જ્યારે તારું દિલ જરા–'

વાક્ય પૂરું થાય તે પહેલાં કાળી વંતરી એટલી હદે વીફરી બેઠી કે ગાળો વાવતી વાવતી રવાના થઈ ગઈ : 'હા હા સાલા, ડુક્કર, ડામીસ ! યાદ તો રાખ; કાળી છું પણ તને જો કાયમ ખાતે નર્કલોકનો વાસી ન બનાવી દઉં તો યાદ કરજે !' ગોરીને પણ કહેવા લાગી: 'હેંડલી, એ સાલો આપણી વચ્ચે ભેદ પડાવવા માગે છે એટલું ય તું નથી સમજતી ?'

ને ગોરી પણ પછી કાળી પાછળ પગ ઉપાડતાં કાળીનો પડઘો પાડી ભેરવને ચેતવી રહી :

'ધીરી બાપુડિયા ! વગાડો વાંસળી ને અમારા હૈયાં જલાવો !... પણ યાદ રાખજે, આ તારી સૂરીલી વાંસળી જો બેસૂરી ન બની જાય તો !'

❑

૨૪

જેમ જેમ દિવસો જતા ગયા તેમ તેમ વંતરીઓ જીવ ઉપર આવવા લાગી.

એક રાતે નાગણ બનીને કાળી વંતરીએ રતનના પગે દંશ દીધો પણ ભેરવે એ ચટ કરતોકને ચૂસી નાખ્યો.

અલબત્ત કોઈ પણ માણસને વગર મોતે મારી નાખવાનું વંતરીઓના હાથમાં ન હતું. પણ એમ કરીને એ રતનમાં ભય પ્રેરવા માગતી હતી.

આ વખતે પણ ભેરવે રતનના અંગૂઠા ઉપર વાગેલો નાગણનો દંશ ચૂસી નાખ્યા પછી રતનને કહ્યું હતું : 'પેલો જ મંત્ર ઝેર ઉપર પણ કામ લાગે, રતન, એ એક જાદુની લાકડી જેવો મંત્ર છે. માટે જ્યાં જ્યાં તારે ડરવાનો પ્રસંગ આવે કે એ મંત્રનું શરણું લેવું.' ને ફરી ફરી એણે રતનના મન ઉપર ઠસાવ્યું, 'એ એક સંજીવની મંત્ર છે એ તું કદી ભૂલતો નહિ.'

દરેક બાબતમાં નાસીપાસ થતાં વંતરીઓ પણ ગંભીર વિચારમાં ઊતરી પડી. એમને ગમે તે ભોગે ય ભેરવને આ શર્તમાં હરાવવો હતો.

તે વખતે ખુદ દેવે ભેરવને કહ્યું હતું : 'માનવીનાં મન-પ્રાણ ભગવાને અજ્ઞાન અને ભૂખાળાવાં ઘડ્યાં છે; માટે હજી ય તું એ છોકરીના માનવપ્રેમનો વિચાર કર.'

આ ઉપર વંતરીઓએ લાંબો વિચાર કરી જોયો. પણ રતન તો એક માસ થવા છતાંય જાણે ભેરવ સાથે એક તાન ને એક તાર હતી. દેખાતી હતી પણ સદાય જાણે તૃપ્ત ને ઘેરાયેલી.

તો બીજી બાજુ રાતના સમયે દરેક રાત્રી આ બે જણને માજમરાત

જ બની રહેતી...

ગોરી વંતરીને એક ઉમદા વિચાર આવી ઊભો. ખુશ થતાં કાળીને કહ્યું : 'આ છોકરીને આપણે બાળક માટેની તાલાવેલી લગાડીએ.'

'કેવી રીતે ?'

'એ લોકો મઝા કરીને ઊંઘી જાય એ પછી આપણે રતનના મનમાં સમણું થઈને પ્રવેશવું ને એનામાં પડેલું માતૃત્વ એટલી હદે જગાડવું કે એ જ પોતે ભેરવ પાસે બાળક માટેની રઢ લઈ બેસે.'

'પછી ?' કાળી ઊંડી ઊતરીને આ ઉપાય સમજવા લાગી.

'પછી શું વળી ! એટલું પણ તું સમજતી નથી ?' ગોરીએ છણકો કર્યો.

પણ વિચારમાં પડેલી કાળી તો હજી ય નકારમાં ડોકું હલાવતી રહી.

ગોરી બોલી : 'ભેરવ એને એટલી બધી ચાહે છે કે એને બાળક આપ્યા વગર રહેશે જ નહિ.'

'જા જા, ભેરવના હાથમાં માણસને જન્મ આપવાનું છે જ નહિ. જન્મ તો ફક્ત ભગવાન જ આપી શકે.'

ગોરીની પાસે કોઈ સાચો મુદ્દો હોય એ રીતે શાંતિથી વાત સાંભળી રહી. હોઠમાં હસતાં સામેથી સવાલ કર્યો, 'પછી ?'

કાળીને ખીજ ચઢી..'શું આમ પાગલની પેઠે લવારો કરે છે ? વાત તું કહેવા બેઠી છે ને સામેથી પાછી મને કહે છે, પછી ?'

'તારી વાતે ય સાચી છે ને મારી વાત તો સાચી છે. ભેરવ પાસે માણસને જન્મ આપવાની શક્તિ નથી. પણ વંતરાં તો એ જન્માવી શકે ને ?'–

ને આ પછી ગોરીએ કાળી આગળ એ આખીય વાત એવી રીતે રજૂ કરી કે કાળીને પણ થવા લાગ્યું : 'ગોરીની વાત સાચી લાગે છે. રતનને જ્યારે પ્રેત સરખું બાળક અવતરશે ત્યારે એ પોતે જ ચોંકી ઊઠશે. પોતાનો પતિ જાદુગર છે એ તો એ અત્યારે જાણે જ છે ને આવું બાળક અવતરતાં એ સમજી જશે કે આ કોઈ પ્રેત લાગે છે.'

ગોરી બોલી : 'પ્રેત છે એવું નહિ સમજે તોપણ એને ભેરવ ઉપરથી

મન તો ઊઠી જ જશે. ને એટલું થશે પછી તો–' ને પોતાની વાત કોઈ ત્રીજું પ્રેત સાંભળી જવાનું હોય એ રીતે ગોરીએ માત્ર હોઠ ભીડીને જ વાત પતાવી.

બેઉ જણે પછી રતનના સ્વપ્નમાં આવી શું શું કરવું ને કેમ કેમ વર્તવું વગેરે આખો ય પ્લાન ગોઠવી લીધો...

એક પરોઢે રતન સમણામાં જ લવી પડી : 'બેટા, બેટા, બેટા !' સફાળી એ જાગી ગઈ. જુએ છે તો પડખામાં ભેરવ ઘોરતો હતો. રતનના દિલમાંથી એક ભારે નિઃશ્વાસ સરી પડ્યો. પાસું બદલી ઊડી ગયેલું સમણું યાદ કરવા વળી.

રતનના લગ્ન પછી બીજા જ અઠવાડિયે રૂપા સાથે લગ્ન કરીને બકાયદા ભાભી બની બેઠેલી માલી સાથે સમણામાં કોઈક કારણસર રતનને ઝઘડો થયો હતો. ઝઘડતાં ઝઘડતાં માલીએ એને મહેણું માર્યું : 'જા જા હવે વાંઝિયા પાડા !'

સમણામાં માલીએ મારેલું આ મહેણું સંભારતાં રતનને બે દિવસ ઉપર માએ કરેલી વાત યાદ પણ આવી ગઈ કે માલીને બાળક રહ્યું છે. આ હિસાબે રતનને જાણે આખા ગામના સાંભળતાં માલીએ મહેણું માર્યું હોય એવું દુઃખ થવા લાગ્યું.

આ સિવાય સમણામાં આવેલું બાળક પણ એને યાદ આવ્યું.

રતનને આ યાદ સાથે છાતીમાં પણ એવી કોઈક અણકથ વ્યથા ઊપડી કે સમણા ઉપર આગળ એ વિચારી પણ ન શકી. ચેન ન પડતાં ખાટલામાં એ બેઠી થઈ. છાતી દબાવતી કેટલીક વાર સુધી બેસી રહ્યા પછી એ આડી પડી. એક વિચાર ભેરવને જગાડવાનો આવ્યો પણ આ વિચારને એ સીધી રીતે અમલમાં ન મૂકી શકી. બલ્કે આઘાપાછા થઈને આડકતરી રીતે જ ભેરવને એણે જગાડ્યો.

ને ભેરવે પણ રતનની જેવી ઇચ્છા હતી એવો જ સવાલ કર્યો : 'કેમ રતન, અમળાયા કરે છે ?'

'મને કાંક થાય છે, ભેરવ !'

'શું થાય છે ?' ભેરવનો અડધો અવાજ રમુજભર્યો હતો. રતનના

અવાજમાં એને સાચા દર્દનો અભાવ લાગતો હતો. રતન બોલી : 'છાતીમાં કાંક થાય છે.'

રતન કદાચ ચીઢાઈ ઊઠશે એ બીકે ભેરવે હસવું દબાવતાં પૂછ્યું : 'કાંક પણ શું કાંક ?'

'કશુંક ન સમજાય એવું દર્દ થાય છે.'

'કંઈ નસબસ તો નથી દબાઈ ?' ભેરવે રતનની ખુલ્લી છાતી ઉપર હાથ પણ ફેરવી જોયો.

રતને એને કોણી મારતાં ખટમીઠો છણકો કર્યો : 'જા જા હવે ! તારા મનથી મશ્કરી છે ને મારો અહીં જીવ કોચાય છે !'

રતનને રજેરજ સમજનાર ભેરવ માટે મુશ્કેલ ન હતું કે એ એટલું પણ ન પામી શકે : રતનના આ દર્દમાં બીજું ગમે તે હોય પણ શારીરિક વેદના તો નથી જ. હસીને બોલ્યો : 'ખોટું બોલી. જીવ કોચાતો નથી પણ મને તો એ કોચાતો હોય એમ લાગે છે.'

'સમજાતું નથી, ભેરવ !' રતન બબડી.

'શું થાય છે કહે જો મને'. ભેરવ ઊઘડતાં અજવાળામાં રતનને જાણે નીરખી રહ્યો.

'છાતી જાણે ઊભરાતી હોય એમ.'

ભેરવ ખડખડ હસી પડ્યો. કે' છે : 'અરે ગાંડી, બાળકનું તો ક્યાંય ઠેકાણું નથી ને—'રતનનાં ઉઘાડાં બાવડાં ઝાલી પોતાની તરફ ફેરવતાં કહ્યું : 'તને ખબર છે, સ્ત્રીની છાતી ક્યારે ઊભરાય ?'

'આપણને શી ખબર ભાઈ !' રતન બબડી.

ભેરવ બોલ્યો : 'પાનો ચઢે ત્યારે.' રતનના ગોરા વાન ઉપર શરમના શેરડા પડતા જોઈને વળી એણે સવાલ કર્યો : 'પાનો કોને ચઢે, કહે જોઉં ?'

'ઓ ! એટલું ય નહિ જાણતાં હોઈએ ?'

'કહેને પણ.'

'જેને ધાવણું બાળક હોય એને વળી.'

'અડધી વાત સાચી, અડધી હજી બાકી છે.'

'કર તો તું પૂરી.' તીરછી નજર નાખતાં રતન બોલી.

'એક તો ધાવણું બાળક લાંબા સમયથી ધાવ્યું ન હોય એને, ને બીજુ બાળકનો વિજોગ હોય ને એની યાદ આવે ત્યારે.'

'તું પાછો સ્ત્રી ખરોને તે તને બધી પાનો ચઢવાની ખબર પડી ગઈ !'

'કે' ને તો – તું તો સ્ત્રી છે ને !' ક્ષણેક થંભી ભેરવે ઉમેર્યું : 'તને તો વળી દર્દ પણ થઈ રહ્યું છે.'

ને છાતી ઉપર છેડો નાખતાં રતને કહી નાખ્યું : 'બાળકનું કોઈને સમણું આવે એને પણ પાનો ચઢે હોં કે ?'

આ સાથે જ એ ખાટલા ઉપરથી ઊભી થઈ ગઈ.

ભેરવે એને બાવડું ઝાલી ફરી પાછી બેસાડી દીધી. કહેતો હતો : 'હવે તો તું સમણાની વાત કરે તો જ તને ઊઠવા દઈશ. બોલ, એવું તે કેવું તને સમણું આવ્યું કે ઠાલી છાતી ઊભરાવા લાગી ?'

રતન સમણું સંભારતી હોય એ રીતે બોલવા લાગી : 'માલીએ મને મહેણું માર્યું એ પછી હં દુઃખી થઈને રડવા લાગી. પછી તેં મને કહ્યું કે છાની રહે. હું તને એક નહિ પણ બે બે બાળક આપીશ. પછી મને બે બાળક થયાં. એક વાર એ બે બાળકોને હું બેઉ છાતીએ અકકેકું વળગાડીને ધવડાવતી બેઠી હતી. એ વખતે મને એવો આનંદ થતો હતો કે એવો આનંદ તો તારી સાથે ય કોઈ વાર નથી થયો.'

'ખોટી વાત. જગતની અંદર સ્ત્રી-પુરુષના શારીરિક સંબંધ જેવો બીજો કોઈ આનંદ છે જ નહિ.'

'ભલે ન હોય પણ મને તો એ બે બાળકો ધવરાવતાં એટલો બધો આનંદ થતો હતો કે હું જાણે કે આખો ય ભવ મારાં આ બે બાળકોને ધવરાવતી આમ બેસી જ રહું.'

'પછી ?'

'એટલામાં એ બે છોકરાં એકબીજાથી લઢી પડ્યાં ને હું પછી બેટા બેટા કરતી જાગી ગઈ.'

ભેરવ કોઈ ગહન વિચારમાં પડી ગયો હતો. બોલ્યો : 'એ બે બાળક છોકરીઓ હતીને ?'

રતનનું મોં એકદમ ખીલી ઊઠ્યું બોલી : 'હા. તને કેમ ખબર પડી ?'

'એક ગોરી ને એક કાળી.' ભેરવે વળી કહ્યું.

'એ બરાબર યાદ નથી પણ હાં, ખરી વાત. કાળી બહુ કપરી હતી. એ જ છોકરી ગોરીને મારતી હતી.'

'બસ બસ, બરાબર છે.' ભેરવ બબડ્યો.

'બસ. તો હવે તું બધું જાણે છે તો મને હવે બાળક આપ.' રતને જાણે છેલ્લી બલ્કે મૂળ વાત કરી દીધી.

ભેરવ હસ્યો પણ સાવ ફિક્કું. કે' છે : 'ભગવાન વગર બીજા કોઈના હાથમાં બાળક આપવાનું છે જ નહિ, કેમ ભૂલે છે ?'

રતનનું મોં એકદમ કાળું પડી ગયું. કે' છે : 'દુનિયાને ભલે તું બનાવે ભેરવ, પણ મને ય આમ બનાવવાની !'

રતન કરતાં ય ભેરવનું મોં એવું કાળું પડી ગયું કે રતનના શબ્દોએ જાણે રગરગમાં ફરીને એનું લોહી બાળી મૂક્યું ન હોય ! બોલ્યો તે પણ અત્યંત દુઃખ સાથે. કે' છે : 'બસને રતન ! હું તને બનાવું છું એમ !'

રતન સામે એ એવી નજરે તાકી રહ્યો કે રતને છેવટ પ્રેમભીનું હસવું જ પડ્યું. ભેરવના અંગે હાથ પસવારતાં બોલી :

'મારી વાત શી ખોટી છે દોસ્ત ! તું જાદુમંત્ર જાણે છે ને–' એકાએક એને દાખલો યાદ આવ્યો. કે' છે : 'બાવજી જો કોઈને બાળક આપી શકે તો તું તો એમના કરતાં સવાયો છે, ભેરવ !'

'કેવી રીતે ?' ભેરવ હજી ય શોકવાન હતો.

'તે દિવસ ખોડિયારને પ્રણામ કરવાની તેં ના પાડી ત્યારે મેં તને જોયો હતો.'

રતનને ચૂપ થઈ ગયેલી જોઈ ભેરવે આગળ વાત ચલાવતા જાણે હુંકારો ભર્યો : 'કે ?'

'તારી આંખોનું તેજ મહારાજ કરતાં ય સવાયું હતું ને એટલે જ એ ગામલોકો આગળ ભાવિ ભાખતા તારી આગળથી ચાલતા થયા હતા.'

મૂંગા રહેવા સિવાય ભેરવ પાસે બીજો કોઈ ઉપાય ન હતો.

આ વાત બીજે પાટે ચઢાવવા એણે બારી બહાર નજર નાખી : ઊભા થવાની તૈયારી સાથે કહ્યું : 'અજવાળું થઈ ગયું. ગાયો ક્યારે દોહીશ તું ?'

'ભલેને સૂર્ય ઊગે પણ હું તો અહીંથી ઊઠવાની જ નથી.'

'વાહ ! આવા ઢંગે બેસી રહીશ ?' ભેરવે રતનનાં અનંગવર્ણા ઉઘાડાં અંગો ઉપર પીંછી સરખી એક નજર પણ ફેરવી લીધી.

'બાળક આપવાનું વચન આપીશ તો જ ઊઠીશ, નહિ તો હું તો આ–'

પલંગ ઉપર આડી પડવા જતી રતનને ભેરવે પાછળ બેસી હૈયા ઉપર ઢાળી લીધી–

મીઠી મધુરી વાતો કરી ભેરવે એને રીઝવી લેવાનો ને મનાવવાનો પ્રયત્ન કરી જોયો.

પણ રતન તો આજે એટલી હદે પાગલ હતી કે ભેરવના હાથમાં સમર્પિત થઈને પડી હતી ને કહેતી હતી : 'બાળક આપીશ તો જ હું ઊઠીશ ને તો જ હું કપડાં પહેરીશ, નહિ તો–'

બિચારો ભેરવ ! રામ જેવાને સ્ત્રીહઠ આગળ નમતું નાખવું પડ્યું હતું તો ભેરવ તો–

અને એને પોતાના દેવનું સ્મરણ કરી માતૃત્વ ઝંખતી રતનને ઋતુદાન આપવું જ પડ્યું !

ગર્ભાધાન પછી જ ભેરવને ખબર પડી કે આ પહેલાં રતનને એ અડધી જ પામ્યો હતો. રતનનું બોલવું ગાવું તો ઠીક પણ ચાલવું સુધ્ધાં બદલાઈ ગયું હતું. અત્યાર સુધી ભેરવને રતનની ચાલમાં નજાકતભરી લચક લાગતી હતી પણ હવે તો જાણે લચકની અંદર ગીતની કોઈ કડી જાણે ભળી હતી ને રતન આસપાસની હવા સુધ્ધાં રણઝણ રણઝણ બની રહેતી.

કામમાં જ નહિ માત્ર, ભેરવને જમાડવામાં ને ડગલે ને પગલે એની કાળજી લેવામાં પણ રતન જાણે અનેરી બની ગઈ હતી.

હાસ્તો ! ભેરવે એને માગ્યાં વરદાન આપ્યાં હતાં. – જે વરદાન દેવ સિવાય ભાગ્યે જ કોઈ આપી શકે.

અને આમ એક તરફ ભેરવ સ્વર્ગમાં વિચરી રહ્યો હતો. બલ્કે

પ્રેમગંગામાં યથેચ્છ જાણે વિહાર કરવા લાગ્યો તો બીજી તરફ દિલની અંદર કોઈ કોઈ વાર એને ભાવિ માટે ભય પણ ઊઠતો હતો. એટલું તો ભેરવ પોતે પણ સમજે ને કે પોતાને જ જ્યાં સાચો માનવદેહ નથી ત્યાં એ કેવી રીતે માનવદેહનું પ્રદાન કરી શકવાનો હતો ! એ સારી પેઠે જાણતો હતો : પ્રેત એટલે જ વિકૃતિ ને વિરૂપતા !

ને આ વિરૂપતા રતનના ગર્ભાધાનમાંથી ટાળવાના પ્રયત્નરૂપે ભેરવને એક તુક્કો સૂજ્યો :રતનની આસપાસ ચારેબાજુ સૌન્દર્ય પાથરી દેવાનો ને ઘરની અંદર સૌન્દર્યની આબોહવા જમાવવાનો. આ હિસાબે એણે સૌન્દર્યસમ્રાટ મોરનાં ચિત્રો ઘરની દીવાલો ઉપર ચીતરવા માંડ્યાં. બીજી બાજુ પ્રેમના પ્રતીક સરખી સારસ બેલડી પણ વિવિધ રૂપે આલેખવા માંડી...

એક સવારે પૂંજો કાઢતી રતનને ગીત ગણગણતી જોઈને ભેરવ પણ તાનમાં આવી ગયો. એકાએક એને પહેલા દિવસનો રાસ યાદ આવ્યો. કહ્યું, 'ગા જો રતન, રાસ પેલો'

રતનને પણ જાણે એટલું જ જોઈતું હતું. પૂંજો કાઢવો પડતો મૂકી હાથમાં સાવરણી ને અભિનય સાથે ભેરવને ઉદ્દેશવા માંડ્યો :

રમો રમો ગોવાળીલાલ
રમો મારગડો મેલીને
નકર ખાશો મારા મુંખડાની ગાળો
ગોવાળીલાલ રમો મારગડો મેલીને.

ભેરવ પણ હાથમાં લાકડાંની પીંછી ને જાણે સાચો ગોવાળ બની ગયો. આમે ય એ ગોવાળી જ કરતો હતો ને ? ગાવા લાગ્યો :

ઘેલી ઘેલી 'લી ગોપીઓ
નહિ રે મારગડો મેલીએ.
ગોરા ગોરા ગાલોની ગળી ગાળો
'લી ગોપીઓ
મારગ મેલી ખોટ ના ખાઈએ...

મુગ્ધ સ્ત્રીના મોંની કડવી ગાળો પણ કેટલી મીઠી લાગતી હોય છે એ તો જેણે પોતાને ઉદ્દેશાયેલાં લગ્નનાં કે હોળીનાં ફટાણાં સાંભળ્યાં હોય છે એને જ ખબર પડે ! જ્યારે રતન તો વળી ભેરવ પ્રત્યે ભીતર બહાર મુગ્ધ હતી. લગ્ન કર્યાંને ત્રણ ચાર માસ વીતી ગયા હતા. છતાં યે એ હજી ભેરવની પત્ની નહિ પણ પ્રેયસીના રૂપમાં જ રહેતી હતી.

તો ભેરવ પણ ક્યાં એની સાથે પતિની રીતે વર્તતો હતો ! બલ્કે હૃદયના ઊંડાણમાં એને ક્યાંક વહેમ પણ હતો, આ વંતરીઓ હાથ ધોઈને આપણી પાછળ પડી છે ને દેવે પણ ચેતવ્યો હતો ને ન કરે નારાયણ ને શરત કાં તો હારી પણ જઈએ ! ને એટલે જ પછી એનો આત્મા પતિની જેમ પલાંઠી વાળી બેસી જવાને બદલે માછલીની જેમ યથેચ્છ રીતે વિહરતો રતનની સાથે જેટલી હદે માણી શકાય એટલી હદે જીવન માણતો રહ્યો હતો – પ્રેમનાં અગાધ નીરની વચ્ચે !

ભેરવ આ રીતે જીવી વર્તી શકતો હતો એનુ મૂળ કારણ કોઈ શોધવા જાય તો સંભવ છે એને કહેવું પડે : ભેરવની આસપાસ ભૂતકાળ વીંટળાયેલો નથી એ જ આ મુક્ત જીવનનું કારણ છે.

બીજી બાજુ રતન પણ ભેરવના સંસર્ગને લીધે હવે ઠીક ઠીક પ્રમાણમાં ભૂતકાળને, રૂઢી ને લોકલાજને વિસરી શકી હતી.

પણ લોકો ઓછાં ભૂતકાળને ભૂલી શકે એમ હતું ! નિજાનંદમાં રાસ રમીને ભેરવ-રતન એકમેકના બાહુપાશમાં પડ્યાં હતાં. ત્યાં બારણા બહારથી અવાજ આવ્યો : 'અલા ઘરમાં કોઈ છો કે, રતન ?'

ભેરવના પાશમાંથી સફાળા છૂટા થતાં રતને બારણા તરફ ડગ ભર્યું. અવાજ અને લહેકા ઉપરથી જ એ પામી ગઈ હતી. દિવાકાકી બોલે છે. સામે જતાં કહ્યું : 'હા હા દિવાકાકી, આવો અંદર આવો.'

દિવાકાકીના મોં ઉપર પણ આ બે જણના રાસના પડઘા થીજેલા જાણે પડ્યા હતા. ઘરમાં પેસતાં જ એમની નજર સામેની ને બાજુમાંની દીવાલ ઉપર જઈ પડી. કમ્મરે હાથ દઈ બાજુની દીવાલ ઉપરનું ચિતરામણ જોતાં પેલા થીજેલા પડઘાને જાણે આંખો અને મોં વાટે વહાવવાની તક મળી. ખુશ થતાં બોલી : 'ઓ હો ! ભીંતે તો કાંઈ ચિતરામણ કર્યું છે ને ?'ઝીણી

નજરે જોતાં કહ્યું : 'સારસની જોડી છે ને શું ? અનપન જાણે ખેતરમાંથી સાઈ આણી.'

દિવાકાકીના અવાજ સાંભળતાં જ ભેરવ પેલી બાજુએ આવેલા નાવણિયામાં છટકી ગયો હતો. આ હિસાબે દિવાકાકી પણ પછી સ્ત્રી સાથે સ્ત્રી બનીને મોં મલકાવી રતનને જાણે આંખો વાટે કહી રહ્યાં : તું ય જાણે સારસી જ છે ને ?

રતને લહેરી સૂરમાં જવાબ આપ્યો. કે'છે, 'કાલે એણે ગોચરમાં ક્યાંક ગેલ કરતાં જોયો હશે તે ઢોરમાંથી આવ્યો એવો જ લઈ બેઠો હતો.' મલકીને ઉમેર્યું, 'નવરાને કાંઈ ધંધો જોઈએને, દિવાકાકી ?'

'કાંઈ નવરો નથી ભાઈ. એક પા ઢોર ચરાવતો જાય છે ને બીજા પા ત્યાં નદી કાંઠે વગડો વાઢીને ખેતરે ય રૂડુંરૂપાળું સાંપડ્યું છે.'

'પણ ત્યારે થાક્યાપાક્યા સૂઈ જવું મેલીને આ દીવો બાળવાનું સૂઝ્યું એ તો જુઓ તમે !'

'કંઈ ખોટું નથી સૂઝ્યું. તમે બે અહીં આવ્યાં ત્યારે ઢોરોની ગમાણ જેવું ઘર હતું પણ આટલા દનમાં કેવું એણે ગોદડાં નવાં ભરાવ્યાં ને ઢોલિયો ય આ કેવો રંગત વસાવ્યો છે !' પેલી બાજુએ સુખાસન તથા હીંચકા તરફ નજર નાખી ઉમેર્યું : 'આખું ય ઘર જાણે ભર્યું ભર્યું કરી દીધું છે.'

'ભર્યું ઠાલું તો ઠીક છે, દિવાકાકી.'

દિવાકાકી આ ભર્યા ઘરમાં ટહેલતાં ગયાં ને કહેતાં ગયાં, : 'લોક કે'તું' તું કે ગામમાં ઘર નથી ને સીમમાં શેઢો નથી એવાને પૈણીને રતનબાઈ શું સુખ માણવાનાં છે ? પણ હું તો કે'તી'તી કે જેની પાસે હામ છે ને બાવડામાં કામ છે એની પાસે દામ તો બાપડા દોડતા દોડતા આવવાના જોયુંને, આવો રંગત ઢોલિયો તો નગર શેઠની સાત નવાઈની દીકરી લીલીને ય ન હતો.'

આ વખતે રતને ભરવા ખાતર હુંકારો ભર્યો. બોલી : 'ઠીક છે દિવાકાકી ! જોઈએ એ વસાવવું જ પડે ને !'

'કોક તો વળી એમ ય કે'તું' તું કે લગનના પહેલા મહુરતે જ મહારાજ રિસાઈ ગયા. ને ખોડિયારમાના આશીર્વાદ નથી મલ્યા તે જો જ

તો ખરાં ઝાઝા હેતમાં રતનબાઈને ગાંઠિયા ન પડે તો.'

રતનને ખબર હતી કે લોકફોક કશું નહિ પણ દિવાકાકીનું પોતાનું જ આ પોત બોલે છે. લહેરી અવાજમાં મરચાંના વઘાર સરખો રણકો આણી કહેવા લાગી : 'એ કોકને તમે કે' જો દિવાકાકી, કે અમે તો ગાંઠિયા પડશે તો ય ખાઈ પચાવી જઈશું : માટે અમારી ફીકર કરવામાં એ પોતે દુણાઈ ન જાય.'

દિવાય ય પોતે જબરી બાઈ હતી. રતનની ગાડીમાં બરાબરની ગોઠવાઈ જતાં કહેવા લાગીઃ 'તું હજી મૂળ વાત સમજી લાગતી નથી, રતન ! આવા લોકોને પોતાનો સંસાર કૂતરાં – બિલાડાં જેવો હોય પછી એમ જ કહે ને ?' ભવાં ઉલાળી ઉમેર્યું, 'પણ હું તો એમને આમ જ કહું છું, કે ગાંઠિયા પડે એ હેત નહિ ને હેત હોય તો ગાંઠિયા પડે નહિ.'

'લો બેસો તો ખરાં જરા, છીંકણી લો.' રતને હીંચકા પાસે થંભતાં કહ્યું.

દિવાને હીંચકા ઉપર બેસવાનું મન તો ઘણું હતું પણ ઢોર હેડવાની વેળા થવા આવી હતી ને ઘરમાં હજી પાણી ખાલી હતું. કહ્યું, 'આવીશ વળી બીજી વાર.' આ સાથે બારણા તરફ પગ પણ ઊપડ્યો.

'છીંકણી તો લો જરા.' રતને બાજુના તાકામાંથી ચાંદીની દાબડી લઈ ઉઘાડીને દિવાકાકી સામે ધરી પણ ખરી.

ક્ષણભર તો દિવાકાકી આ દાબડી તરફ તાકી જ રહ્યાં. પણ બીજી જ ક્ષણે જાણે ભૂલા પડેલા રસ્તા ઉપર આવી ઊભતાં હોય તેમ દાબડીમાંથી ચપટી ભરતાં કહ્યું, 'લે બસ.'લાગલો પગ ઉપાડ્યો.

દિવાકાકી જેવું વાતોડીયું માણસ આમ ઊભે ઊભે ચાલતું થાય એ રતનને નવાઈ જેવું લાગ્યું. કહ્યું પણ ખરું : 'આવ્યાં શું ને હેંડ્યાં શું, દિવાકાકી,'

ઉંબરમાં ખચકાઈ દિવાએ કહ્યું, 'આવી તો એમ હતી કે વાસીદાવાળા હાથ ધોતી'તી ત્યાં છોરાં કે' છે કે ભેરવભાઈને ઘેર ગાણાં ગવાય છે ત્યારે મીંકુ જોઉં તો ખરી શું છે તે ગાણાં ગવાય છે !'

રતન એકદમ હસી પડી. કે'છેઃ 'જો જો દિવાકાકી, એમ ગાણે ગાણે

કશું હોવાની અટકળ કરતાં. આ તો અમે અમથાં અમથાં ગાતાં હતાં.'

દિવા પાસે આનો જવાબ ન હતો. કોઈ માણસ ખેતર ખેડતાં, રખેવાળી કરતાં કે ઢોર ચરાવતાં એકલું એકલું ગીત ગાય તો બનવા જોગ હતું. પણ ઘરમાં આમ ધણીધણિયાણી રાસ માંડી બેસે એ તો જાણે જૂની આંખે નવું ચેટક લાગતું હતું. પીઠ ફેરવતાં બોલ્યાં તે પણ સ્વગત જાણે, 'એમે તો તો !'

દિવાની દીકરી માલી પરણીને સાસરે ગઈ હતી એ હિસાબે ઘરમાં કામનો પાર ન હતો. પાણિયારે બેડાં ઠાલાં ઠમઠમતાં હતાં. ચૂલા ઉપર ચઢાવેલી દાળ દૂણાવવાનો ભય હતો. ઢોર હેડવવાનો સમય થવા આવ્યો હતો ને હજી દૂજણી ભેંસને છાશપાણી બાકી હતાં. છતાં ય ઘેર જવાને બદલે એ શામળભાઈના ઘર તરફ વળ્યા વગર ન રહી શકી.

શામળભાઈ ખેતરેથી હમણાં જ આવ્યો હતો. હોકો ભરીને આંકળી પાડેલ લીંપણવાળી ચોપાડમાં ભીંતને અઢેલીને બેઠો હતો. દિવાને જોતાં જ હોકામાંથી તાણેલી ફૂંક ગળા તરફ જવાને બદલે ફક દેતીકને હોઠ બહાર નીકળી ગઈ. બોલી ઊઠ્યો : 'ઓહો હો ! ક્યાંથી આજે અમારે આંગણે ધોળા દિવસે દીવા, ભાઈ !'

પણ દિવા અત્યારે ગંભીર હતી. બોલી : 'એક બીજી વાત હાથમાં આવી છે !' આમ કહેતી એ શામળભાઈની સામે ચપ દેતીકને બેસી ગઈ. આસપાસ જોઈ લેતાં કહેવા લાગી : 'લીલીની પેલી ચાંદીની દાબડી ભેરવના ઘરમાં એ રહી.'

શામળભાઈને કોઈ કોઈ વાર છીંકણી તાણવાની આદત હતી. એક વાર લીલીને ત્યાં દિવા તથા શામળભાઈએ છીંકણી લેતાં ટીખળ પણ કરેલું. દિવાએ જ્યારે લીલીની દાબડી લઈ શામળભાઈ તરફ ધરતાં કહ્યું હતું, 'લો શામળભાઈ, લેશો ચટાકો ?'

એ વખતે શામળભાઈએ ટીખળ કરતાં કહ્યું હતું : 'ના રે ભાઈ, ડબલ પટના કેફવાળી છીંકણી આપણાથી કાંઈ જીરવાય નહિ.'

હીંચકે બેઠેલી લીલીએ પૂછ્યું હતું : 'કેમ ડબલ પટના કેફવાળી, શામળભાઈ ?'

શામળભાઈએ દિવા સામે નજર નાખી લીલીને જવાબ આપેલો : 'એક તો તમારી ચાંદીની દાબડી એટલે ચાંદીનો પટ ને બીજો પટ આ દિવાભાભીના ગોરા ગોરા હાથનો. પછી–'

આ ટીખળ જો કે લાંબું ચાલ્યું હતું ને એને લીધે દિવાને ને શામળભાઈને બેઉને એક સરખી રીતે લીલીની આ ચાંદીની દાબડી યાદ રહી ગઈ હતી.

એ દિવસ યાદ આવતાં શામળભાઈ આજે પણ ટીખળ કર્યા વગર ન રહી શક્યો. 'ચાંદીની એ દાબડી ઉપર તમારા ગોરા હાથનો પટે ય કાં તો ચોંટેલો તમે પારખ્યો હશે.'

પણ દિવા અત્યારે ગંભીર હતી. બોલી, 'હાથનો પટ તો નહિ ને લીલીની અત્તર પાયેલી છીંકણીનો પટે ય જો ધારીને સૂંઘવા મળે તો પરખાઈ આવે; શામળભાઈ.' ક્ષણેક થંભી ઉમેર્યું, ' 'મશ્કરી નથી કરતી.'

શામળભાઈ હવે ગંભીર થયો. બોલ્યો : 'એ વાત હવે ક્યાં છાની રહી છે, દિવાભાભી. સાંભળ્યું છે કે ભેરવે પોતે મહારાજ આગળ કબૂલ કર્યું છે કે જાદુમંતર એ જાણે છે.'

'હાય હાય બાપ, મને તો વાત જાણીને બીક લાગે છે. આ મૂવો ક્યાં આપણા ગામમાં આવી ભરાયો !' આ સાથે જ ગીતની વાત યાદ આવી. બોલી પડી : 'અને હાં. આ બે જણની નફ્ટાઈ તો જુઓ, શામળભાઈ ! ધણી-બૈયર થઈને ઘરની અંદર એકલાં એકલાં રાસ રમવા મંડી પડયાં.'

'શી વાત કરો છો !' શામળભાઈ ને પણ આ વાતમાં ભેરવ-રતનના ચટકવાની વાસ સુધ્ધાં આવવા લાગી. ઉમેર્યું, 'એકલાં એકલાં ?'

'એકલાં એકલાં ને આંગણાંમાં મીં ઊભા રહીને સાંભળ્યું તો એવાં મૂવાં તાન સાથે સામસામે ગાતાં હતાં કે આ ઉમ્મરે મને ય તે જાણે રાસમાં જોડાવાનું મન થઈ ગયેલું.'

શામળભાઈ વળી અહીં ગંભીરતા ભૂલી ગયો. કે' છે, 'મને જરા કોઈ છોરું દોડાવવું હતું ને. આપણ બે ય એમના ભેગાં'–

'મરો તમે શામળભાઈ !' દિવા ક્ષણભર રતનની ને ભેરવની બધી જ વાત ભૂલી ગઈ.

સંભવ છે આ ઉમ્મરે ય દિવાના મોં ઉપર ઊપસી આવેલી મુગ્ધતા જોઈને શામળભાઈએ કહેવાની ધૃષ્ટતા કરી હોય તો ! કે' છે, 'આપણે ય ક્યાં અલ્લડ હતાં ત્યારે ઢોર ચરાવતાં એકલાં રાસ નથી રમ્યાં, દિવાભાભી.'

'એ તો જાણે વગડો હતો પણ આ તો મૂવાં ગામની વચ્ચે ઘરમાં-શામળભાઈ.' ક્ષણેક પછી ઉમેર્યું 'ને તે ય પાછાં ધણી-બૈયર થઈ ને... લાજ નહિ આવતી હોય મૂવાંને.'

શામળભાઈ દિવા આગળ એમ તો કેમ જ કહી શકે કે પારકાં હોય તો કાંઈકે ય લાજ આવે, ધણી-બૈયરને શાની લાજ ! બલ્કે એણે પણ દિવાની વાતમાં ટાપસી પૂરી : 'હા હાળાં !'

પણ આ પછી – રાસની વાત એ આડવાત હોય ને મુખ્ય વાત લીલીની દાબડીની હોય એ રીતે દિવાએ વાત પાછી અસલ હાથમાં લીધી. બોલી, 'રાસ તો મૂવાં ભલે એમના ઘરમાં રમે, પણ–'

શામળે પણ અહીં ટાપસી પૂરવાનો લાગ જાણે ઝડપી લીધો. વચ્ચે બોલતાં કહ્યું : 'નાગાં થઈને નાચે તો ય આપણે શું, દિવાભાભી.'

ઊમટી આવતું હાસ્ય હોઠમાં દબાવી દિવાએ પોતાની વાત આગળ ચલાવી, 'હાં પણ આ દાબડીનું ને લીલીનાં ઘરેણાં રતની છડેચોકે પહેરે છે એનું શું કરવું આપણે ?'

'કશું નહિ. આપણે જાણે કશું જાણતાં જ નથી એમ જ ચલાવો.' લાગલું શામળે ઉમેર્યું, 'ભેરવ પોતે જ કે' છે બાપડો કે ભૂતકાળ ભૂલી જાઓ. માટે આપણે ય લીલીનાં ઘરેણાં ને લીલીની દાબડી બધું જ ભૂલી જાઓ. જાણે કશું જાણતાં જ નથી.'

'હાય હાય શામળભાઈ, નજરે જોયેલું તે કેમ કરીને બળ્યું ભૂલી જવાતું હશે !'

'તો થાઓ ત્યારે દુઃખી !' દિવાનું દુઃખ જોઈને શામળભાઈએ ક્યાંક દુઃખ થતું હોય એ રીતે જરા ચીડથી કહ્યું.

'ના ના શામળભાઈ ! આ ભેરવનું કાંક કરો નકર-આખું ગામ એનાથી બી બીને ફરે છે. ખોડિયારવાળા બાવજી સુધ્ધાં. માટે–'

ત્યાં તો ફળીના નાકેથી ભેરવની હાંક સંભળાઈ : 'ઢોર છોડો... ઢોર હેડ્યાં !'

દિવા સફાળી ઊભી થઈ ગઈ. 'હાય હાય ! મારે તો હજી ભેંશને છાશપાણી ય કરવાં છે ને'-જતાં જતાં કહેતી ગઈ, 'બીજી ય બેત્રણ વાતો છે, પણ નિરાંતે પછી.'

એકલો પડેલો શામળ પણ પછી ભેરવના જ વિચારે ચઢ્યો : 'આ હાળો આપણને કે ગામને કશું નુકસાન ભલે નથી કરતો પણ ગામમાં એક જાતનું લાકડું પેઠું છે એમાં તો કશી મીનમેખ નથી... હમણાંનું જો કે ઘૂવડ બૂવડ કશું બોલતું નથી પણ – એ (ભેરવ) જ તો કે' છે કે હું જાદુમંતર જાણું છું. પછી આવા મનેખથી આખા ગામને દબાઈને જ રહેવું પડેને ? દિવાનો વહેમ સાચો લાગે છે. ખુદ મહારાજ ય અંદરખાનેથી ભેરવથી બીતા લાગે છે... ભલેને ભેરવ ગામમાં કશું નુકસાન નથી કરતો પણ ગામ ઉપર એક જાતનો ભાર તો લાગે જ છે.'

ને શામળ પછી ઊંડો ઊતરી ગામ ઉપર ચઢી બેઠેલો આ ભાર કેવી રીતે ઉતારવો એનો વિચાર કરતો ગયો ને હોકો તાણતો ગયો : ગડ્ ડ્ ડ્ ગડ્ ડ્ ડ...'

❑

૨૫

❦❦❦❦

પોતાની તરકીબમાં વંતરીઓ સફળ તો થઈ પણ નવ માસ સુધી ધીરજ ધરીને બેસી રહેવું એ એમની પ્રકૃતિ બહારની વસ્તુ હતી.

રતનને બાળક રહે સાતેક માસ તો થયા ય નહિ ને કાળી વંતરી અકળાઈ ઊઠી. ગોરીને એ કહેવા લાગી : 'ધાર કે આ છોકરીને માણસ જેવું માણસ જન્મ્યું તો ?'

'પ્રેતના સંબંધથી માણસ જેવું માણસ જન્મે જ નહિ.' ગોરીને આ વાતની ખાતરી હોય એ રીતે બોલી.

'તને કેમ ખબર પડી ?'

'મને ખબર છે. દેવના પ્રવચનમાંથી બે ત્રણ વાર સાંભળ્યું છે કે માણસ જન્મ મળે પછી પણ જો આપણે આપણું પ્રેતપણું ન છોડીએ તો આકારમાં ભલે માણસ જેવું બાળક જન્મે પણ દાનતમાં તો એ પ્રેત જેવું જ રહેવાનું.'

'પણ આને તો દેવે માણસનું શરીર આપ્યું છે ને ?'

'બનાવટી છે, ગાંડી, જોતી નથી, ભેરવ જ્યારે આપણી પાછળ દોડે છે ત્યારે શરીર એનું જાણે લૂગડું હોય તેમ ઊડે છે એ ?' કાળીને ચૂપ જોઈ ગોરીએ ઉમેર્યું :

'આ તો માત્ર માણસનો આકાર જ છે એ તું કેમ ભૂલી જાય છે ?'

'હા. પણ આ સાલો બાળક રહ્યા પછી એની વહુની આજુ બાજુ સૌન્દર્યની દુનિયા રચી રહ્યો છે ને એવું કાં તો શાસ્ત્રમાં હોય પણ ખરું કે સગર્ભા સ્ત્રીની આજુબાજુ આનંદ અને સૌન્દર્ય પથરાઈ રહે તો પ્રેત જેવું

બાળક ન જ અવતરે.'

ગોરી હવે પોતાની માન્યતામાંથી ડગવા લાગી : 'એ તો ભાઈ કોણ જાણે !'

ગોરીને ખાસ તો કાળી વંતરીના ગુસ્સાનો ડર હતો. બાળકના આ પ્રસંગમાંથી જો ભેરવ બચી જાય તો પછી વરસ આડે બિલકુલ સમય રહેતો ન હતો. ને ભેરવ જો માણસનું ખોળિયું પામી જાય તો કાળી વંતરી એની આખી ય રીસ પોતાના ઉપર જ ઉતારે એ વાત ગોરી જાણતી હતી. ઉમેર્યું, 'આપણે તો તું કહે એમ કરવા તૈયાર છીએ.

થોડીક વારના મૌન પછી કાળી બોલી : 'આનું સાલીનું બાળક જ તોડી પાડો.'

'કેવી રીતે ?'

'એ જ હું વિચારું છું.'

ગોરીને નવાઈ લાગી. પૂછ્યું, 'તો એ વખતે તું આ તરકીબ માટે સંમત શું કામ થઈ હતી ? આ તો તું કાંઠે આવવા થયેલું વહાણ ડુબાવવા જેવું કહી રહી છે.'

'મને લાગે છે તું જ સાલી લુચ્ચી છે.' કાળી વંતરી વીફરી બેઠી.

'હાય, હાય !' ગોરી સાચે જ ગભરાઈ ઊઠી. 'મેં શું કર્યું વળી ?'

'તેં જ આ સાત સાત માસ બગાડાવ્યા. તેં જ તો બાળકની તરકીબ મારા મનમાં ઠસાવી હતી ને ?'

'ઠીક ભાઈ, તને ગમ પડે એમ. આપણે તો કશું બોલવું જ નથી હવે.'

'હા... સાલી ! એમ કરીને છૂટી પડવા જાય છે પણ હવે ક્યાં હું એમ તને જવા દઉં એમ છું.' દાંત કટકટાવતી કાળીના સફેદ દાંત સૌન્દર્યને બદલે ક્રૂરતા દાખવતા હતા !

'પણ આપણે ક્યાંય જવું હોય તો ને આપણે તો સદાય તારી સાથે છીએ.'

'હા, એમ સીધેસીધી ચાલીશ તો ઠીક છે, નહિ તો યાદ રાખ; ભેરવ શર્ત જીતી જશે તો તને જ સાલી, કાચી ને કાચી કરડી ખાઈશ હા.'

'કરડી ખાને લે. આપણે તો ઊલટું પ્રેતમાંથી છૂટવા મળશે.' ગોરી ભલે બેપરવાઈ દેખાડતી હતી, બાકી અંદરથી તો એ કાળીથી કાંપતી જ હતી.

બીજી બાજુ કાળી વંતરી પણ જાણતી હતી કે ગોરીને દંડ આપવા જતાં પોતાને જ શિક્ષા તરીકે નર્કાગારમાં સબડવું પડે. ઠંડી પડતાં બોલી : 'એમ જ કરીએ, દોસ્ત. પેલીનું સાલીનું બાળક જ તોડી પાડીએ.'

'આપણે તૈયાર છીએ. બોલ, કેવી રીતે ?'

'કાં તો તું વંટોળ થા કે પછી બીજું કોઈ રૂપ લે ને ભેરવને ત્યાં જંગલમાં તું રોકી રાખ ને આ બાજુ હું, જ્યારે પેલી પાણી ભરવા વાવે આવશે ને પાણીમાં ઊતરી માણ ભરવા જશે કે પગ ખેંચતાકને એવી પછાડીશ તે પાધરી જ કસુવાવડ !'

'ભલે.' ગોરીએ ટૂંકમાં પતાવ્યું. ક્ષણેક પછી બોલી : 'પણ જો, ભેરવનો આ છોકરી સાથે એવો જીવ ગંઠાયેલો છે કે એ છોકરીની ચીસ સાથે જ ભેરવ ત્યાં હાજર થઈ જવાનો. પછી તું મારો વાંક કાઢીશ એ નહિ બને.'

'મને ખબર છે. એ આવી પહોંચશે એટલી વારમાં તો હું પેલીને–' આમ કહી કાળીએ એવી રીતે હોઠ ભીડ્યા કે ગોરી પણ સમજી ગઈ, કામ ખતમ !...'–

એ જ સાંજે ધણને નદીકાંઠે ચઢાવી ભેરવે જ્યાં હાથપગ ધોવા બાજુના પથ્થરો તરફ મોં ફેરવ્યું કે નાહવાની તૈયારી કરતી કોઈ રૂપયૌવના એની નજરે ચઢી. ક્ષણભર તો રતન હોવાનો આભાસ પણ થયો. વરસેક પહેલાં આ જ સ્થળે ને આવા જ સમયે નાહવાની પૂર્વતૈયારીરૂપે રતનને એણે આ રીતે કપડાં ઉતારતી જોઈ હતી.

પણ તરત જ એ પામી ગયો કે નથી તો એ રતન કે નથી કોઈ બીજી માનવ છોકરી. આ તો પેલી બલા-ગોરી છે.

છતાં ય પોતે જાણે સમજ્યો ન હોય એ રીતે સંકોચ પામતી એ નવયૌવનાને કહેવા લાગ્યો : 'તમારે જો નાહવું હોય તો હું પેલી પા જઈને હાથપગ ધોઉં.'

'ના રે ! તમે હાથપગ ધોઈ લો ત્યાં સુધી હું ઊભી છું.'

પણ ભેરવે જોયું તો આ અર્ધ ઉઘાડાં અંગોવાળી આ છોકરી તો ઉઘાડાં અંગો ઢાંકવાને બદલે બાકીનાં જાણે વધારે સ્ફૂટ કરતી હતી.

ઊમટી આવતું હસવું રોકતાં ભેરવે પૂછ્યું : 'પરણેલાં છો ?'

શરમની મારી લળીઢળી જતી યુવતીએ ઊલટો સામે સવાલ કર્યો : 'તમને કેવી લાગું છું ?'

ભેરવને કહેવાનું મન થઈ આવ્યું : 'પરણવાના ધખારામાં કુંવારા ને કજળાયેલાં લાગો છો.' પણ ગોરીની જરા દયા આવતાં વાત લંબાવી. કહ્યું, 'નથી લાગતાં પરણેલાં કે નથી લાગતાં કુવારાં'

'એમ નહિ વળી !' ગોરીએ મુગ્ધ ભાવે છણકો કર્યો. ઉમેર્યું, આ તો તમે ઉડાવો છો.'

પાણી કિનારે એક પથ્થર ઉપર બેસી નીચી નજરે પગ ધોતાં ભેરવે કહ્યું : 'કેમ જાણ્યું કે ઉડાવું છું ?'

'તો પછી સમજાવો કેમ તમે કહો છો કે હું નથી પરણી ને શા ઉપરથી કહો છો કે હું નથી કુંવારી ?' ગોરીએ ચણિયાની ફડક વડે છાતી ઢાંકવાનો અભિનવ કરતાં ભેરવ તરફ ડગ પણ ભર્યું.

'કારણ કે એક તરફ ઢાંકો છો ને બીજી તરફ–' આ સાથે જ ભેરવ હડપ કરતોકને – આભમાં જાણે બાજ ઊડ્યું !

ગોરી સમજી ગઈ એ રતનની વહારે ધાયો છે. એક નિઃશ્વાસ નાખી અદશ્ય થઈ ભેરવ પાછળ એ પણ પેલી વાવ આગળ જઈ લાગી.

અંદરથી ભેરવનો અવાજ આવતો હતો : 'ક્યાં વાગ્યું, રતન ?... અહી કૂખમાં વાગ્યું છે ? ફીકર નહિ, ઘેર જઈને શેક કરીશું.'

પગથિયા ઉપર મુકેલો ઘડો લેતાં કહ્યું : 'માણ ડુબી ગઈ લાગે છે... કંઈ ફીકર નહિ, કાલે હું કાઢી લાવીશ.'

અડધી ભીંજાયેલી રતનને ઊભી કરી ભેરવ પોતાની કાંધ ઉપર લેવા જતો હતો ત્યાં રતન બોલી : 'ના ના ભેરવ, તું મને ખાલી ટેકો જ આપ.'–

'હું જાણું છું તું ગામલોકોથી ગભરાય છે. પણ ફીકર ના કર, વાવ બહાર નીકળીને તું કહીશ એમ કરીશું.'

ને લાગલી ભેરવે રતનને જાણે બાળકની જેમ જમણા ખભે નાંખી લીધી. ડાબે હાથે પાણીભર્યો ઘડો પણ ઊંચકી લીધો.

રતનની સાથે વાવની અંદર પાણી ભરતી બીજી એક સ્ત્રી પણ હતી ને અત્યારે એ સૂધસાન ખોઈને ભીંત સાથે ભીંત બની રહી હતી.

તો ભેરવના પ્રવેશ વખતે પગથિયાં ઊતરી રહેલાં દિવા તથા શામળની વહુ પણ ભયના માર્યાં વાવના એ થાંભલા ઓથે પૂતળું થઈને ઊભાં હતાં.

આ ત્રણેય જણ ના સમજાય એવા બનાવથી એટલા બધા ભયભીત બની ગયા હતા કે પાણી ભરતી સ્ત્રી જાણે બેભાનપણે બેડું માથે ચઢાવીને ઝટપટ કરતી બહાર નીકળી ગઈ તો વળી દિવા તથા શામળની વહુ તો ખાલી બેડે ઉભા હતા ત્યાંથી જ પાછા ફર્યા. બહાર નીકળી શ્વાસ ખાવા વળ્યા.

ત્રણેય જણ થોડીક વાર તો અવાક સરખા બની રહ્યા. એકમેક સામે જોતા હતા તે પણ આંખોમાં જાણે ભય મિશ્રિત સવાલ ભરીને, 'હાય હાય બાપ ! આ શું કહેવાય !'

પહેલી જબાન દિવાની ઉપડી. શામળની વહુને પૂછવા લાગી : 'તમને કાંઈ બુન, ખબર પડી અચાનકનું આ થઈ શું ગયું ?' પાણી ભરનાર યુવતીને પૂછ્યું : 'રતન ને ભેરવ બેઉ જણ પાણીએ આવ્યાં હતાં ?'

'ના ભાઈ !' યુવતીના શબ્દોમાં અર્થ કરતાં ભયનો ભાવ વધારે હતો ઉમેર્યું. 'ભેરવ તો-પડતી વખતે રતને ચીસ પાડી એવો જ મને દેખાયો.'

શામળની વહુએ ઉમેર્યુ, 'હા...! આપણી બાજુમાંથી જ તો ભેરવ – વાયરાની કોઈ ગાંઠ પેઠે સન્ન કરતો નીકળ્યો હતો, તમે ને હું બેય જણ થાંભલા સોડે લપાઈ ગયાં હતાં. તે રતનને ઊંચકીને એ બા'ર નીકળ્યો ત્યાં સુધી તો આપણામાં જાણે જીવ જ નો'તો, કેમ ભૂલો છો ?

'ખરી વાત.' દિવા જાણે સમણું યાદ કરતી હોય તેમ કહેવા લાગી : 'પગથિયાં ય એ એવી રીતે ઊતર્યો હતો જાણે પગથિયાં ઉપર પગ જ એનો નો'તો પડતો.'

'ઓ બાપ ! મારું તો હજી કાળજુંય ધડક ધડક થઈ રહ્યું છે.' બેડું

લઈને ઊભેલી સ્ત્રી જાણે સ્વગત બબડી. ઘર તરફ મોં ફેરવ્યું ત્યારે પણ એ બબડતી હતી : 'આ મુવો ક્યાંથી અહીં ટળ્યો છે કોણ જાણે... જેસળ આહીરે વળી, 'દીકરી' પૈણાવીને કાયમની ગામમાં ઘો ઘાલી છે...'

'લો હેંડો પાણી તો ભરી આવીએ' શામળની વહુએ અવાક સરખી દિવાને કહ્યું. ઉમેર્યું 'કાંઈ ઠાલાં બેડાં લઈને ઘેર જઈશું ?'

'પેલી બે કોક આવે છે એમને આવવા દઈએ પછી બધાં સાથે જ વાવમાં ઊતરીએ.' દિવા બોલી, ફિક્કુ એવું હસતા બબડી, 'મારા તો પગ જ પાણી પાણી થઈ ગયા છે.'

'ત્યારે અહીં કોના કાઠા છે !'

આ પછી પેલી બે પાણિયારીઓ આવી પહોંચે એ પહેલાં બેઉ જણે અંદરોઅંદર સંતલસ કરી લીધી. મતલબ હતી, 'આ મુવા જનનું તો કાંક હવે કરવું જ પડશે...'

પાણિયારીને નજીકમાં આવતી જોઈ દિવાએ શામળની વહુને ધીમેકથી ચેતવી દીધી : 'જો, જો ક્યાંય – ભેરવની વાત ન કરતાં, બુન. નહિ તો આ હરિભાઈની વહુ તો મૂળેય ડરપોક છે ને છોટા સોનીની દીકરી ય જો ગભરાઈ જશે તો બધાંયને ઠાલાં બેડાં લઈને ઘેર જવાની વખત આવશે.'

છોટા સોનીની દીકરીએ આવતામાં જ સવાલ કર્યો, 'કેમ દિવાકાકી, વાવના મોઢે ઠાલાં બેડાં મૂકીને આમ ઊભાં છો ?'

'ચઢામણની વાટ જોતાં હતાં, બુન.' દિવાએ ખાલી બેડું હાથમાં લેતાં કહ્યું.

'બેઉની પાસે ઘડો-માણ છે તો ય ?...' છોકરીએ પગથિયાં ઊતરતાં નવાઈ વ્યક્ત કરી.

'તો ય બુન !' આમ કહી દિવાએ ઉમેર્યું, 'તારી પેઠે અમારે કાંઈ ચઢતા દન ઓછા છે ? અમારે તો હવે ઊતરતા આવ્યા.'

ને બેઉ જણ પેલાં બેની ઓથે વાવમાં ઊતરવા લાગ્યાં.

દિવા તો પાણી ભરતાં પણ કહેતી હતી : 'જોજે' લી અમને ચઢાવ્યા વગર માથે બેડું લેતી ?'

અને આમ શામળની વહુ તથા દિવાએ પહેલાં બેડાં ચઢાવરાવ્યાં

એટલે સ્વાભાવિક રીતે નીકળતી વખતે એ બેઉ જણને આગળ રહેવા પણ મળ્યું હતું.

પણ વાવ બહાર નીકળ્યા પછી દિવાની જીભ વળી પાછી સળવળી ઊઠી. હરિભાઈની વહુને કહ્યું : 'ઢોરે ય આજે તો વહેલા ગામમાં આવ્યા હશે ?'

'ના ભાઈ.' હરિભાઈની વહુ નવાઈ સાથે બોલી ઊઠી... ઉમેર્યું, 'ઢોરનું તો હજી પૂછડુંય દેખાતું નથી ને તમને કોણે વાત કરી ?'

'આ તો ખાલી... ભેરવ જેવું કોક ગામ પેસતા જોયું'તો એટલે.'

છોટા સોનીની દીકરી બોલી ઊઠી : 'ખરી વાત દિવાકાકી' મેંય રતનને ને ભેરવભાઈને એમના ઝોક તરફ જતાં જોયા હતાં.

જ્યારે આ બનાવથી અજાણ એવી હરિભાઈની વહુ તો ભેરવ રતનને દૂરથી જતા જોયાં હતાં એટલા ઉપરથી ગાળો જ ભાંડવા લાગી : 'મારા રોયા બેઉ જણ જાણે નવાઈનું પરણ્યા હોય તેમ ગામમાં તેય એક બીજાને વળગેલા ને વળગેલા !'

દિવા તથા શામળની વહુ 'વળગેલા' નો મતલબ પામી ગયા હતા પણ બેઉમાંથી કોઈએ કશી ચોખવટ કરી નહિ. શામળભાઈની વહુ લવી નાખશે એમ ધારીને દિવાએ એને આંખ મીચકારી છાના રહેવાની સાન પણ કરી દીધી.

શામળભાઈની વહુ પણ પછી તો ટાપસી પૂરાવા લાગી. કે' છે :' એ ત્યારે ! ગામમાં ઘો ઘાલી છે તે આ બાર માથાળો ઓછી કોઈની લાજ શરમ રાખવાનો છે ?

દિવાની જીભ ચાલુ થઈ ગઈ. કે' છે : 'એણે તો ભાઈ પેલેથી જ અડબંગાઈ દેખાડી હતી અને શરમ સંકોચ વગર ગામના ભાયડાઓ આગળ અને ખુદ મહારાજ તથા જેસળ આગળે ય કુવાડા ફાડ બોલવા માંડ્યું હતું. પણ બધાએ... એની શેહમાં તણાયા હોય એ રીતે હાએ હા કર્યે રાખ્યું તો ભોગવો હવે ! બેઉ જણ આજે તો ઘરમાં રાસડા રમે છે પણ કાલે જો ગામ વચ્ચે નફ્ફટ થઈને ના ફરે તો યાદ કરજો, દિવા શું કે'તી હતી ?...'

આ લોકો ગામમાં પ્રવેશ્યા એ પહેલા તો બેડાવાળી બાઈના મોઢે

અડધા ગામમાં વાત પથરાઈ ગઈ હતી : રતનનો પગ પાણીમાં લપસ્યો નહિ કે ભેરવ ક્યાંથી પ્રગટ્યો !

નહિ !... ના માનો તો પૂછજો દિવાકાકીને ને શામળકાકાના વહુને. હમણાં આવશે વાવેથી.' આટલું કહ્યા પછી એક બે ઠેકાણે આ બાઈએ ઉમેર્યું પણ હતું : 'કોણ જાણે બેડા ભરવા વાવમાં ઊતરે છે કે પછી ઠાલાં લઈને ઘેર આવે છે !'

ને આ લોક જેવા ગામમાં પ્રવેશ્યા કે આંખોમાં ઈંતેજારી ભરી વાટ જોતાં લોકોએ પૂછવા માંડ્યું : 'દિવાકાકી, શું હતું વાવમાં ?... ખરી વાત : રતન વાવમાં ડૂબી જતી'તી ?'

કોઈકે વળી આમ પણ કહ્યું : 'તમે નહિ કહો તોપણ અમે રતનને ભીને લૂગડે ભેરવના ખભાનો ટેકો લઈને ઘેર જતી જોઈ છે હાં કે ?'

અડધા ગામે પહોંચતામાં તો દિવા વિગેરે પાણિયારીઓ ટોળે વળેલા ગામલોકોની વચ્ચે એવી રીતે ઘેરાઈ રહી કે દૂરથી જોનાર કોઈ અજાણ્યા માણસને તો એમ જ લાગે : બેડાંવાળી સ્ત્રીઓ ગરબે રમવા તૈયાર થઈને ઊભી છે ને ટોળે વળેલા લોકો એમનું અભિવાદન કરવા માટે ઘૂસમઘૂસી કરી રહ્યા છે !

હાસ્તો ! ટોળે વળેલા સૌ કોઈને ચમત્કારની વાત કહેતી દિવાકાકીને સાંભળવી હતી એટલું જ નહિ, એના મોં ઉપર આરોહ અવરોહ થઈ રહેલા ભયભર્યા એ ભાવોને પણ જોવા હતા.

કોઈ કોઈ દિવાકાકીની વાતમાં ટાપસી પણ પૂરાવતા હતા : 'દિવાકાકી, વાત તો સાચી. ઢોર તો હજી હમણાં પેસે છે ને ભેરવ ક્યાંથી એકદમ આજે ગામમાં આવી પડ્યો !'...

ગમે તેમ પણ આ વાતે ને આ પ્રસંગે આખાયે ગામ ઉપર જાણે ભયનો પછેડો પાથરી દીધો.

મોટું દુઃખ એ હતું કે આવી બાબતમાં જેની લોકો ઓથ લેતા હતા એ મહારાજ પણ રાતની રખેવાળી ભેરવને સોંપીને ચારેક માસથી યાત્રાએ ગયા હતા ને આ હિસાબે લોકો જાણે અસહાય સરખા બની રહ્યાં !

ઓછું હોય તેમ વાદળ ઘેર્યા આભને લીધે રાત પણ લોકોને આજે કાળીમીંઢ લાગતી હતી.

ને એમાં વળી કાળની કોઈ કારમી ઘડી આવી હોય તેમ ભૈરવ ડુંગરની દિશામાં ઘૂવડના ઘૂઘવાટ ઊઠવા માંડ્યા : ઘૂઘૂ... ઘૂ. ઘૂઘૂ... ઘૂ...

કાચા પોચાં કાળજાને તો અંધારી રાતમાં આ વાતાવરણ એવું ભેંકાર લાગતું હતું : 'સાચમુચ જાણે મહારાજે ભાખેલું પેલું કારમું ભાવિ સાકાર થવા લાગ્યું હોય ને ભૈરવ ડુંગરેથી ઊતરી રહેલા કાળા ઓળા ગામને ઘેરવા લાગ્યા ન હોય !

❑

૨૬

ભેરવનો ટેકો લઈને રતન ઘેર આવી એવી જ-જેમ તેમ કપડાં વીંટી ખાટલામાં પડી.

શેક કરવા ભેરવે ચૂલો પેટાવ્યો ત્યાં રતનની મા હાયવોય કરતી કરતી આવી લાગી : 'હાય હાય ! લોક કહે છે કે રતન વાવમાં ડૂબતી ડૂબતી રહી ગઈ !' બહારના ચૂલે ભેરવને પાણી ગરમ મૂકતો જોઈ સવાલ કર્યો, 'ક્યાં છે ભાઈ રતન ?'

'એ રહી ઘરમાં, એને જરા કુખમાં વાગ્યું છે તે પાણી ગરમ કરું છું.'

પછી તો મા રતન પાસે બેસી દિલાસો આપતી ગઈને ઉદર તપાસતી ગઈ. સાથે સાથે રતનથી વાત પણ કરતી જતી હતી. પૂછતી હતી : 'કેમ કરતાં વાવમાં પડી ?'

રતને કહ્યું : 'કશી ખબર નથી મા, પાણીમાં એક પગથિયું ઊતરીને ઘડોભર્યો ને માણ વીછળીને જેવી ડુબાડી કે કોઈકે જાણે આંચકે કરીને મને અંદર ખેંચી લીધી.'

'તું જાણે તો છે કે વાવમાં બાઈઓ (વંતરાં) રહે છે. વાવ કાંઠેનાં ઝાડ ઓથે સૂરજ જાય છે કે વાવમાં જાણે અંધારું ને પાછી તું આશાભરી (સગર્ભા) બાઈ છે ! જાણીએ નહિ કે સગર્ભા બાઈઓને વંતરાં વધારે રંજાડે છે ?'

'સારું થયું કે ભેરવ ક્યાંકથી આવી પડ્યો નહિ તો નક્કી ડૂબી જવાની હતી, મા !' ઉમેર્યું : 'તરતાં મને આવડે છે પણ ગભરાટની મારી તેય હું ભૂલી ગઈ હતી.'

રતનના મોંએ ભેરવના આવી પડવાની વાત સાંભળીને માને યાદ આવ્યું કે આખુંય ગામ આ જ વાત કરતું હતું : ઢોર તો હજી હમણાં ગામમાં પેસે છે ને ભેરવ ક્યાંથી રતનના પડતામાં એકદમ વાવે પહોંચી ગયો ? આ સવાલ પાછળ લોકોના મોં ઉપર ભય પથરાઈ રહ્યો હતો એ પણ હવે ખ્યાલમાં આવ્યું.

દિવાના શબ્દો પણ માના મગજમાં પડ્યા હતા પણ દીકરી પડ્યાની ફાળ નીચે એ દબાઈ ગયા હતા. પણ રતને જ્યાં ભેરવના આવી પડવાની વાત કરી ત્યારે એ શબ્દો આળસ મરડીને જાણે ઊભા થયાં. પગથિયાં ઉપર ભેરવના તો કે પગ જ નો'તા પડતા. વાવના મોઢા આગળથી હેંસાણ (બાજે) જાણે ગોથ મારી !'

ને આ જ વાતના અનુસંધાનમાં માએ પણ રતનને નવાઈ સાથે પ્રશ્ન કર્યો : 'ભેરવને ક્યાંથી ખબર પડી તે ખરા ટાણે આવી પડ્યા ?'

આ સવાલ રતનને ઊઠ્યો તો હતો પણ 'ભેરવ જાદુગર છે' એમ ગણીને ઝાઝું મહત્ત્વ નહોતું આપ્યું. પણ માએ જ્યારે પ્રશ્ન કર્યો ત્યારે રતનને પણ સવાલ થયો : 'જાદુગર હોય તો બનાવની ખબર એને પડી જાય ખરી; પણ એટલી વારમાં એ દોઢ બે ગાઉં છેટેથી આવી પડે કેવી રીતે ?'

પણ આનો જવાબ રતન પાસે ન હતો. માને એ એમ પણ કેવી રીતે કહી શકે કે ભેરવ જાદુ જાણે છે ?

ને સ્વગતની જેમ રતન બબડી : 'બલા જાણે ક્યાંથી એને ખબર પડી પણ એ ન આવી પડ્યો હોત તો નક્કી હું ડૂબી જવાની હતી, મા.' વેદનાની મારી પાસુ ફેરવી ગઈ.

મા પણ પછી આ વાત અધ્ધર રાખી રતનની સારવારમાં પરોવાઈ ગઈ.

ને આવી બાબતોમાં હોશિયાર એવી દિવાને પણ છોકરું મોકલીને તેડાવી લીધી.

દિવા જો કે આવી ખરી પણ ભયથી જાણે ભરેલી હતી. ભેરવ સાથે વાત કરવાની હિંમત નો'તી પડતી એ તો ઠીક પણ એની સામે એ નજર સુધ્ધાં નો'તી મેળવી શકતી.

તો ભેરવ વળી વાવમાં પડ્યાનો બનાવ જ ન બન્યો હોય ને રતન જાણે સહજની બીમાર હોય એ રીતે હરતોફરતો હતો. દવા માટે સવાલ કરતો હતો તે પણ કોઈ પણ જાતની ચિંતા કે અવનવું કંઈ બન્યાના ક્ષોભ વગર. ઊલટાનો પહેલાના કરતાં ય વધારે છૂટથી બલ્કે આત્મીયતાથી દિવા સાથે વાત કરતો હતો.

ભેરવ આજકાલ ખોડિયારના મંદિરે સૂતો હતો. મહારાજ પોતે યાત્રાએ ગયા હતા ને મંદિરની રખેવાળી ભેરવને માથે નાખી હતી. રતનની આવી સ્થિતિમાં પણ એનો એક પગ ઘેર ને એક પગ જાણે મંદિરમાં હતો. ઘડીકમાં જતો ને ઘડીકમાં પાછો ઘેર આવીને ડોકું કાઢતાં દિવાને કહેતો પૂછતો હતો : 'કંઈ દવાદારૂ મગાવવાં હોય તો કે'જો દિવાકાકી... ગામમાં નહિ મળતી હોય તો મલકમાંથી પેદા કરીશ.'

આ સાંભળી દિવાનો ગભરાટ ઊલટાનો વધી પડ્યો. જો કે મનની અંદર એક વિચાર આવો પણ આવ્યો : 'લાવને ત્યારે દસ ગાઉ ઉપરના શહેર સિવાય ક્યાંય ન મળે એવો લેપ મગાવું ?'

પણ પારખું કરવા જતાં ય દિવા એવી તો બીતી હતી કે ભેરવ પાસે આવી ચીજ મંગાવેને ને ઘડીકમાં એ લાવી દે તો એ જ વખતે પોતાનો જીવ ભયનો માર્યો નીકળી જાય એની એને પૂરેપૂરી ખાતરી હતી...

લાખ ઉપાય કરવા છતાં ય વેદનાની મારી બેભાન બનેલી રતનને પરોઢ થતાં કસુવાવડ થઈને જ રહી !

પાકવા આવેલો એ આઠેક માસનો ગર્ભ જોઈને જ દિવાના હોશકોશ અડધા ભાગના ઊડી ગયા. બોલી પડી : 'હાય બાપ આ શું ?' સારું થયું કે ગર્ભમાં કશું હલનચલન ન હતું, નહિ તો જીવતો જોઈને બીકનો માર્યો દિવાનો જીવ જ નીકળી જાત.

શામળાભાઈની વહુ વિગેરેએ પણ આકાર ધરી ચૂકેલા એ બાળક ઉપર આંખો પરોવી.

આમ તો જો કે કોઈને કશી સમજ ન પડી પણ દિવાએ જ્યારે ગર્ભને ઊંધો કર્યો કે બખોલ સરખો બરડો જોયો–

હરિભાઈની વહુ તો વળી ભેરવના ઘેરથી ભાગી જવાનો વિચાર જ

કરવા લાગી. ભાગી પણ જાત જો ઘર બહાર મલમલિયું અંધારું ન હોત તો.

દિવા વગેરેનો પણ આ જ વિચાર હતો. પણ રતનની માએ રાવ કરીને રોકી લીધાં : ‘ઘડીક ઊભાં રહોને બેન, ભેરવને દોડાવ્યો છે તે ગામમાંથી ડાઘુ આવી પહોંચે એટલી વાર !’

પછી તો બાપા સાથે હરિભાઈ, શામળભાઈ ને અરજણ વગેરે આવી પહોંચતાં રતનની પાસે કપડામાં વીંટળાયેલું બાળક એ લોકને હવાલે કરી દીધું. ભેરવ પણ એમની સાથે ગયો.

આ તરફ અજવાળું થતાં દિવામાં જરાં હિંમત આવી. બીજી બાજુ રતનની માને એકલી મૂકીને જવાનું ઠીક ન લાગ્યું.

ને બેઉ જણ પછી નાહીપરવારી છીંકણીની દાબડી લઈને ચોપાડમાં આવી બેઠાં. દિવાને હતું કે રતન ભાનમાં આવે એ પછી એને થોડીક સારવાર આપીને ને દવાદારુ કરીને જાઉં નિરાંતે.

ભયને લીધે બાળકની વાત કાઢવાની ઇચ્છા દિવાને એક તરફ બિલકુલ ન હતી. તો બીજી તરફ નુકતેચીની કરવાની એની ટેવને લીધે ચટપટી થવા લાગી. ને અંતે પછી રતનની માને કહ્યા વગર રહી જ ન શકી : ‘જોયું ને છોકરું તમે ?’

દિવાની ઇચ્છા આ વાતને ચગાવવાની હતી, જ્યારે માની ઇચ્છા દબાવવાની હતી. પોતે જાણે દિવાની વાત સમજી જ ન હોય એ રીતે મા બબડી : ‘રતનીનું તકદીર, બીજું શું ?’

દિવા સ્વગતની જેમ પોતાની વાત વધારે ચોખ્ખી કરવા લાગી, ‘ઓહોહો ! સુવાવડો તો ઘણી જોઈ બુન, પણ આવું કલેવર તો ક્યાંય ન જોયું.’

રતનની માને કહેવું પડ્યું : ‘કસુવાવડ ખરીને.’

‘ના રે ના, મારી કાંઈ કાળી નો’તી ? એકાદ માસની વાર ખરી પણ ઘાટ તો પૂરો બંધાઈ ગયો’ તો.’

મા બબડી : ‘છોકરીને (રતનને) બાળકના કેટકેટલા ઓરતા હતા !’

‘પૂરા મહિને બાળક અવતર્યું હોત તોય ઓરતા તો અધૂરા જ રે’વાના હતા, રતનની મા.’

'ના રે ના.'

'તમે કાં તો બાળક બરાબર જોયું નથી.' દિવા ચીઢ દબાવતાં બોલી. માને નિઃશ્વાસ નાખતી જોઈ ઉમેર્યું : 'મારું કે'વું એમ કે એનો ઘાટ વિચિતર હતો.'

'મોઢું ને હાથપગ તો–'

દિવા અહીં મોં ચઢાવીને વચ્ચે બોલી : 'મોઢું હતું ને હાથપગેય હતા પણ તમને એ મનેખ જેવા લાગતા' તા ?' માને ચૂપ જોઈ ઉમેર્યું, 'ન મનેખમાં કે ન મલે કશામાં.'

'ઘાટ જરા કાચો એટલે. બાકી મોં, નાક ને હાથપગ–' આ વખત રતનના ઓરડામાં અવાજ જેવું લાગતાં આંખો કાન એ તરફ માંડી મા મોં વકાસી રહી. દિવા એની ધૂનમાં હતી, કે' છે, 'ઠીક ભાઈ, આગળનો ભાગ મનેખ જેવો પણ પાછળનો ?... હતું કાંઈ ?'

મા પાસે આનો સીધો જવાબ ન હતો. બોલી તે પણ આછી શી ચીઢ સાથે : 'એ તો હવે ઘાટના ઘડનાર ભગવાનને ગમ્યું તે ખરું બુન.' આ વખતે ભાનમાં આવેલી રતન જાણે અર્ધભાનમાં હોય તેમ બહારની આ વાત સાંભળી રહી.

દિવા કહેતી હતી : 'ભગવાન શું કરે આમાં ? ભગવાન તો બાપડો બહુ બહુ તો જીવ મૂકી આપે. આપણા ગામમાં દાળિયાનો જ દાખલો લો ને ? જેવો એનો બાપ એવો જ એનો દીકરોય – જાણે કાજળમાં ઝબોળીને બહાર કાઢ્યો.'

''ભગવાનની લીલા છે બધી !'

દિવા હવે ચીઢ ઠાલવ્યા વગર ન રહી શકી. 'ભગવાન ભગવાન કૂટો છો પણ ગામમાં હવે વાતો થાય એ સાંભળજો. અત્યાર લગી તો બધુ વે'મના વાદળોમાં કૂટાતું'તું પણ–' માના કાનમાં વાત કરવા માંગતી હોય તેમ ઉભા પગે થતાં દિવા એને પૂછવા લાગી : 'તમે જ કહોને ? દોઢ ગાઉ ઉપર ઢોર ચરાવતો જમાઈ, રતને જેવી ચીસ પાડી કે ક્યાંથી વાવમાં ફૂટી નીકળ્યો ?'

માના દિલમાં ચીઢ ઘણીય ઊઠતી હતી પણ અત્યારે એ લડવાના

મૂડમાં ન હતી. કે ન એની પાસે કોઈ બચાવ હતો, ઉપરાંત એનો જીવ ખાટલામાં પડેલી દીકરીમાં જાણે અટવાઈ રહ્યો હતો. કહ્યું પણ ખરું, 'મને તો અત્યારે આ ખાટલામાં પડેલી છોડી વગર બીજું કાંઈ સૂઝતુ નથી, બુન !'

'ક્યાંથી સૂઝે ? બાપજીએ લગન વખતે દીકરીને આશીર્વાદ આપ્યા'તા એ સંભારી જુઓ જરા.'–

માને શી ખબર કે દિવાએ ઉચ્ચારેલો શબ્દ 'આશીર્વાદ' વ્યંગમાં હતો ? એ થોડીક વિચારમાં પડી ગઈ.

દિવાએ છીંકણીનો સટાકો ખેંચતા ચોખવટ કરી : 'કહ્યું'તુંને મહારાજે : 'આટલા વહેણ યાદ રાખજે, ભગત ! તારી દીકરીને કોઈ કાળા ઓળાએ ઘેરી છે !' એમણે તો વળી ગામનેય ચેતવ્યું હતું કે ભૈરવ ડુંગરે વાદળોને હું ભડકે બળતા ભાળું છું ને ભૂખી ભૂતાવળોના ટોળાને હું ટળવળતાં–'

એક તરફ વાત કહેવાના રસમાં દિવા પોતે ભયને જાણે ભૂલી ગઈ હતી તો બીજી બાજુ રતનની મા માટે આ ભયભરી વાત અસહ્ય થઈ પડી. ઊઠવાની તૈયારી સાથે વચ્ચે બોલતા કહ્યું : 'જવા દોને ભાઈસાબ, એ બધી પાછલી વાત ! હેંડોને છોડી કાંક ભાનમાં આવેલી'–

મા સાથે દિવા પણ ઊઠી બોલતી બોલતી, 'પાછલી વાત હું તો જવા દઈશ પણ આ આજની વાત' – આ સાથે એમની નજર ઝાંપા ઉપર પડી. હાથ લંબાવતાં કહ્યું, 'આ આવ્યા ડાઘુઓ, સાંભળજો એમની વાતો હવે !' ઝીણી નજરે જોયું તો ભેરવ ટોળામાં ન હતો. દિવા સમજી ગઈ કે એ (ભેરવ) પેલા દાટેલા બાળક ઉપર પથ્થર વગેરે મુકીને જાપતો કરવા રહ્યો હશે.

માએ જોયું તો એ પાંચ સાત ડાઘુઓનું ટોળું જાણે ઉશ્કેરાયેલું લાગતું હતું. જેસળ સામે જોઈ શામળે ઉચ્ચારેલા બે-ચાર શબ્દો પણ કાને પડ્યા : 'તમે જ આ ઘો ગામમાં ઘાલી છે.'–

દિવા જેમ બારણા આગળ થંભી ગઈ તેમ મા બારસાખે ઊભી રહી ગઈ. બીજી પળે ભાન આવતા ઘરમાંથી મોદ લાવીને ચોપાડમાં પાથરવા લાગી.

ડાઘુઓની ચાલ અને ચહેરા જોતાં કોઈ ના કહે કે ડાઘુઓ છે. બલ્કે

બાળક દાટવા માટે લઈ ગયેલા તગારુ., તિકમ ને પાવડો જોઈને જોનારને એમ જ લાગે કે આ લોકો કોઈ કામ ઉપરથી પાછા ફરી રહ્યા છે ને કશોક વાંધો પડવાથી ઉશ્કેરાઈ ગયા છે.

નેવા આગળ આવતાં જ શામળે હાથમાંની કુહાડી ચોપાડમાં નાખી. એની પાછળ હરિભાઈએ પાવડો ફેંક્યો. અરજણે પણ આજે તો તિકમ પછડતો મુક્યો. જ્યારે વસ્તાએ વળી ખાલી તગારું ચોપાડમાં ઊંધું નાખ્યું.

ચારે પાની લાયેથી બળી ઝળી રહેલા જેસળે નિઃશ્વાસ નાખતાં પત્નીને કહ્યું : 'પાણી લાવો ને કોગળા બધાને કરાવો.'

શામળભાઈ બોલી ઊઠ્યો : 'હેડો' લે ભાઈ. આ ઘરના પાણીના તો કોગળાય નહિ હવે'

હરિભાઈ શામળની વાતમાં હુંકારો ભણતાં બબડવા લાગ્યો : 'અત્યાર લગી તો ગામ બધું એકલ દોકલ હતું પણ હવે તો ગામની આંખો ઊઘડી ગઈ છે ને એક મૂઠી થઈને ઊભું છે.'–

'એક મૂઠીએ ગામ થયું તો બધાયને માટે સારું છે પણ મસાણેથી આવ્યા છો તે કોગળા કરી અફીણનો જરા કડવાટ તો કરો,' જેસળે જાણે રાવ કરી.

'ના ભાઈ, ના'. મુખીએ નકારમાં ડોકું તથા હાથ હલાવ્યા.

માથી હવે ના રહેવાયું, પૂછ્યું : 'થયું છે શું એ તો કહો ?'

શામળે જેસળ તરફ હાથ કરતાં કહ્યું, 'પૂછો રતનના બાપાને.' – એણે જ જેસળને સવાલ કર્યો, 'બોલો જેસળ ! દાટી આવ્યા તે શું હતું ?'

હરિભાઈ જેસળને કહેવા લાગ્યો : 'તમારા માથે ય ધોળા આવ્યા – મનેખના પેટનું આવું છોરું કોઈ દન ક્યાંય જોયું – સાંભળ્યુંય છે તમે ?'

'ભાઈ બેસો ને હવે, ઘડીએ ઘડીએ એ વાત સંભાર્યા વગર.' જેસળે વળી વિનંતી કરી. ઉમેર્યું 'ભેરવનું ઘર નહિ તો રતનીનું ગણીને તો બેસો ભલા'દમી !'

'અરે રતનનો તો તમે અવતાર બગાડ્યો અવતાર.' અરજણના દિલમાંથી દુઃખની જાણે વરાળ નીકળી.

માને અરજણ પર રીસ ચઢી. કહ્યું : 'કેમ એમ બોલે છે, ભાઈ ?'

અરજણની વહારે વસ્તો દોડ્યો. કે' છે : અરજણ નહિ, આખું ગામ બોલે છે.'

મા જરા છેડાઈ પડી. કે'છે, 'શું કામ બોલે ગામ ? ગામનું તો ભેરવે ઊલટું સુધાર્યું હશે પણ બગાડ્યું નથી,

બારણાની બાજુમાં ઊભેલી દિવા જાણે ત્યાંથી ખસીને ગામના પક્ષમાં ભરાતી હોય એ રીતે તેમના તરફ ડગ ભરી કહેવા લાગી : 'રે'વા દો હવે રતનની મા, સફાઈ બધી.'

'બોલો ને પણ ?'

'પૂછો આ વસ્તાને, બોલ ભાઈ, તારી ભેંસને શું થયું'તું ?'

વસ્તાએ રતનની મા સામે જોઈને કહ્યું, 'સાંભળો કાકી, ભેંસ જ્યારે વીવાઈ ત્યારે દસ શેર દૂધ આપતી'તી પણ એક દન ભેરવે એના વખાણ કર્યાં અને બીજા જ દનથી ભેંસ વટકી તે ત્રીજી ટંકે ઉઘાડામાં હાથ ઘાલવા દીધો.'

'ને ગયા વખતે વીવાઈ ત્યારે શું હતું, ભાઈ ? એ વખતે તો ભેરવ નો'તોને ?' માએ વસ્તાને બે વર્ષ ઉપરની વાત યાદ દેવડાવી ઉમેર્યું, 'એ વખતે તો રવાયો ય નો'તો ઉભો થવા દીધો.'

દિવા જાણે વસ્તાની મદદમાં આવી. રતનની માને કહેવા લાગી : 'સાંભળો ત્યારે મારી વાત.'ને ગામલોકો સામે જોઈ કહેવા લાગી, 'પરમ દા'ડાની વાત છે હાં કે. માલીના બાપાને હળ લઈને ઘરેથી નીકળવા ને ભેરવને મંદિર તરફથી ગામમાં આવવા. એવા તો ભાઈ એના કાળા શુકન થયા તે હળ તો તે દન ભાંગી ગયું એ ભાંગી ગયું પણ હાથે ય એમનો મચકોડાઈ ગયો છે. ન માનો તો પૂછો આ અરજણને-આ રહ્યો નજરે જોનાર.

અરજણે જો કે હુંકારો ભણ્યો : 'ખરી વાત છે હાં !' પણ એ હુંકારમાં જોઈએ તેવું બળ ન હતું. બલ્કે બે દિવસ ઉપર જ જો દિવાએ આ અપશુકનની વાત કરી હોત તો અરજણ ઊલટો આમ જ કહેત : 'રે'વા દો હવે દિવાકાકી, ભેરવના માથે પડ્યા વગર. હું મારી સગી આંખે જોનાર છું. માલીના બાપાને હળ હાંકતા હાંકતા પેલી ઝાળ આગળ જવા ને ઝાળમાંથી કાંક ઘુવડ જેવા પક્ષીને અચાનકનું હડપ દેતુંકને ઊડવા ! ચલમ પીતો

ઝાકળિયામાં બેઠેલો હું ચમકી ગયો પછી બળદ ભડકે એમાં નવાઈ શી હતી ! એમ કો'ને કે માલીના બાપાનો – હાથ ભાંગતા જીવ બચી ગયો. નકર તો ભડકેલા બળદ, હળ ને હળખેડ બધા ય સીધા કૂવામાં પડવાનાં હતાં !'

પણ આજે તો ખુદ અરજાણને પણ દિવાકાકીની વાતમાં તથ્ય જેવું લાગવા માંડ્યું–

આખું ગામ એક તરફ હતું પછી જેસળ તથા મા બિચારાં શું બોલી શકે. થાકીને પછી બાપાને પણ કહેવું પડ્યું : 'જેવી તમારી મરજી ભાઈ, બાકી અમારે તો દીકરીનું ઘર છે એટલે'–

શામળે ગામની વતી હુકમ છોડ્યો : 'દીકરી ફીકરી કાંઈ નહિ, જેસળ. આજથી જો તમે ભેરવના ઘર જોડે વહેવાર રાખશો તો તમારાં પણ ગામમાં હોકોપાણી બંધ થશે.' ને લાગલું એણે મોં ફેરવ્યું.

હરિભાઈએ જતાં જતાં શામળની વાતમાં હુંકારો ભણ્યો : 'કાં તો ગામ કે કાં તો ભેરવ. જે કાંઈ નક્કી કરવું હોય એ આજ સાંજ સુધીમાં કરી લેજો.'

અરજાણ તથા બીજાઓએ પણ ટાપસી પૂરી : 'હવે તો આ બલાને ગામમાંથી કાઢ્યે જ'–

ત્યાં તો ખેતરવા છેટે આવી રહેલા ભેરવ ઉપર નજર પડતાં જ અરજાણની જીભ સીવાઈ ગઈ. બીજાઓનો બડબડાટ પણ સાવ ધીમો પડી ગયો હતો.

ને આ બધું સાંભળી ડઘાઈ ગયેલી રતન વળી પાછી બેભાન થઈ ગઈ-ચીસ પણ નીકળી પડી :

'મા !'

❑

૨૭

ઘડી પછી ભાનમાં આવેલી રતન માને વિનવી રહી : 'મા, મારું છોકરું આપને ?'... મને એ જોવા તો દે ?'–

રતનની અશક્તિ એટલી બધી હતી કે કસુવાવડ પછી અર્ધભાનમાં આવ્યા પછી મા તથા દિવાકાકી વચ્ચેની વાત અને એ પછી ગામલોકોનો આ વિરોધ વગેરે એને સ્વપ્નું જ લાગતું હતું.

મા પણ બાળકના મૃત્યુની વાત કરતાં ખચકાતી હતી. બાળક જોવા માટેનો રતનનો તલસાટ જોઈને એનો ભય વધતો જ ગયો : 'રખેને પાછી ફરીથી બેભાન થઈ જતી.' એટલું જ નહિ આવી અશક્તિમાં બાળકના મૃત્યુનો આઘાત જીવલેણ નીકળે એવો પણ માને ભય હતો.

રતનની રાવ ચાલુ જ હતી : એ છે તો જીવતું ને મા ?... મને સમણું આવ્યું હતું એમાં તો તું ભગવાન ભગવાન કરતી'તી ને દિવાકાકી કે'તા'તાં કે ન મળે મનેખમાં કે ન મળે કશામાં. પછી તું કે'તી'તી કે આગળનો ભાગ તો અસલ હતો ત્યારે દિવા ડોશી કે'તી 'તી પણ પાછળ કાંઈ હતું ? હેં મા, બોલને, મારું સમણું સાચું તો નથીને... તું કેમ કાંઈ બોલતી નથી ? બોલ નકર'–

રતનની રાવ ને બહાવરી આંખો જોઈ માનું હૃદય ચીરાઈ જતું હતું.–

ને છેવટે એણે રડતાં રડતાં કહી નાખ્યું : 'છોરું મરેલું અવતર્યું' તું, બેટા !'

'ક્યાં છે મરેલું ?' રુદન આડે રાવ પણ કરતી હતી. મરેલું બચ્ચું ય મને... ભાળ તો ખરી મા !'

'દાટી આવ્યા, બુન !'

આ સાથે જ રતન અવાક્ સરખી બની ગઈ. આંખો પણ એની બહાવરી હતી.

માના હૈયે ફાળ પડી : નક્કી કાંતો ગાંડી થઈ જાય. ને લાગલી એણે લાગણી છોડી રતનને જાણે ઊધડી લીધી : 'આવી પોચી ક્યાંથી તું મારે પેટ પડી ? તારે કંઈ નવાઈ નથી થઈ, બેન. દુનિયામાં જન્મે છે એટલા બધા કોઈ જીવતા નથી. મારી જ વાત કરું તો પહેલાં બે બાળક જન્મતા જ હેંડતા થયેલા પણ ભગવાને વળી દયા કરીને તું ને રૂપો આજે અમારો અવતાર ઊજળી રહ્યાં છો. માટે–' આમ કહી દીકરીને જાણે ભીતર બહાર પંપાળવા માંડી. 'ભગવાનમાં શ્રદ્ધા રાખીએ, સમજી ?'

સ્ત્રીને તો પેટ માંડવાની (સગર્ભા થવાની) નવાઈ છે ? માટે ચિંતા ના કર. કસુવાવડ થયા પછી ભગવાને ય એ અભાગી માને વહેલું બાળક આપે છે. એટલે સહુથી પહેલા તું હવે તારું શરીર સંભાળ. આવી ફીકર કરીશ તો નંખાઈ ગયેલું શરીરેય પાછું નહી આવે ને – બાળકની ય આશા પછી એવી જ, બુન !'

'ભેરવ ક્યાં ગયો મા ?' વળી રતન જાણે સમણામાંથી જાગી ઊઠી.

'ગયો ઢોર લઈને ચરાવવા.'

માને હવે ભેરવનું નામ સુધ્ધાં નો'તુ ગમતું. ચીઢને લીધે સહસા બોલી જવાયું : 'ભેરવ ! ભેરવ ! એ વગર બીજી વાત જ નથી. માંદી છે તો ય ભેરવ !'

'એણે કાંઈ ખાધું કે પછી–'

'વગડામાં આજકાલ જાંબુ ને ટીંબરવા ઘણાંય પાક્યાં છે. કાંઈ ભૂખે નહિ મરી જાય.'

રતનને હવે જ ખબર પડી કે મા ચીઢાઈને બોલે છે. કહ્યું : 'એમ કેમ બોલે છે, મા ?'

'અમસ્થી કેમ તે.' આમ કહેતી મા ઊઠીને ચાલતી થઈ. જતાં જતાં કહેતી હતી : શાન્તિથી પડી રહે. એટલામાં હું દવા વાટી લાવું છું.'

એકલી પડેલી રતનનો જીવ વળી પાછો 'સ્વપ્નામાં' આવેલા ગામ

લોકોની વાતો યાદ કરવામાં ને એની પાછળનું કારણ વગેરે શોધવામાં પડી ગયો.

અરજણનો અવાજ તો હજી જાણે કાનમાં ભરાઈ રહ્યો હતો. : 'અરે રતનનો તો તમે અવતાર બગાડ્યો અવતાર !'... કોઈક કહેતું હતું : 'આજથી જો તમે ભેરવના ઘર જોડે વે'વાર રાખશો તો તમારા પણ ગામમાં હોકો પાણી બંધ થશે'...

મનની અંદર ઊંડી ઊતરી ગયેલી રતનને હવે લાગવા માંડ્યું કે મા તથા દિવાકાકીની વાત અને એ પછી ગામલોકોનો હોબાળો એ બધું સ્વપ્ન નથી લાગતું... મેં જાણે કાનોકાન સાંભળ્યું હોય એમ લાગે છે :

આ સાથે એને ફાળ પડી : ભેરવને આ લોકોએ કંઈ કર્યું તો નથી ને ? ને લાગલી હાંક પાડી : 'મા ?'

પેલી બાજુ બેસી દવા વાટતી માએ જરા ચીઢ સાથે કહ્યું : 'બોલવાની ના કહી તોય કેમ આમ બૂમ પાડે છે ?'

'ભેરવ ક્યાં મા ?... સાચું બોલ ?'

'કહ્યું તો ખરું ઢોર ચરાવવા ગયો છે.'

'ના... ગામ લોકોએ એને–' આ સાથે જ એ અર્ધપાગલ દશામાં સફાળી બેઠી થઈ ગઈ.

મા ત્યાં ધસી આવી. ચીઢનો તો પાર ન હતો : 'કાળમુખી દીકરી ! આવી દશામાં ભેરવ ભેરવ કરીને ઊભી થવા જાય છે પણ ધનુરબનુર થશે તો–'

'ધનુર થશે એ વેઠાશે પણ ભેરવનો વિજોગ મારાથી નહિ વેઠાય. સાચે સાચી વાત કર : દાઝે બળતા ગામ લોકો એના ઉપર બૂંકતા નો'તા ? એમણે કાં તો–'

રતનને પાછી સુવડાવતાં માએ એને ઠંડી પાડી. : 'હા પણ ભેરવનો તો વાળેય અળતાથી વાંકો થાય એવું નથી, બુન. ઊલટા બધા બીએ છે. એટલે–' ત્યાં તો માની નજર બારણા ઉપર પડી. બોલી ઊઠી : 'આ આવ્યો લે !'

'શું છે રતન ?' ભેરવે આવતામાંજ સવાલ કર્યો.

રતનના આનંદનો પાર ન રહ્યો : 'હા... આ રહ્યો !'–

પણ બીજી બાજુ પોતાને પસવારતા ભેરવ સાથે આંખ મળતા રતનની આંખો ચોસરધારે રોઈ પડી. બબડતી પણ હતી : 'ભેરવ, મારું છોકરું...!' આગળ એ બોલી જ ન શકી–

જ્યારે ભયની મારી અવાક થઈ રહેલી મા વળી મનોમન બબડતી હતી : 'હાય બાપ ! ભૂતનું નામ લીધું ને ભૂત હાજર ! એવું જ તો થઈને ઊભું રહ્યું ?' જાણે કલુખડા પાછળ સંતાઈ રહ્યો હોય અને રતનનો બોલાવેલો બોલ ના દેતો હોય !'–

ને દવાનું કામ હાથમાં લેતાં મા મનોમન કંપી રહી : 'લોક કહે છે એમ ભેરવ જો સાચેસાચ પ્રેત નીકળ્યો તો – હાય હાય મારી રતનીને હું કેમ કરીને એની પાસેથી છોડાવીશ ?... મહારાજ ય જાત્રાએ ગયા છે ને આવા દુઃખમાં કોનો અતલો (સહારો) લેવાશે !...'

ને દવા વાટતી માએ પછી નિર્ણય કર્યો. રતની જરા ઠીક થાય એટલે એકાદ રાતે એને કાને લોકોની ને બાળકની બધી જ વાત નાંખવી ને એની આંખેય હવે ઉઘાડી દેવી.

રતનના કાને મા આ વાત નાખે એ પહેલાં તો દસેક દિવસ પછી હરતી ફરતી ને કામ કરતી થયેલી રતનને ગામમાંથી જ વાત મળી કે દેવતા – પાણી બંધ છે. ન તો પોતાની સાથે કોઈ પાણી ભરવા આવતું હતું કે ન કોઈ દેવતા સુધ્ધા આપતું હતું. આખોય વખત ચુલામાં છાણું ભારી રાખવું પડતું, તો પાણી ભરવા જતી વખતે પણ એકલા એકલા જવાનું ને એકલા એકલા આવવાનું.

રતન પાસે સૂવા આવતી માએ પણ એક રાતે દીકરીને વાત કરી નાખી. તે દિવસ વાવમાંથી ફૂટી નીકળેલા ભેરવના પ્રસંગથી લઈને ગામમાં લોકોને નડેલા અપશુકનની વાતો અને છેલ્લે પછી બાળકની વાત પણ કહી દીધી : 'આગળ જુઓ તો મનેખ ને પાછળ જુઓ તો બરડો જ પોલો, રતની !'

'ના ના મા, મારું બાળક એવું હોય જ નહિ.'

'ના માને તો પુછજે તુ ભેરવને.'

'હા એ વાત ખરી.'

માને લાગલો વહેમ પડ્યો. કહ્યું, 'એ જો તને ખોટી વાત કરશે તો ?'

'ભેરવ મને ખોટી વાત કરે જ નહિ, મા. એ વાતે તમે બેફીકર રહેજો.'

માને થયું, 'ઠીક છે, ભેરવનાંય પારખાં થશે ને છોડીને ગમ પડશે કે ભેરવ એની આંખે ઊંધા પાટા બંધાવે છે કે કેમ. 'એ તો હવે તને એ કેવી વાત કરે છે એ ઉપરથી ખબર પડશે.'

ભેરવ માટે માનો અવિશ્વાસ જોઈને રતનથી કહ્યા વગર ના રહેવાયું : 'એણે મને આ પહેલાં બધી જ વાત કરી છે.'

'શાની ?'

ને માના કાનમાં કહેતી હોય તેમ, રતને કહી દીધું : 'ભેરવ જાદુ જાણે છે.'

મા માટે આ વાત સાવ નવી ન હતી. જેસળે એક વાર મહારાજ પાસેથી વાત જાણીને કહ્યું હતું કે ભેરવ જાદુ જાણે છે. એટલે જ એણે દીકરીને કહ્યું 'એ તો ઠીક પણ આ બાળકની વાતનો એ કેવો બચાવ કરે છે એ તો જોઈએ.

રતનનું મોં આ વખતે પડી ગયું. પૂછ્યું, 'તમને ને લોકોને કેમ ખબર પડી કે પ્રેતનું બાળક આવું હોય ?'

'લોકોમાં વાયકા છે કે ચૂડેલનો વાંસો પોલો હોય છે.' એવું જ આ બાળક હતું. હાથપગેય ઘાટઘૂટ વગરના ને મોં પણ મને તો જાણે મોંઢામાં લાંબા લાંબા બે દાંત જેવું ય લાગેલું, રતન.'

'જા જા હવે. મારું છોકરું આવું હોય જ નહિ, મા ?'

'એટલે જ કહુ છું કે – લોકોને હવે પાકો વે'મ પડ્યો છે કે આ તારો ભેરવ કોક મનેખના ખોળિયામાં જીન પેદા થયો છે.'

રતન છેડાઈ પડી. કે' છે, 'જા જા મા ! આ તો બધું લોકોએ ઊભું કર્યું છે. બાકી એના જેવો બહાદુર, ભલો અને પ્રેમાળ માણસ આપણે તો હજી સુધી એકેય નથી જોયો.' ઉમેર્યું, 'તમે બધા ભલે એને પ્રેત માનો, બાકી હું તો એને દેવ જ ગણું છું.'

'તું એને પૂછજે તો ખરી. દેવ હશે તો ઊલટું સારું.' ક્ષણિક થંભી માએ ઉમેર્યું, 'બાળકની વાતમાં જ – જો એ તને સાચે સાચી વાત કરશે તો – પકડાઈ જશે.'

'સાચેસાચી વાત કરશે, સાચેસાચી મા !' ભેરવ કદી મારી આગળ જૂઠી વાત કરે જ નહિ.' મા સામે મોટી મોટી આંખો માંડી રતને સવાલ કર્યો. 'તમારી સામે ને ગામ આગળેય ક્યાં કદી ભેરવ જુઠ્ઠું બોલ્યો છે ?' એક જ દાખલો આપને મને ?'

પણ માને હવે – માણસ જ જ્યાં ખોટો લાગ્યો હતો પછી વાતોનો ક્યાં વિચાર કરે ! વાત સમેટતાં કહ્યું : 'એક વાર તું આ બાળકનું પૂછી લાવ – જે હશે તે ગમ પડશે.' ને સૂવાની તૈયારીરૂપે મા પછી ખાટલા પાથરવાના કામમાં પડી.

'હા હા જો જે તું. મને તો ગમ પડેલી જ છે પણ તમને બધાયને ગમ પડશે કે એ કેટલો સાચો છે...'

પરંતુ ખાટલામાં પડ્યા પછી વળી પાછી રતન વિચારમાં પડી : 'ભેરવને હું પુછીશ ને એ કાંતો સાચે સાચ જીન કે પ્રેત નીકળ્યો તો ? ?...' બીજો કોઈ એને વહેમ ન હતો. પણ ભેરવે એને થોડાક દન રાહ જોવાનું કહ્યું હતું એમાં કાંઈક ભેદ લાગતો હતો ને એટલે જ એને ભય હતો.

ગામમાં હોક્કો પાણી બંધ થયાની વાત બે દિવસ ઉપર રતને ભેરવને કરી હતી. પણ એ વખતે ન તો ભેરવે ગામ ઉપર ક્રોધ કર્યો હતો કે – દુઃખી પણ ખાસ નો'તો લાગતો.

અલબત્ત ભેરવે રતન માટે દુઃખ વ્યક્ત કરતાં પૂછ્યું હતું. 'તને તો એવું નથી લાગતું ને કે એકલી પડી ગઈ ?'

'ના રે ના. ગામમાં હતાં ત્યારે ક્યાં કોઈને ઘેર જઈને બેસી રહેતાં હતાં ? બહુ બહુ તો માને ત્યાં જતી હતી. ને એ તો હું આજેય જઈ શકું છું. હા, પાણી ભરવા જતી ત્યારે કોઈને કોઈ સંગાથ રહેતો હતો એ હવે નથી રહેતો. પણ હું એમ કોઈને ગાંઠું એવી ક્યાં છું. એમને આપણા વગર ચાલશે તો આપણે ય એમના વગર સાત વાર ચાલશે...'

'બસ તો. મને એક તારી ફીકર છે. બાકી આપણે તો કોઈના બાપની

પરવા નથી.'

'તને કોઈ કાંઈ પૂછતું નથી ?'

'મને તો એવું લાગતું જ નથી કે આપણે ગામ બહાર છીએ.' ભેરવે હસતાં હસતાં કહ્યું.

'તું જરા ફરતો ફરતો... પહેલાંની જેમ ગામમાં અરજણને ઘેર ને હરિકાકાને ઘેર એમ આંટો તો માર. જો તો ખરો એ લોકો તારી સાથે બોલે છે કે કેમ, કેમ છે ?'

'આંટો તો કામ હોય ત્યારે મારું જ છું ને. ગઈકાલે જ શામળકાકાની ગાયને કીડા પડ્યા છે એ કહેવા ગયો હતો.'

'પછી ?' રતનની આંખોમાં ઈંતેજારી ભારોભાર હતી. એને અત્યારે યાદ પણ આવ્યું કે વિરોધ કરનારાઓમાં શામળકાકા જ આગળ હતા.

'પણ આપણને તો કશું ય 'ગામ બહાર' જેવું નો'તું લાગ્યું. પહેલાંની પેઠે જ શામળકાકાએ આવકાર્યો હતો.'

'કેવી રીતે ?'

'મને જોઈને રાજીના રેડ થઈ ગયા હોય એમ' – આવ આવ ભાઈ ભેરવ.' એમ કરતાં ખાટલા ઉપરથી ખસીને ઓશીકા તરફ જગ્યા પણ દેખાડી ને હોકો પીવો પડતો રાખી ભર્યા મોઢે સવાલ કર્યો, 'ક્યાંથી ભાઈ, આજ; મારે ઘેર ભૂલો પડ્યો ?'

'પછી તેં શું કહ્યું ?' રતનના સુંદર મોં ઉપર ગજબની અધીરાઈ હતી.

પછી મને કે'છે, 'તું તો તમાકું પીતો નથી, શાની મનવર કરું ?'

'કે'વું'તું ને કૈયે લાવો હોકો બે ફૂંક તાણું. એ ય ખબર તો પડત આપે છે કે પછી – એણે જ તો હોકો પાણી બંધ કર્યાં છે.'

'ના રે રતન. આપણે શું કામ ના પીતા હોઈએ ને પીવાનો ખાલી ઢોંગ કરવો ?'

'પછી ?'

'પછી તો મેં એમને ગાયના ઉઘાડામાં (અડાણામાં) કીડા પડ્યાની વાત કરીને દવા લગાડવાની સૂચના આપી, ઊભો થયો.'

'પૂછવું 'તું ને તારે કેમ ભાઈ ગામ બહાર મૂક્યો છે ?'

'આપણે શું કામ પૂછવું છે. આપણે તો એમને ઘેર જતા હોઈએ એમ જઈએ છીએ ને બોલતા હોઈએ એમ બોલીએ છીએ.' ઉમેર્યું : 'આવશે એમને પૂછવું હશે તો આફુડા (આપમેળે).'

'મે એમ સાંભળ્યું છે કે એ બધા મહારાજની વાટ જોઈ રહ્યા છે.'

'શું કામ ?'

પણ એ વખતે ય રતન ભેરવને એમ તો નો'તી જ કહી શકી : 'મનેખના ખોળિયામાં તું પ્રેત કે જીન છે એવું આખું ગામ માને છે એટલે.' બલ્કે આમ જ કહ્યું હતું : 'તું જાદુ જાણે છે એટલે આ બધા તારાથી બીવે છે ને મહારાજ આવે એટલે એમનો વિચાર તને ગામમાંથી કાઢવાનો લાગે છે.'

'ભલેને કાઢે !' હસીને કહ્યું : 'મહારાજના આવવાનુંય ક્યાં છેટે છે ?' સમાચાર છે કે રેવાજી તરફ વળ્યા છે તે બે દન કે ચાર દન !' લાગલું ઉમેર્યું : 'મહારાજની વાટે ય શું કામ જુવે છે. બધા ભેગા થઈને મને જ કે' તો આજને આજ નદીકાંઠે છાપરુ ઉભું કરી દઉ.'

મુગ્ધ ભાવે હસીને લાગલું ઉમેર્યું : 'આપણે તો ફક્ત આ ઘરની રાણી હા કહે એટલી જ વાર છે.'

રતનનું મો ખુમારીથી મઢાઈ ગયું. આંખોમાં કોઈ ઘેન ઊતરી આવ્યાં હોય એ રીતે બબડી રહી : 'હા...? એ લોકોના કહેવાથી રતની એમ કંઈ ગામ ના છોડે, આવે તો ખરા કહેવા જોઉ.

રતનની આ અદા જોઈ ભેરવ એવો ખુશખુશાલ બની ગયેલો, કે રતનની નબળાઈનો ખ્યાલ ના હોત તો ચુંબનથી મન વાળવાને બદલે છાતીએ લઈને ભીંસ્યા વગર એ રહી જ ન શક્યો હોત...

આ બધું યાદ કરતાં રતનને એક તલભાર પણ શંકા નો'તી ઊઠતી કે ભેરવ મનેખના ખોળિયામાં પેઠેલો જીન કે પ્રેત હોય !'

ને છતાંય કોણ જાણે કેમ એ ભેરવને પૂછતાં અંતરમાં ક્યાંક ડરતી હતી, પોતાની જાતને પૂછતી પણ હતી, 'ને ધાર કે ભેરવ ખરેખર કોઈ જીન કે પ્રેત'–

ભયની મારી આગળ એ વિચારી પણ નહોતી શકતી. વાત પૂછવાનું પણ ઠેલવા લાગી, 'મહારાજ આવે પછી વાત. ભેરવ ઘેર સૂશે એટલે નિરાતે રાતે વાત કાઢીશ.'

આમ ને આમ મહારાજ પણ આવી ગયા ને ભેરવ પણ હવે રાતે ઘેર સૂવા લાગ્યો. છતાં રતન પેલી વાત ભેરવ આગળ કાઢી શકતી જ ન હતી.

મહારાજ આગળ ભેરવની વાત લઈ જવાની ચર્ચા કરતાં ને સંપ કેળવતા ગામલોકોને જોઈ માએ વળી રતન આગળ પેલી વાતની ઉઘરાણી કરી, 'પૂછ્યું કે નહિ તેં ?'

મા આગળ રતન એમ તો કેમ જ કહે કે પૂછવાની મને હિંમત નથી પડતી.–

બલ્કે આજ તો એણીએ મનોમન જાણે હિંમત કેળવી લીધી. માને પણ વચન આપ્યું, 'આજ રાતે જરૂર પૂછીશ.'

ને માના ગયા પછી એકલી પડેલી રતન ભેરવને વાત પૂછવાનો પાકો નિર્ધાર કરતાં કરતાં અંતરમાં પણ શ્રધ્ધા જાણે ઠાંસી ઠાંસીને ભરી રહી, 'જે માણસમાં એક તલભારેય પાપ કે જૂઠ નથી એ તે વળી જીન કે પ્રેત કદી હોતો હશે...! કેતા તો દિવાના પણ સુનતા પણ દિવાના, રતન !'

આજે એણીએ રસોઈ પણ વહેલી વહેલી બનાવવા માંડી.

❑

૨૮

જમ્યા પછી હાથ ધોતા ભેરવ આગળ રતને કૂવામાં ભૂસકો મારતી હોય એ પ્રકારના સાહસ સાથે પૂછી જ નાખ્યું : 'એક વાત પૂછું, ભેરવ ?'

'પૂછ ને પૂછ, પૂછવી હોય એટલી વાતો.' ભેરવે ધોતિયાના છેડે હાથ લૂછતાં કહ્યું.

ભેરવના આ નિખાલસ શબ્દો ને સ્નેહાળ સૂર સાંભળતાં જ રતનને ભેટી પડવાનું મન થયું. દિલની અંદર એમ પણ થવા લાગ્યું : 'અરે ભગવાન, આવા સાચકલા માણસને હું–'

પણ બીજી બાજુ રખેને પોતે આવા વિચારે ચઢીને આજે પણ આ વાત પૂછવી છોડી દે એ પ્રકારની આશંકા સાથે પૂછી જ નાખ્યું : 'લોક કે' છે કે તું મનેખ નથી, ખરી વાત ?'

ભેરવે પડતા મોંને હસવા આડે વીંટી દેતાં કહ્યું : 'મનેખ નથી ? તો કોણ છું ?'

'કે' છે : કોક પ્રેતે મનેખનું ખોળિયું લીધું છે ?'

'લોકની વાત મરવા દે રતન, તને હું કેવો લાગું છું ?'

'મને તો તું મનેખ કરતાં ય અદકો, દેવ જેવો લાગે છે.'

'બસ તો પછી. લોકો ભલેને વાતો કરે.'

'ના. ખોટી વાતો હું શું કામ સાંખુ ? લોક તો વળી એમેય કે' છે કે તે દિવસ તેં મને ડૂબતી બચાવી એ જ પ્રેતનાં લક્ષણ છે. નહિ તો એટલી વારમાં માણસ કેવી રીતે દોઢ ગાઉથી આવી પડે ?'

આ પછી તો રતને વિકૃત એવા બાળકની વાત લોકોમાં થતી હતી

એ પણ કહી સંભળાવી. અંતમાં પછી ઉમેર્યું : 'માટે આજે તો તું મને જે હોય તે પેટ છૂટી વાત કરી જ દે.' લાગલું ઉમેર્યું, 'સાચી વાત ન કરે તો તને તારી આ રતનના સોગન છે.'

દસેક પળના વિચાર પછી ભેરવ સ્વગત બોલતો હોય એ રીતે બોલ્યો : 'આ દુનિયામાં રતનથી અદકું વહાલું મને કોઈ નથી, રતન. પણ એક થોડોક વખત થોભી જા.'

રતન હવે છેડાઈ પડી. બબડી. 'થોડો વખત શું ને અત્યારે શું વળી. તે વખતે ય તેં મને આમ જ કહ્યું હતું... જે હોય તે પેટ છૂટી વાત કરી દે આજ તો, નહિ તો આ અકળામણમાં હું કાં તો ગાંડી થઈ જઈશ કે કાં તો મરવા પડીશ !' રતનના છેલ્લા શબ્દો રુદનથી ખરડાયેલા હતા.

ભેરવ પાછો ચૂપ થઈ ગયો.

રતનના માટે ભેરવનું મૌન અસહ્ય થઈ પડ્યું. ઊંડે ઊંડે દિલની અંદર થતું હતું : 'જવા દે જીદ રતન, એને નહિ કહ્યા જેવી વાત હશે તો જ તો એ તને નહિ કહેતો હોય ને ?'

તો બીજી તરફ આમ પણ થતું હતું : 'એવું તે શું છે કે એ મને ય નથી કહેતો ?' ભેરવને એણે કહ્યું પણ ખરું : 'કોઈને ન કહેવા જેવી વાત હશે તો હું લોકોને ઓછી કહેવા જઈશ, ભેરવ : મને તો કે !' આ વખતે એણે ખાટલા ઉપર બેઠેલા ભેરવને ખભે વળગીને વહાલ પણ કર્યું.

'લોકોને કહેવાય પણ તને ન કહેવાય.' વિષાદઘેરી આંખોમાં હાસ્ય ભેળવવાનો ભેરવે પ્રયત્ન કર્યો.

ભેરવને શી ખબર કે આ વાક્યથી તો રતનની ઇંતેજારી અનેકગણી વધી પડી હતી ? છણકા સાથે ઊભી થતાં બોલી તે પણ રુસણાં લેતી : 'લોકોને કે' જે જા. આજથી હવે હું તારી સાથે બોલવાની જ નથી !' – ખાટલો પણ જુદો પાથરવા લાગી.–

રતનનાં આ રુસણાં ચાલતાં હતાં એ જ વખતે ગામલોકો મહારાજ આગળ ભેરવની ફરિયાદ લઈને બેઠા હતા. 'ખોડિયાર માએ શામળને સમણું આપ્યું હતું એ હિસાબે બે-ચાર દિવસમાં આવી રહેલા અખાત્રીજના મહોત્સવ પહેલાં ભેરવનો નિકાલ કરી નાખવો હતો.

ગામના મુખીમાં ઝાઝી પહોંચ ન હોવાથી એનો તો માત્ર હોળીના નારિયેળ પૂરતો જ ઉપયોગ થતો હતો. બાકી ખરી પંચાત તો શામળભાઈ ને એની પડછે હરિભાઈ કરતા હતા. ગઈ રાતે સમણામાં આવી ખોડિયાર માએ પણ શામળને જ કહ્યું હતું કે, ગયા વરસે તો અખાત્રીજનો ઉત્સવ બગડતાં બગડતાં રહી ગયો હતો પણ આ વખતે તો જોવા જેવું થશે. જો ભેરવને અહીંથી કાઢવાનો ઉપાય નહિ કરો તો. એટલે હવે આ બધો ભાર શામળના માથે જ હતો.

શામળ વગેરેની ગણતરી હતી કે ભેરવ તરફ મહારાજની કુણી નજર છે એટલે એમની આગળ બરાબર કેસ રજૂ થશે તો જ એ માનશે ને ભેરવ સામે પગલાં લશે. આ હિસાબે દિવાને તથા પેલી વાવવાળી બીજી બે સ્ત્રીઓને પણ સાક્ષી આપવા માટે સાથે લઇ આવ્યા હતા.

શામળ પાસેથી સમણાંની વાત ને ભેરવનાં કારસ્તાનની વિગતે વાત જાણ્યા પછી મહારાજ પણ વિચારમાં પડી ગયા. ભેરવ મેલી વિદ્યા જાણે છે એ તો એ જાણતા જ હતા. પણ અહીં એમને મોટો સવાલ એ ઊઠ્યો કે મેલી વિદ્યાના જોરે ભેરવે ઝંખણી સાધી હોય તોપણ ઝંખણીનો સાધક, તો બનેલી વાત એટલે કે ભૂતકાળ જ જાણી કહી શકે છે. બાકી બનનાર વાત એટલે કે ભવિષ્ય એ ભાખી જાણી શકતો નથી. આ હિસાબે એમને પ્રશ્ન થયો : તો પછી રતન વાવમાં પડતી હતી ત્યાં જ પણે ભેરવને કેવી રીતે ખબર પડી ? ખબર તો ઠીક છે પણ દોઢ ગાઉ છેટે ગોચરમાંથી એકદમ એ વાવ ઉપર આવી પહોંચ્યો કેવી રીતે ?

મહારાજ જાણતા હતા કે સૂક્ષ્મ તત્ત્વની જે માણસે સાધના કરીને સિદ્ધિ મેળવી હોય એવો જ યોગી આ રીતે જઈ વિચરી શકે છે.

આ હિસાબે ભેરવમાં આટલી સિદ્ધિ હોય એ વાત એ માની શકતા ન હતા. ને એટલા જ માટે દિવા વગેરેની ઊલટ તપાસ કરી જોઈ. પણ દિવા તો જે બન્યું હતું એની એ જ વાત પકડી રહી હતી. કહ્યું : ‘કશી જ વાર નો'તી લાગી, બાવજી. આ તરફ પાણીમાં પડતાં રતને ચીસ નાખી ને બીજી તરફ વાવના મોઢા આગળથી હેસાણા પેઠે ભેરવે જાણે ગોથ મારી !' વસ્તાએ પણ પોતાની ભેંશ ઊંચી ગઈ હતી એ વાત અત્યાર સુધી કોઈને

ય નો'તી કરી બલ્કે ભેરવે એને ન કહેવાની મના કરી હતી એ વાત પણ આજે એણે મહારાજને એક પા લઈ જઈને કરી દીધી.'ઊચી ગયેલી ભેંશને બાવજી, ભેરવે જ સાજી કરી આપી હતી.'

'કેવી રીતે ?'

'રીત ને ફીત કશું નહિ બાવજી. એ જ્યારે ચરાવવા માટે ઢોર લેવા અમારી ફળીમાં આવ્યો ત્યારે મેં એને ભેંશ ઊચી ગયાની વાત કરી. વાત કરતાં મારી આંખો ભરાઈ આવી. મેં એને કહ્યું કે, ગયા ફેરેય છોરાં દૂધ વગર રહ્યાં ને આ ફેરેય. ત્યાં તો બાવજી, ભેરવ બોલી પડ્યો : 'કશી ફિકર નથી, તું તારે આજે ભેંશને ચરવા માટે છોડ. સાંજે એ આવે ત્યારે ત્રણે ટંકનું દૂધ દોહી લેજે.' ને એણે પછી મને સોગન દીધા હતા કે કોઈને તું આ વાત કરતો નહિ.'

આ સાંભળી મહારાજની આંખ વસ્તા ઉપર કરડી થઈ. પણ લાગલો જ ગુસ્સો ગળી સવાલ કર્યો : 'પછી ?'

'પછી તો બાવજી, હું આપને અચરજની વાત કરું કે ભેંશ વગડામાંથી આવી તે ય રેંકતી રેંકતી ને આવતાંમાં જ માળા નીચે બાંધેલી પાડી ઉપર જઇ ઊભી ને ચાટવા લાગી. મને ખાતરી થઈ ગઈ કે ભેરવે કહ્યું હતું એવુ જ થાય ને ત્રણ ટંકનાં દૂધનાં ત્રણ બોઘરણાં આજે ભરી દે કાં તો. એટલે પછી મારી વહુ માળા નીચે દોવા બેસતી હતી એને મેં ના પાડી ને ભેંશને પછી કોઢમાં બાંધીને દોહી તો ત્રણ બોઘરણાં ને વ્યાજનું ઉપર બે લોટા દૂધ નીકળ્યું. બોલો હવે–'

વાત પૂરી કરે એ પહેલાં બાવજીએ વસ્તાને તીખી આંખે ને શબ્દો વાટે તિરસ્કારી પણ નાખ્યો : 'હટ સાળા નાલાયક ! જે માણસે તારા ઉપર આટલી ભલાઈ કરી એની જ ભલાઈ અત્યારે વટાવી ખાવા બેઠો છે ?'

વસ્તાના મોં ઉપરથી પછતાવાનું માર્યું લોહી પણ ઊડી ગયું. પગ ઉપાડવા જતા મહારાજની કફની રોકી લેતાં કહ્યું : 'વાત તો બાવજી, આ પહેલી જ વાર આપને કરી છે પણ તે ય ગામલોકોએ બધાંને સોગન દઈને કહ્યું હતું કે બીકને લીધે કે ગમે તે કારણે પણ ભેરવની કોઈ વાત જો કોઈ છુપાવશે તો એને આ જીવતી જાગતી ખોડિયાર પૂછે. એટલે બાવજી–'

પગ ઉપાડતાં મહારાજ બબડ્યા : 'મૂર્ખ લોકો ! ખોડિયાર તો બધી ય વાત જાણે છે. બાકી મનેખને આપેલો વિશ્વાસ–' પાછા ફરી વસ્તા સામે નજર માંડી તિરસ્કારથી કહી પણ નાખ્યું : 'સાલા, સામા માણસના ઉપકારને જ અપકાર ગણવા બેસી ગયો !' ને ચાલતા થયા મંડળી તરફ.

વસ્તો તો બિચારો ધરતી સાથે જડાઈ જ ગયો !

વસ્તાનો વાંક કાઢનાર મહારાજ પણ પછી તો વસ્તાનો વાંક જોવાને બદલે આમ જ વિચારવા લાગ્યા : 'માનવીનું મન એવું છે કે-વાવનો બનાવ બન્યા પછી ને સ્મશાનમાં પેલું વિકૃત બાળક જોયા પછી વસ્તાને પણ થયું હશે કે ભેરવે જ પોતાની ભેંશને કંઈક કરી દીધું ને એણે પછી મારી દયા ખાઈને એ ભેંશ ઉપર કરેલું કામણ ટૂમણ પાછું વાળી લીધેલું.'

મંડળી પાસે આવી બેસતાં સ્વગતની જેમ એ બબડ્યા પણ ખરા : 'અડધાં તો આ બધાં આપણા મનનાં કારસ્તાન જ છે ભાઈઓ,' શામળ સામે જોઈને કહ્યું : 'અપશુકનના ને ઢોરઢાંખર માંદાં પડવાના આવા બનાવ પહેલાં ય કેમ નો'તા બનતા ?'

'હા બાવજી !' શામળ બબડ્યો.

બીજો એક અવાજ આવ્યો : 'બનતા હતા બાવજી. પણ એ વાત તો નક્કી છે કે ભેરવના આવ્યા પછી ઘૂવડોનું બોલવું ને આવું બધું વધી તો પડ્યું જ છે.' અત્યાર સુધી શાન્ત બની રહેલો સૂરપાળ ડોસો જાણે ગણતરી ગણીને બોલતો હોય તેમ બોલ્યો, 'તેમાં પણ ભેરવનાં આ ચેટક તો-લીલીનાં ઘરેણાં ને ખોડિયારને પગે ન પડવાં, ફૂંક મારતામાં ક્યાંયથી ક્યાંય આવી પડવું ને ઉચેલું ઢોર વગર કાંઈ ધૂપદીપ કર્યે દો'વા દેતું-એ બધું તો મારી આટલી ઉંમરમાં સાંભળ્યું હશે પણ જોવા તો આ પે'લી જ વાર મલ્યું, મહારાજ.'

ડોસાની વાત સાચી લાગતાં મહારાજે પછી મૂળ વાત પકડી. ગામલોકો ઉપર નજર ફેરવતાં પૂછ્યું : 'બોલો તો ભાઈ, તમારો વિચાર હોય તો ગામના દેખતાં જ ભેરવને અહીં બોલાવું ને એની પાસે એક પછી એક ખુલાસો માગું ?' છેલ્લો શબ્દ બોલતી વખતે એમની નજર હરિભાઈ ઉપર હતી. આ હિસાબે એને જ પૂછ્યું : 'બોલો હરિ, બોલાવવો છે ભેરવને ?'

હરિભાઈ ગભરાયો. આમ તેમ જોતાં બોલતો હતો, 'હું એકલો શું કહું મહારાજ ? આ બધા શામળભાઈ, મુખી ને અરજણ બેઠા એ બધા કે' તો-એમને જ આપ પૂછી જુઓ ?' બબડવા લાગ્યો, 'હું એકલો હા કહું ને કહેવતમાં કહ્યું છે કે દબાયેલો નાગ ને છંછેડેલું ભૂત, એ બે કોઈ દન વેર ન ભૂલે–'

'હા, એ તો છે જ.' મહારાજે ડોકું હલાવતાં હરિની વાતમાં ટાપસી પૂરી. 'બાકી આપણે તો ગામનું કામ કરવા તૈયાર છીએ.'

ખરું પૂછો તો મહારાજને પણ અંદરખાનેથી ભેરવ સાથે જીદમાં ઊતરવું ગમતું ન હતું. ડરને લીધે નહિ એટલું એ માણસની સચ્ચાઈને લીધે.

બીજી બાજુ શામળ-દિવાને થતું હતું કે પોતે ઉઘાડાં પડી ગયાં છે ને આ વાત જો બંધ પાડે તો ભેરવ હવે એમના ઉપર વેર વાળે ! આ હિસાબે શામળ તો વળી અરજણ તથા મુખી ઉપર છેડાઈ જ પડ્યો, 'કેમ ભાઈ, હવે મૂંગા થઈ ગયા ?... બોલો બધા મોં ખોલીને ? બોલાવવો છે ને ભેરવને, છોટા સોની ? બોલ ભાઈ અરજણ ? મુખી, તમે પણ.'

ને અરજણ, મુખી તથા છોટા સોની સાથે સૂરપાળે ને દિવા વગેરેએ પણ અવાજ ભેગો અવાજ ભેળવી દીધો : 'હા હા વળી. બોલાવો. એમ તે ક્યાં લગી એનાથી ડરી ડરીને ચાલીશું.'

'બસ તો કોણ જાય છે ભેરવને બોલાવવા ?... જા ભાઈ અરજણ, તું જ જા'... મહારાજે કહ્યું.

અરજણ સહેજ ગૂંચવાયો. ત્યાં શામળે કહ્યું : 'તારે એને એટલું જ કહેવાનું કે બાવજીને કાંક કામ પડ્યું છે, તે તને ઊભાઊભ તેડ્યો છે.'

આટલું કહેવામાં અરજણને પણ કંઈ વાંધો ન લાગ્યો.

એને કદાચ એમ પણ હશે, જોઈએ તો ખરા રતનને એ બેઉ જણાં સૂઈ ગયાં છે કે ગટરપટર વાતો કરે છે ?... ખાટલો એક ઢાળે છે કે–'

ઊભા થતાં વસ્તાને સાથે લેવાનો એક વિચાર આવી ઊભો. બહાનું પણ હતું, 'માથા ઉપર વાદળાં ઘેરાયાં છે ને એકથી બે ભલા. પણ બીજી બાજુ વાદળાં કે વરસાદી દહાડાની એના માટે નવાઈ નો'તી. ઊલટાનું આમ કરશે તો ગામ આગળ પોતે ડરપોક ગણાશે. એમ ગણીને એકલો જ ચાલતો થયો.

અરજણ ઝોકમાં પહોંચ્યો એ પહેલાં થોડીક જ વાર ઉપર આટલા જીવનમાં પહેલી જ વાર રીસાયેલી રતનને ભેરવ પોતાના ખાટલા ઉપર ખેંચી-બલ્કે ઊંચકી લાવ્યો હતો. પ્રણયના મંત્રોચ્ચાર વડે ખુશ કર્યા પછી વાત કહેવાની પૂર્વ તૈયારી કરતાં પ્રેમભીના અવાજે ચેતવી પણ હતી : 'જો રતન, વાત તો હું કહું છું પણ આ તારી કીકીઓમાં અત્યારે જે ભેરવ છે એ જ ભેરવ કાયમ રાખજે. વાત સાંભળ્યા પછી એના ઉપર તું ભૂલેચૂકેય ભૂતકાળ ઓઢાડતી નહિ.' આંખોમાં આંખ પરોવી પૂછ્યું હતું, 'બોલ, છે કબૂલ ?'

ઉલ્લાસમાં આવેલી રતને કહ્યું હતું : 'કબૂલ... કબૂલ જા.'

અલબત્ત રતનના આ મક્કમ એવા જવાબ છતાં ય ભેરવને ભય તો હતો જ. પણ હઠે ચઢેલી રતનને હવે વાત કહ્યા વગર છૂટકો ન હતો. અને એણે રતનને, 'જો જે હાં ! ભૂતકાળને વચ્ચે કદી લાવતી નહિ.' આમ કહી વાત કહેવાની શરૂઆત કરી :

આજથી લગભગ એક વર્ષ ઉપરની વાત છે, રતન. જેવી એ એક ઉનાળાની ઊગતી પૂનમ હતી એવી જ બીજી ઊઘડતાં જોબનવાળી છોકરી હતી. સાંજ ટાણે સૂના પડેલા નદીના કાંઠા ચાંદનીમાં ચમકી ઊઠ્યા. ઓછું હોય તેમ નાહવા આવેલી પેલી જોબનવંતી છોકરીએ લોકલાજને ઉતારીને કાંઠે મૂકી, નદીના એ સૂના કાંઠા જીવતા જાણે કરી દીધા. ઊંડા ધરાનાં કાળાં પાણીને પૂનમે રૂપલાં તો કર્યાં જ હતાં ને એમાં વળી આ અલ્લડ છોડી કપડાં કાઢી નાહવા પડી સોનું સોનું કરી દીધાં. પછી તો કોણ જાણે કે પાણીનાં મોજાંએ ગલગલિયાં કરીને એ કુંવારી છોડીના ઓરતા જગાડ્યા કે પછી કાંઠે ઉગેલી પૂનમ જોઈને સમણાં કશાંક સાંભરી આવ્યાં કે ગમે તેમ પણ એના મોંમાંથી નિઃશ્વાસ સરખી એક ગીતની કડી નીકળી પડી :

'સૌને ઊગ્યો રૂપલા ચાંદો
મારે એક શામળો ઊગ્યો !'

ને આ સાંભળીને નદીકાંઠે ઉગેલા એક ખખડધજ બહેડા ઉપર બેઠો બેઠો પેલી છોકરીનું રૂપ બલ્કે જોબન પી રહેલો એક અવગતિયો જીવ

જવાબ આપતાં લવી પડે છે :

'સૌને છોને રૂપલા ઊગ્યો
તારે માટે એક સોનલ ચાંદો !'

કોઈ સમણું જોતી હોય એ રીતે ભેરવના પડખામાં ઢળી વાત સાંભળી રહેલી રતને હુંકારો ભણ્યો, 'પછી ?'

ભેરવે પણ પછી એ જ સૂરમાં પ્રણયઘેલા એ પ્રેતની કથા વર્ણવ્યા પછી દેવ પાસે માગેલા માનવ ખોળિયા સુધીની બધી જ વાત કહી સંભળાવી. અંતમાં કહ્યું : 'દેવે પેલા અવગતિયા જીવને ખોળિયું આપતાં પહેલાં ખૂબ ખૂબ સમજાવ્યો કે આ માનવ છોકરી પાછળ ગાંડો થા મા. પણ પેલો જ્યારે એકનો બે ન થયો ત્યારે દેવે પછી પ્રેત સાથે એક શરત કરતાં કહ્યું કે જો આ શર્તમાં તું જીતીશ તો અત્યારે તને જે માનવનું ખોળિયું આપું છું તે કાયમ ખાતે બની રહેશે અને જો તું એ શર્ત હારીશ તો યાદ રાખ, નજીકના ભવિષ્યમાં તને જે માનવ અવતાર મળવાનો છે એ પછી કદી નહિ મળે ને મારી વાત ન માનવા બદલ પેલા નર્કલોકમાં કાયમ ખાતે તારે સબડવું પડશે...'

ભારે એક શ્વાસ લઈ ભેરવે વાત આગળ ચલાવી : 'છતાંય પેલો પ્રેત પોતાની માગણીમાંથી ન ડગ્યો તે ન જ ડગ્યો, રતન. એને તો છેક ગળા સુધી ભરોસો હતો કે પોતે પેલી શર્તમાં કોઈ પણ કાળે હારવાનો જ નથી.' ને એટલે પછી દેવે દીધેલું માનવ-ખોળિયું પહેરીને એ આવ્યો છે – આ બેઠો તારી સામે.'

આ સાથે જ રતન એટલી બધી ચમકી ગઈ કે સફાળી એ ભેરવના પડખામાંથી હાથ છેટે ખસી ગઈ. માંડ માંડ બોલી શકી, 'શી વાત કરે છે ? આ ખોળિયું સાચું નથી ?'

ભેરવના મોં ઉપર ગ્લાનિ ઊપસી આવી. દુઃખી અવાજે રતનને એણે કહ્યું પણ ખરું, 'મેં તને ચેતવી હતી એ ભૂલી ન જા, રતન. અત્યારે તો એ સાચું છે ને તારી સાથેના જીવન પછી મારી શ્રદ્ધા બેવડાઈ છે કે શર્તમાં હું જીતવાનો જ છું. ને પછી તો એ કાયમ પણ થઈ જશે. માટે–'

'શર્ત ? શર્ત તો તેં મને કહી પણ નથી.'

'શર્ત કહેવાની મને મના છે, રતન. પણ એટલું હું તને કહી શકું : આ શર્ત તારે પાળવાની છે.'

'આમ તું મને મૂંઝવ નહિ ભેરવ. શર્ત મારે પાળવાની ને તું મને કહેતો પણ નથી : આ તે કેવી–'

'તારી મૂંઝવણ હું સમજું છું દોસ્ત. પણ કાચે તાંતણે બંધાયેલો છું : થોડીક હિંમત ધરી લે ! પછી આપણે–'

'ના ના ભેરવ, આ તો તું-છે છે ને નથી જાણે !'

'અવળું ન બોલ રતન. હિંમત રાખ ને મને તું જેમ પહેલાં જોતી આવી છે એ જ રીતે જો ને હમણાં મેં તને જે વાત કહી એ સમણું જ છે એમ માની લે. લે આવ... ગભરા નહિ રતન. હજી તો હું સાચો માનવી જ છું. આવ જરા મઝા કરીએ.'–

ભેરવ પાસે રતન સરકી ખરી પણ ડરતી ડરતી !

અને જ્યાં ભેરવ રતન સાથે પ્રેમ કરી એના દિલમાંથી ભય ઉડાડવાનો પ્રયત્ન આદરે છે ત્યાં જ ઝોકમાંનો કૂતરો ભસી ઊઠ્યો. કૂતરાને ટોકતો અરજણનો અવાજ પણ ભેરવે પારખી લીધો.

સારું થયું કે ભેરવ કમાડ ઉઘાડવા ઊઠ્યો, નહિ તો અરજણને આવેલો જાણી રતનના મોં ઉપર પથરાઈ ગયેલો આનંદ જોઈને–

હર્ષઘેલી રતન, વળગણિયો સાડલો લઈને અંગે નાખતાં બારણા આગળ ઊભા રહી વાતો કરતા ભેરવ તથા અરજણ પાસે જઈ ઊભી, આનંદિત સૂરમાં અરજણને એણે સવાલ કર્યો : 'ક્યાંથી અરજણ, અત્યારે ?'

કહેડિયું પહેરતાં પાછા ફરતા ભેરવે જ કહ્યું, 'મહારાજને કંઈક કામ પડ્યું છે ને ઊભો ઊભો મને બોલાવ્યો છે.'

'આટલી રાતે ?' ભય અને નવાઈ સાથે જાણે લવી પડી.

અરજણને હસવું આવ્યું. કહ્યું, 'તારે ત્યાં મિયાંબીબી બે છો એટલે' 'આટલી રાત' લાગે છે, બાકી બચરવાળ લોકોને ત્યાં તો વાસણકુસણ હજી હમણાં થાય છે.'

કહેડિયું પહેરતાં આવી પહોંચેલા ભેરવે રતનની રજા લીધી, 'જઈ

આવું તો ઊભો ઊભો.'

'ના ભેરવ !' રતન બોલતાં તો બોલી ગઈ પણ ભયની મારી બીજી બાજુ એને અત્યારે ભેરવની જ બીક લાગતી હતી એ વાતનો ખ્યાલ પણ આવતાં બબડવા લાગી : 'મને બીક લાગે છે, ભેરવ !'

ભેરવ પણ સમજતો હતો. પોતે રતનને એવી વાત કરી છે કે ગમે તેવું માણસ પણ એકલું પડતાં બી મરે. એકાએક એને ખ્યાલ આવ્યો. અરજણ તરફ ફરતાં કહ્યું : 'બેસને અરજણ ઘડીભર તું રતન પાસે. બેઉ જણ વાતો કરો એટલામાં હું ઊભો ઊભો–

આ પ્રસ્તાવથી રતન જ નહિ, અરજણ પણ અંતરમાં ક્યાંક ખુશ થઈ ઊઠ્યો.

અરજણને તો મનની અંદર થતું પણ હતું, 'ઊલટું સારું. ત્યાં જઈને ભેરવની વિરુદ્ધમાં બોલવું મટ્યું. કહ્યું, 'ભલે, તું જઈ આવ એટલામાં અમે બે અહીં વાતો કરતાં બેઠાં છીએ.' અરજણે નીચા બેસી કુંભીનો ટેકો પણ લીધો.

'બેસ હું દીવો કરી લાવું.' લાગલી રતન આનંદના ઉછાળા સાથે ઘરમાં ફરી.

જ્યારે ભેરવ – પગે જાણે આંટી પડતી હોય એવી ચાલે ઝાંપા તરફ ચાલવા લાગ્યો. દસેક ડગ ભર્યાં પછી રતનને ચેતવ્યા વગર ન રહી શક્યો, 'રતન, ભૂતકાળને મનમાં પેસવા ન દેતી !'

પણ પછી તો એ ઊભા રસ્તે પોતાના વહેમી મનને ઠપકો દેવા લાગ્યો, 'અરે મૂર્ખ, રતન ઉપર કદી ય નહિ ને આજે ક્યાંથી આવો વહેમ લાવીને પાપમાં પડે છે ? ભૂલી ગયો દેવે એટએટલો તને ચેતવ્યો હતો છતાં ય તેં કહ્યું હતું, 'આ છોકરી તો એવી છે જ નહિ, દેવ ?... ને આજે ક્યાંથી રતન ઉપર વહેમ લાવે છે... ભલેને વાદળઘેરી રાત હોય ને અરજણ બંકો રતન સાથે એકલો હોય !...

છતાંય એ સાસરીમાં જઈ સાસુ-સસરાને આટલું તો કહી જ આવ્યો : 'હું મંદિરે જાઉં છું ને પાછો આવું એટલી વાર રતનની પાસે બેસજો મા-તમે જાઓ તો ય ને બાપા જાય તોય. મા તથા જેસળને ખબર હતી કે

ગામ મહારાજ પાસે ગયું છે. જેસળે ભેરવને થોડી શિખામણ આપી રતન માટે કહ્યું : 'તું તારે જા બેફીકર, ભાઈ. આ તો આવી ઘનઘોર રાતે નહિ જાય, પણ હું હોકો પીને આ ઊઠ્યો.'

મંદિરના પંથે પડેલો ભેરવ પણ પછી શંકા સેવતા પોતાના દિલને વારે વારે કહી રહ્યો, 'રતન તો રતન છે, ગાંડા ! આપણાવાળી વાત સાંભળીને ગમે તેવાને ય બીક લાગે પણ તેથી કંઈ આપણા ઉપર રતનનો તું પ્રેમ નથી જોતો, ગાંડા !'...

વાદળોની ગર્જના અને વીજળીના સળાવા જોઈને અર્ધે રસ્તેથી ભેરવને એક વિચાર પાછા ફરવાનો આવી ઊભો. પણ ક્ષણ બે ક્ષણના ખચકાટ પછી વળી એણે પોતાના પગને મંદિર તરફ ઉપાડ્યા. હસવાના પ્રયત્ન સાથે બબડતો પણ હતો, 'ભલેને ગમે તેટલો ગાજે ને ગમે તેવું તોફાન થાય. બાકી રતનના મનમાં પરપુરુષનો વિચાર સુધ્ધાં ન આવે તો બીજી તો વળી વાત જ શી ?... છોને આ મેઘલી રાતે રતનની બીક વધી પડે ને બંકો એની પડખે હોય પણ તેથી કંઈ–'

ને મનમાંથી આ અમંગળ વિચારોને હાંકી કાઢતો હોય એ રીતે વળી ભેરવ બબડી રહ્યો : 'રતન તો એક રતન છે, ગાંડા ! ગોથું કદી ખાય જ નહિ. જો જે તું !... ધૂણવા દે વરસાદને ધૂણવું હોય એટલું...

❑

૨૯

જેમ જેમ ભેરવ મંદિર તરફ આગળ ડગ ભરતો ગયો તેમ તેમ અંતરમાં ભય વધતો જ ગયો. માથા ઉપર ગાજી રહેલાં વાદળોના ગડગડાટ સાથે ધરતી ઉપર ખેલાઈ રહેલું આંધીનું તાંડવ જોઈને એને ય ખાતરી થઈ ગઈ કે આ બધું કારસ્તાન પેલી વંતરીઓનું જ હોવું જોઈએ. એક વહેમ દેવનો આમાં હાથ હોવાનો પણ આવી ગયો.–

બીજી બાજુ પોતાની જાત આગળ એ ન્યાયની વાત પણ કરવા લાગ્યો. 'શર્ત શાનું નામ ભેરવ... એક તરફ – કદીય નહિ ને આજે જ રતને વાત કહેવડાવવાની હઠ પકડી ને આટલા સમય દરમિયાન કોઈ વાર નહિ ને આજે જ એણીએ આપણાથી રૂસણાં લીધાં. એનો અર્થ જ એ કે કસોટીનો કાળ આવી ગયો છે. આ તરફ મહારાજે પણ તેડું મોકલ્યું ને અરજણ જ આપણને તેડવા આવ્યો. ને તે પણ પાછો રતનની આવી કપરી મનોદશામાં એ જ એનો રક્ષણહારે ય બની રહ્યો છે. આ બધું દેવ પ્રેરીત હોય તોપણ એમ કરવાનો દેવને પૂરેપૂરો અધિકાર છે. ને રતન જેવી આ માનવ છોકરી પણ આવી કસોટી સામે ટકી રહે તો જ તો એનો સાચો પ્રેમ ગણાયને ?...'

ને ભેરવ પછી શંકા સેવતી પોતાની જાતને હિંમત બંધાવતો બેપરવા પણ થવા લાગ્યો, 'ફિકર ન કર. દરેક વસ્તુ દેવાધીન છે. દેવે જેમ ધાર્યું હશે એમ જ થશે... કંઈ નહિ ! શર્ત કદાચ હારીશું તોપણ મુખ્ય વસ્તુ હારજીત નથી. મુખ્ય વાત તો તમે આવી કપરી શર્તમાં ઊતરી શકો છો એ જ છે. ભલેને પછી કાયમ ખાતે નર્કલોકમાં રહેવું પડે !... આટલા સમય દરમિયાન રતન જેવી છોકરીનો પ્રેમ ઇસ કદર માણ્યો છે કે એ યાદને વાગોળીશું

તોપણ નર્કલોક અડધો તો માનવલોક બની જ રહેશે...'

મંદિરમાં પહોંચ્યો ત્યારે મહારાજ આગળ ગામ લોકને બેઠેલું જોઈ ભેરવ સમજી ગયો કે આ લોકો પોતાની સામે ફરિયાદ લઈને આવ્યા છે. એને શામળકાકાને કહેવું હતું : ભલા માણસ, શું કામ અમસ્તા રાત વેઠો છો ? મને જ મળવું હતું ને ? રતન જો સંમત થાત તો હું જ મારી મેળે નદીના આ સામે કાંઠે છાપરું કરત...'

પણ આવું કંઈ ન કહેતાં દરવાજામાં ઊભા રહી મહારાજને 'જે ખોડિયાર' કહી લાગલું ઉમેર્યું, અહીં ઓટલે પાથરણું નંખાવો બાવજી, પવનની દિશા ઊલટી છે એટલે વરસાદ પડશે તોપણ વાછરોટ નહિ લાગે...'

મહારાજને જ યાદ આવ્યું, ભેરવ મંદિરમાં નથી પ્રવેશતો. પોતે યાત્રાએ ગયા ત્યારે ચોકી માટે આવતો હતો તે પણ ઓટલે જ સૂતો હતો.

ઘડીકમાં તો ઓટલે પાથરણું નખાઈ ગયું. મહારાજે ભીંતે મૂકેલા તકિયાને અઢેલતાં ભેરવને કહ્યું : 'આવ અહીં મારી પાસે, મારે થોડીક તારી સાથે વાત કરવી છે.'

ભેરવ મહારાજ સામે ઊભા પગે બેસી ગયો. કહ્યું : 'થોડીક શું કામ બાવજી, જેટલી વાત હોય એટલી આજ પૂછી નાખો.

'મેં તો તને પૂછેલી જ છે પણ આ ગામલોકો આગળ તારે ખુલાસો કરવાનો છે.'

'ભલે. બોલો શામળકાકા, શી વાત છે.'

શામળ તથા હરિને ભય હતો કે ભેરવ કાં તો કાળોપીળો થઈ ઊઠશે. પણ એ તો રોજના જેવા જ હતો. અવાજમાં પણ જરાસરખો થડકાટ કે ક્રોધ ન હતો.

શામળે પછી 'પેટછૂટી વાત' કરતાં કહ્યું : 'બીજી તો ઠીક ભેરવ, પણ રાતનો સમય છે ને ખોડિયાર માના પારે હું બેઠો છું. ને જૂઠું તો નહિ કહું પણ ગઈ રાતે મને માએ સમણામાં આવીને કહ્યું કે 'કેમ લ્યા, તમે લોકો ઊંઘો છો ?'

'વચ્ચે જરા વાત પૂછું, શામળકાકા... તમને કેમ ખબર પડી કે ખોડિયાર મા જ સમણામાં આવી હતી ?'

'ભાઈ, નામ તો એણે નો'તું લીધું પણ આપણી એ ગામ-ખેડાની માતા છે એટલે એના વગર બીજું કોણ આપણી ફિકર કરે ને સમણામાં આવીને ચેતવે ? કેમ મહારાજ, ખોટું કહું છું ?'

મહારાજ હસ્યા. તો ભેરવ વળી એ રીતે હસ્યો કે શામળની વાત સ્વીકારતો જ ન હોય. મોઘમ રીતે કહ્યું : 'ઠીક, ચાલો ખોડિયાર માએ સમણું દીધું ! બોલો આગળ.'

'ખોડિયાર માએ કહ્યું કે અખાત્રીજના ઉત્સવ આડા ત્રણ ચાર દન જ બાકી છે છતાંય કેમ અલ્યા કોઈ જાગતું નથી ?... પછી મેં વિચાર કરીને કહ્યું કે મા, વરસો વરસ તો ગામના મોટિયાર આ ભાર ઉપાડી લેતા હતા. પણ આ વખતે કોઈ જુવાનિયા જાગતા નથી એનું કારણ કાં તો રતન-માલી પરણી ગયાં એટલે હશે કે કાં તો પછી ગયા વરસે ધમાધમ થઈ હતી એટલે અરજણ જેવા યે મેંડા કાન કરી રહેલા લાગે છે.' મહારાજ સામે જોઈને શામળે હુંકારો માગ્યો, 'એ જ વાતને, મહારાજ ?'

મહારાજને હસવું આવ્યું. કહ્યું, 'સમણું તને આવ્યું, વાત તું કરે છે ને એમાં શું મહારાજ જાણે, ભાઈ !'

શામળને ક્ષોભ થાય છે એ વાત ભેરવથી અછાની ન હતી. એટલે જ એણે લહેરી સૂરમાં કહ્યું : 'કહો, તમતમારે શામળકાકા.' ઉમેર્યું, 'માના પારે બેઠા છો માટે ખોટી વાત એમાં ન ભેળવતા.'

'ના રે ભાઈ.' આમ કહી શામળે મહારાજ સામે જોઈને ચલાવ્યું, 'પછી મા કહે છે કે 'ગયા વરસે ધમાધમ થઈ હતી એ જ માણસ ગામમાં ધામા નાખીને પડ્યો છે ને દન દનનાં ગામમાં ચટક થાય છે છતાંય કેમ તમે ઊંઘો છો ?' પછી ખોડિયારે મને હિંમત આપતાં કહ્યું કે, 'ગભરાતા નહિ' લ્યા, હું તમારે પડખે જીવતી જાગતી બેઠી છું. માટે આજ ને આજ તમે મહારાજને મળીને જલદી આનો ઉપાય કરો, નહિ તો પછી પેલા માણસને અહીં આવ્યે એક વર્ષ પૂરું થશે તો એમ જાણજો કે એ માણસના વસવાટ ઉપર કાળનો બંધ દેવાયો છે ને એ પછી જામેલાં મૂળિયાં કોઈનાં ઉખાડ્યા ઉખડશે નહિ. મારા હાથ પણ પછી નહિ પહોંચી શકે.'ને છેલ્લે પછી ભેરવ સામે પલકારો મારતાં શામળે વાત પૂરી કરી : 'આપણે તો જેવું આ સમણું

આવ્યું એવું જાણે અહીં મહારાજ આગળ રજૂ કર્યું છે. હવે ગામ જાણે, મહારાજ જાણે ને ખોડિયાર જાણે.'

ભેરવે કહ્યું હતું એ મુજબ આંધીની દિશા ઊલટી હોઈને ઓટલા ઉપર પવનની ઝાપટો ઝાઝી નો'તી આવતી. પણ જ્યારે જ્યારે આવી કોઈ ઝાપટ અથવા ગર્જના કે ઝબકારો થતો ત્યારે ભેરવના દિલમાં વળી પેલી રતન પ્રત્યેની આશંકા સળવળી ઊઠતી ને વળી એ પાછો ડોલી ઊઠેલી શ્રદ્ધા સામે શ્રદ્ધાનો આ મંત્રોચ્ચાર જાણે ઉચ્ચારતો હતો : 'ના રે ના રતન તો એક રતન છે. એ કદી ગોથું ખાય જ નહિ.'

શામળે વાત પૂરી કરી એ વખતે ઓટલા ઉપર આંધીની એક રાક્ષસી ફૂંક ફરી વળી.

ક્રોધાવેશ થવા જતા ભેરવે પ્રયત્ન કરી સ્વસ્થતા પાછી મેળવી લીધી. મહારાજ સામે જોઈને કહ્યું : 'બોલો મહારાજ, મને તમારે શું પૂછવું છે ?' ગામ સામે નજર નાખી એ લોકોને પણ ઉદ્દેશ્યા : 'જે કંઈ કહેવું પૂછવું હોય એ બેધડક કહી નાખો. મારે થોડીક ઉતાવળ છે.'

બે-પાંચ ક્ષણ પૂરતી એવી શાન્તિ છવાઈ કે કોઈને ઘડીભર એમ લાગે તો નવાઈ નહિ : 'પવનના આ સુસવાટા અને વાદળોના ગડગડાટથી આ લોકો થીજી ગયાં છે.'

લોકોની આ સ્થિતિ જોઈ મહારાજને થયું કે આ વાત હવે હાથમાં લીધા વગર છૂટકો નથી. ને મા ખોડિયારનું મનોમન સ્મરણ કરી, ભેરવ સામે બાથ ભરવા તત્પર થતા હોય એ રીતે સવાલ કર્યો : 'ચાલ હવે, મારી સામે જોઈને મારા પ્રશ્નોના જવાબ આપ. ચાલ.'

મહારાજના અવાજમાં જુસ્સાનો રણકો જોઈને ભેરવે પણ જાણે કમર કસી. મહારાજ સામે ત્રાટક માંડતો હોય એ રીતે જોતાં કહ્યું : 'પૂછવા માંડો.'

'પે'લી વાત તો એ કે વાવમાં પડતી રતને ચીસ નાખી એ જ ઘડીએ કેવી રીતે તું ગોચરમાંથી આવી લાગ્યો ?'

'કેવી રીતે એની મને ખબર નથી પણ રતનની ચીસ સાથે મારા દિલમાં પડઘો પડ્યો ને હું જાણે કોઈ અણકથ બળથી પ્રેરાયેલો વીજળીવેગે

જઈ લાગ્યો હતો.'

ભેરવનો જવાબ સાંભળી મહારાજે અહીં મંત્રોચ્ચારનો ટેકો લઈને પોતાની છાતી થામી રાખી. જ્યારે લોક તો બાપડું એક બીજાની સામે જોતું એકબીજાની હૂંફે જાણે શ્વાસોચ્છ્વાસ લેતું હતું.

'વસ્તાની ઉચી ગયેલી ભેંસને તેં સાજી સારી કરી આપી હતી, ખરી વાત ?'

'ખરી વાત.'

'પણ એનો અર્થ એમ ન થાય કે તેં જ એ ભેંસને કામણ-ટૂમણ કરીને માંદી કરી દીધી હતી ?'

'આપ જ્યારે લોકોનું આવું કામ કરો છો ત્યારે આપના માટે ગામલોકો એવો અર્થ નથી કરતાં તો મારા માટે શું કામ એમને કરવો પડે ?'

'પોતાને માટે સામો સવાલ પુછાતો જોઈને અવધૂતની અદાથી પ્રશ્ન કરી રહેલો મહારાજ છેડાઈ પડ્યા, કે' છે, 'કારણ કે હું સંત છું ને તું કોઈક પ્રેત લાગે છે.'

'ભૂલો છો મહારાજ, મેં લીધું છે સતનું વ્રત ને તમે પાખંડને વાગોળો છો.' ભેરવની આંખો જ નહિ, એના અંગની અદા સુધ્ધાં વજના કોઈ પૂતળા સરખી કઠોર ને તપસભરી લાગતી હતી. પોતે આપેલા જવાબને ઉપહાસભરી સુરતે સાંભળી રહેલા મહારાજ ઉપર એકાએક ક્રોધ ઊમટી આવ્યો. ઊભા થતાં કહે છે :

'રે'વા દો બાવજી, સફાઈ; નહિ તો તમારે તો મંત્ર ભણવો પડશે ને મારે તો – એક જ મીટમાં આ બેઠેલાંને, બેઠા ને બેઠા સૂકવી નાખું. એક જ ઘૂમરી મારું તો મંદિર તમારું ભોંય ભેગું. ને વધારે તો નથી કે'તો પણ મારા પ્રાણના આવેગે હું ભૈરવ ડુંગર ડોલાવી દઉં ને આભમાં ઊઠેલી આ આંધીને પણ–'

પણ આ સાથે આભ તરફ નાખેલી ભેરવની નજર જાણે આધાર વિનાની બની બેઠી. ક્ષણ બે ક્ષણ એણે હવામાં બલ્કે કાળ ઉપર કાન માંડ્યા ન માંડ્યા ને–

હડપ દેતોકને ભેરવ સભા વચ્ચેથી-માણસનું પોટલું જાણે ઓટલા

પરથી ઊડ્યું હોય એવો લોપ થઈ ગયો !

પાંચેક પળ તો ગામલોકો-એકાએક સામે એવી રીતે જોવા લાગ્યા જાણે ખાતરી ન કરતા હોય, 'આપણા બધાં છીએ તો સલામત ? સૂકાઈને પૂતળાં તો નથી થઈ ગયાં ને !'

ડઘાઈ ગયેલા મહારાજ પણ ભાનમાં આવ્યા. કરડી આંખે કહેવા લાગ્યા : 'ભાગી ગયો તો ?'

પણ મહારાજની બડાઈ જોઈને ગામલોકો તો ઊલટાના આ મહારાજનો જ ઉપહાસ મનમાં ને મનમાં કરવા લાગ્યા.

સૂરપાળે કહ્યું : 'ભાગી નથી ગયો મહારાજ... મને તો આમાં કાંક ચરિતર લાગે છે.' – આ સાથે એણે માથા ઉપર ઘોરંભાતા વાદળભર્યા આભમાં જોયું. પાંચેક પળના નિરીક્ષણ પછી આગળ બેઠેલા શામળ વગેરેને પૂછવા લાગ્યો : 'સંભળાય છે ભાઈ, કાંઈ માથાનાં ઉપર આભલામાં ? લાગે છે કાંઈ અગાસી ઉપર કોઈ ભાગંભાગી કરતું હોય એવું ?'

હકારમાં ડોકું હલાવતું ગામલોક ગભરાટનું માર્યું ઊભુ થઈ ગયું. મહારાજ પણ એમની સાથે ઊભા થયા. જોમભર્યા પગલે ઓટલાની ધાર ઉપર આવી આભમાં જોઈને ત્રાડ નાખી : 'આવ જો તારામાં બળ હોય તો ? એમ શું ભાગી ગયો ?' – ને લાગલો એમણે મંદિરના માણસને હુકમ કર્યો, લાવ ભાઈ મૂઠીએક અડદના દાણા ને લીંબુ પણ ચાર પાંચ લઈ આવ ઝટ. સિંદૂર ભેગું લઈ આવજે... જલદી કર !'

ને લોકોને હિંમત આપવા લાગ્યા : 'ગભરાશો નહિ ભાઈઓ, હમણાં હું એને વશ કરું છું.'

આ બધામાં થોડીકે ય સૂધસાન હોય તો જમાનાના ખાધેલ સૂરપાળ ડોસાને હતી. આભ સામે નજર માંડી સરવા કાને સાંભળતો ગયો ને બોલતો ગયો, 'એક જણનાં નહિ પણ મને તો મહારાજ બે-ત્રણ જણનાં પગલાં-કોક જાણે કોકની પાછળ પડ્યું હોય એવું – લાગે છે.'

વસ્તા જેવાને સૂરપાળની મશ્કરી કરવાનું મન થયું : 'તમને પાછું બહુ સંભળાય છે ખરું ને ?' પણ ઉપહાસ કરવા જેવો સમય ન હોવાથી ચૂપ જ રહ્યો. સૂરપાળની વાતમાં મહારાજે હુંકારો ભણ્યો.

'કરવા દે દોડાદોડી. આવવા દે જરા સામગ્રી. પછી જો હું મઝા એને ચખાડું છે એ.' ને અધીરી નજરે મંદિરના બારણા તરફ જોવા લાગ્યા.

ગામલોકોની નજર પણ-બલ્કે અધ્ધર થઈ રહેલા જીવ જ જાણે સામગ્રીની રાહ જોતા બારણા વચ્ચે તરફડી કરતા હતા !

❑

30

થાળીની અંદર સામગ્રી આવતાં જ મહારાજે એમાંથી એક લીંબુ ઉપાડી ચાકુ વડે ચાર ફાડિયાં કરી નાખ્યાં. ફાડિયાં સાથે બડીંગ દઈને ઓટલા ઉપરથી કુદી પડ્યા. મંત્રોચ્ચારના બડબડાટ સાથે ચારે ય ફાડિયાં ચાર દિશામાં જોરજોરથી ફંજેટીને દિશાઓ જાણે બાંધી દીધી. આભની અંદર ગર્જનાઓ તો ચાલુ જ હતી. મહારાજ એને જવાબ પણ આપતા જતા હતાઃ 'થવા દે આજે... આવવા દે તારી વીજળીઓ–'

આ પછી બીજું એક લીંબુ લઈને એનાં પણ ચાર ફાડિયાં કરી નાખ્યાં. પછી ચાકુ વડે જમીન ઉપર એક મોટું કૂંડાળું કરીને ગામ લોકોને હુકમ કર્યો : 'આવી જાઓ ભાઈ આ કુંડાળામાં.'

હુકમ સાંભળતામાં જ ગભરાઈ રહેલા લોકો પડાપડી કરતાં ઓટલા પરથી કૂદી પડ્યાં. કુંડાળામાં પેઠા પછી એમના જીવને ઠીક ઠીક એવો કરાર થયો. ઓછું હોય તેમ કુંડાળાની ચારે ય દિશાઓને લીંબુનાં ચાર ફાડિયાં મૂકી મહારાજે રક્ષણનો કોટકિલ્લો ચણી દીધો. આ પછી સિંદૂર તથા અડદના દાણા હાથમાં રાખી કોટ ફરતું વજનું પ્લાસ્ટર કરતા હોય તેમ કુંડાળાની રેખા ઉપર એ વેરતા ગયા ને ચોખ્ખા અવાજે મંત્રોચ્ચાર પણ કરવા લાગ્યા.

કાળી, તું હે કરાળકાળી !
તારે ખોળે બેઠો ભરોસે.
કાળભૈરવનો કોપ આરાધું
કાળા માથાના માનવીનું

હું રક્ષણ માગું.
ગામખેડાનું, અકલું ચકલું
સીમને પ્રથમ સેઢો,
તારી આણમાં પ્રથમ થાપું
કરી વજ્જરનો કોટ ને કિલ્લો
એનાથી હું બાખડી બાધું.'

આ પછી સામગ્રીની થાળી પગ આગળ મૂકી પોતાની આસપાસ પણ આ જ મંત્રોચ્ચાર સાથે કૂંડાળું કરી ચાર દિશાએ લીંબુનાં ફાડિયાં મૂકી દીધાં. સિંદૂર તથા અડદનો જાપ પણ એ ઉપર આંકી દીધો.

ને આ બધી પૂર્વતૈયારી પછી શંકર ભગવાન જેમ ગંગા ઝીલવા તૈયાર થયા હતા એ અદાથી મહારાજે આભ તરફ કરડી એવી મીટ માંડી હાંક પાડી : 'આવ હવે ? આવવા દે તારી વીજળીઓ. ને તોડી નાખ આજ આભનાં દુંદુભી પણ.'–

આ સાથે આભમાં એક ભયંકર ગર્જના થઈ. મહારાજે પણ મંત્રની ઝડી વરસાવવા માંડી... વચ્ચે વચ્ચે ગોરંભાતા આભ સામે જોઈ પડકાર પણ ફેંકતા હતા : 'સતનો બેટો બની બેઠો છે તો આવ હવે પાખંડ સામે ?... એ વાદળોમાં ભરાઈને શું ખાલી ખાલી ગર્જનાઓ કરે છે ?... એ રીતે બીનાર બીજા હાં કે. અમસ્થી કોઈ ખોડિયાર માને નથી આરાધી ?... આવી જા સામે ?...

મહારાજની અહીં ભૂલ થતી હતી. આભમાં જો કે ભેંકાર ઘમસાણ થતું હતું, એ વાત સાચી હતી. પણ એ કંઈ મહારાજ સામે કે ગામલોક સામે ન હતું. બલ્કે અત્યારનાં ઘમસાણ તો ક્રોધાવેશમાં પાગલ બની કાળી ગોરી વંતરીઓ પાછળ ભેરવ પડ્યો હતો એનાં હતાં.

મહારાજ આગળ ઘડી પહેલાં પોતાનું રૂપ પ્રકાશતો હોય એ રીતે બોલતો હતો એ વખતે એના કાને એકાએક વંતરીઓનું અટ્ટહાસ્ય પડ્યું હતું.

વંતરીઓના એ અટ્ટહાસ્ય તરફ એકાગ્ર થતાં એને ખબર પડી કે રતનનું પતન !

ક્ષણમાં તો એક ઝોક આગળ જઈ લાગ્યો હતો. પણ-એક તરફ આનંદઘેલી વંતરીઓ પોતાના વિજયનો મહિમા મનાવતી અટ્ટહાસ્ય કરતી ભેરવ પાછળ પડીને માનવ છોકરી માટેની પેલી શ્રદ્ધાની ક્રૂર ઠેકડી ઉડાડતી હતી તો બીજી બાજુ અરજણ જાણે ભયનો માર્યો ગુનાહિત પગલે ઘરમાંથી છટકી રહ્યો હતો.

પાગલ બનેલા ભેરવને તો અરજણનો જ કોળિયો કરવો હતો પણ કાળી વંતરી કાનમાં આવી કહેતી હતી : 'એ સાલા, હવે ક્યાં એ છોકરી પાસે દોડ્યો છે. હવે તને આ ઘરમાં પેસવાનો કે એનો સ્પર્શ કરવાનો હક્ક જ ક્યાં–'

આ સાથે ભેરવ અરજણને ભૂલી વંતરીઓની પાછળ પડ્યો હતો એનું આ ઘમસાણ આભની અંદર મચ્યું હતું.

જો કે મહારાજને તો એમ જ હતું કે જાણે પોતાનાથી ડરીને પ્રેત ભાગી ગયું ને હવે એ આભમાં રહ્યું રહ્યું પોતાને ને ગામલોકોને બિવરાવવા માટે ધમપછાડા કરી રહ્યું છે. એમણે તો એને વશ કરવા બ્રહ્માસ્ત્ર જેવો મંત્ર પણ અજમાવવા માંડ્યો :

કાળી તું મહાકાળી
અસુરોના રુધીરનું સદા
પાન કરવાવાળી–

ત્યાં જ હાથમાં લાકડીને ગભરાયેલો જેસળ મંદિરની બાજુમાંથી આવી લાગ્યો. કંઠમાં સોસ પડ્યો હોય તેમ બરાબર બોલી પણ નહોતો શકતો : 'મહારાજ !... મારી રતની પાગલ થઈ ગઈ છે !'

'ક્યાં છે ? લઈ આવ અહીં.' મહારાજ તો આમાં પણ પોતાનો વિજય જ જોતા હતા.

'ના બાવજી ! આપને જ દયા કરીને પધારવું પડે. એ (રતન) તો જાણે જીવ ઊડી ગયો હોય એ રીતે સૂનમૂન જ થઈ ગઈ છે.'

'ભેરવ ક્યાં ?' મહારાજે કરડા સૂરમાં પ્રશ્ન કર્યો.

જેસળને નવાઈ લાગી. ગામલોકો તરફ નજર નાખી. પણ એ લોકો

પણ જાણે બકરાના કોઢિયામાં પૂરાયાં હોય યા તો કોઈએ ભેગાં કરીને કશાકથી બાંધી દીધાં હોય એ રીતે અવશ સરખાં ટોળે વળાઈ રહ્યાં હતાં. ટોળામાં ભેરવ ન લાગતાં જેસળની નવાઈ ઓર વધી પડી. મહારાજ સામે જોઈને કહ્યું : 'અહીં આપના પાસે આવ્યો છે ને ?'

'આવ્યો તો હતો પણ સાંડસામાં હું લેવા ગયો ત્યાં જ સાલો બાજની પેઠે ભાગી ગયો છે.'

તાંત્રિકના મિજાજથી એમણે જેસળને પણ દબડાવ્યો : 'સાચું બોલ, ક્યાં સંતાયો છે ?'

'આપના સમ કે મને મા ખોડિયાર પૂછે મહારાજ, મેં એને અહીં આવતો જોયા પછી દેખ્યો હોય તો ?'

'તને કેમ ખબર પડી એ અહીં આવ્યો છે ?'

'મને કહીને આવ્યો હતો કે રતન એકલી છે માટે એની પાસે કોઈ જજો. એટલે પછી...'

ગામ આખું આપની પાસે આવ્યું છે ને ભેરવને આપે બોલાવ્યો છે એ વાતની રતનની મા જોડે ચર્ચા કરવા હું વળ્યો ને રતન ત્યાં એકલી છે એ વાત તો ભૂલી જ ગયો. પછી ભાન આવતાં ઉતાવળે ઉતાવળે છોડી પાસે ગયો, ત્યાં તો જોઉં છું કે રતની બા'ર અંધારામાં બેઠી છે ને એકલી એકલી કોકને રાવ કરતી હોય તેમ લવારો કરી રહી છે.'

'અરે મૂર્ખ ! છોકરી લવારો નથી કરતી-મા ખોડિયારે એને પરચો દેખાડ્યો છે પરચો !' મહારાજે વિજયોન્માદી ચાલે કુંડાળામાંથી બહારની પા ડગ માંડતાં ગામલોકોને પણ કહ્યું: 'આવો ભાઈઓ, નીકળો બહાર, મારા ધારવા પ્રમાણે અહીંથી ભાગેલો પ્રેત આ છોકરીમાં ભરાયો છે. ચાલો હું તૈયાર થઈ લઉં.' ને બારણા તરફ મોં ફેરવી માણસને હાંક પાડી હુકમ કર્યો : 'મારી કફની, પાવડી ને ખલતો આપી જા ને થાળીમાંની આ સામગ્રી પણ ખલતામાં મૂકી દે.' ને પોતાની આસપાસ ટોળે વળી ઊભેલા ગામલોકોને કહેવા લાગ્યા, 'આપણે તો જેસળની આ અબુધ છોકરીને એ વખતે જ ચેતવી હતી પણ પોતે જાણે સાવિત્રી હોય તેમ આપણી વાતને એણે કાને સુધ્ધાં ન ધરી તો–' સંભવ છે રતને ચોરીમાં મહારાજનું અપમાન કર્યું હતું

એ અહીં યાદ આવી ઊભું હોય તો ! બરાડી ઊઠ્યા, 'નહિ આવું જેસળ, ભોગવશે એ છોકરી પોતાનાં પાપ.' આ સાથે બારણામાંથી પાછા ફરી ઓટલા ઉપર બેસી ગયા. બબડતા હતા, 'જે છોકરીએ કોઈનું ય માન્યું નહિ ને આખા ગામને હેરાન કર્યું એવી છોકરીને પાપની સજા થવી જ જોઈએ. ભરાઈ રહેવા દો એ પલીતને હવે છોકરીનાં અંગોમાં. ભલે હેરાન થતી.'

અહીંથી ભાંગેલું પ્રેત રતનમાં ભરાયું છે એ વાતથી તો ગામ લોકોને ઊલટાની ટાઢક વળી હતી. દિવા જેવાં તો નિરાંતનો શ્વાસ લેતાં બબડતાં પણ હતાં : 'હા... શ છૂટ્યાં આપણે.' લોકોમાં એવી માન્યતા હતી કે પ્રેત જ્યારે એના આરાધનારને પોતાના સકંજામાં લે છે પછી એનો ભોગ લઈને એ પ્રેતલોકમાં પાછું ચાલી જાય છે.

ગામ લોકોએ જોયું તો આભમાંનો ગડગડાટ પણ ભૈરવ ડુંગર તરફ જતો લોપ થઈ રહ્યો હતો.

જીવવા ભેગા ભળેલા હરિભાઈએ તો ચોંટી ગયેલી જીભને ખોરાક મળ્યો હોય તેમ જેસળ પાસે આવી સવાલ કર્યો : 'સાંજે તો રતનને મેં ધમકારે કામ કરતી જોઈ છે ને ઊંચમુચ શું થયું, જેસળ ?'

'ભગવાન જાણે ભાઈ, ઘડી પહેલાં તો ભેરવ અમને કહી ગયો કે હું મંદિર જાઉં છું. ને આ મેઘલી રાતે તમે કોઈ રતન પાસે જઈ બેસો તો સારું. પણ એ પછી હું ને રતનની મા મહારાજની ને ભેરવની ફિકરમાં પડી ચિંતા કરવા લાગ્યાં કે આજે ય કાં તો આ અડબંગ (ભેરવ) બાવજી સામે થશે તો ? એટલે અમે એક વિચાર એવો કર્યો કે હું આવું મંદિર ને રતનની મા જાય રતન પાસે. પણ આ વાતમાં ય રતનની માએ વાંધો લીધો. કે' છે ગામ આખું આપણાથી ખાટું છે ને તમે ત્યાં જશો તો સહુને થશે કે–'

હરિની ધીરજ ખૂટી. એને તો ખાસ કરીને રતનની વાત જાણવી હતી. વચ્ચે બોલતાં પૂછ્યું : 'એ તો જાણે સમજ્યા પણ રતન શું સાચેસાચ ગાંડી થઈ ગઈ છે કે-થયું છે શું ?'

'બલા જાણે ભાઈ, પણ મંદિરે આવતા પહેલાં હું રતનની માને ઝોક ઉપર મૂકવા ગયો ત્યાં તો ઘનઘોર અંધારામાં રતની બેઠેલી નેવાં આગળ. અમે ગયાં પણ અમારા તરફે ય એણે કશું ધ્યાન ન આપ્યું. પછી એની માએ

દીવો કર્યો ને સવાલ કર્યો : 'શું થયું છે દીકરી, તને ?' પે'લાં તો એ કાંઈ ન બોલી પણ છેવટ એની માને કે' છે : 'મા, મેં પાપ કર્યું છે.'

'હાં...! જોયુંને મહારાજ ?' હરિની સાથે દિવા વગેરે પણ આનંદોલ્લાસમાં બોલી પડ્યાં.

'હું તો તમને પહેલેથી જ કહું છું... લગ્ન વખતે પાપનો ઘડો ઊણો હતો એટલે આપણે પણ પછી વિચાર્યું કે પાપનો ઘડો ભરાવા દો.'

'તો ય આપે તો એ વખતે જેસળને ને આખા ગામને ચેતવ્યું હતું ને ભવિષ્યે ય ભાંખ્યું હતું, મહારાજ.' શામળ પણ હવે રંગમાં આવ્યો.

રીસે ભરાયેલા મહારાજ બોલ્યા : 'પણ ક્યાં કોઈએ કાને સુધ્ધાં ધર્યું હતું !'

જ્યારે સૂરપાળે તો વળી લગ્ન સમયનો એ આખો ય પ્રસંગ જોતો હોય તેમ ભાખેલા ભવિષ્યનો નમૂનો પણ કહી સંભળાવ્યો : 'મહારાજે તો હાજી પોકારીને (સરાજાહેર) કહ્યું હતું : 'આટલાં વેણ યાદ રાખજો જેસળ, કોઈ કાળા ઓળાએ તારી દીકરીને ઘેરી છે–'

લાગલી શામળે બીજી વાત સાંધી દીધી. ભૈરવ ડુંગરે ઝબકી રહેલી વીજળી દેખાડતાં કહ્યું, 'આ જ વાત તે દન બાવજીએ કહી હતી, 'ભૈરવ ડુંગરે વાદળાંને હું ભડકે બળતાં જોઉં છું.'તો જુઓ ભાઈઓ-સાચોસાચ વાદળાં બળતાં લાગે છે ને ?'

સહુ કોઈએ એ તરફ નજર નાખી તો સાચે જ ભૈરવ ડુંગરની ક્ષિતિજમાં વીજળીઓના ઝબકારા-ભડાકાની જેમ ઊડતા હતા !...

પછી તો જેસળે બાવજીના પગોમાં પોતાનું ફાળિયું નાખી દીધું. ગદ્ગદ કંઠે કહ્યું પણ ખરું : 'છોરાં કછોરાં થાય, મહારાજ ! આપ તો માબાપ છો !'

ગામલોકોએ પણ જેસળની વિનંતીમાં પોતાનો સૂર પૂરાવ્યો ને મહારાજ છેવટે સંમત થયા. ઊભા થતાં કહ્યું, 'આ કંઈ જેવો તેવો પ્રેત નથી, ભાઈઓ...'

ઊભે રસ્તે આ જ વાત થતી હતી. સાર હતો : 'હજીય જો આ છોકરી આ માણસ જોડે પરણવાનું પાપ કર્યું છે એ વાત મા ખોડિયાર

આગળ ચોખ્ખા દિલે કબૂલ કરશે તો જ હું એનામાંથી પ્રેતને કાઢી શકીશ.' ઉમેર્યું, 'બાકી જો આજે ય એ પોતાના પાપને વળગી રહેશે તો-હું તો શું પણ મા ખોડિયાર પોતે પણ એનામાંથી પ્રેતને નહિ કાઢી શકે, ભાઈઓ.'

રતનને ઘેર પહોંચ્યા પછી ખાટલા ઉપર ખલતો મૂકી મહારાજે ભીંતને અઢેલીને બેઠેલી રતન ઉપર નજર નાખી. દિવાના અજવાળામાં જોયું તો એની આંખો બહાવરી હતી. એક બે સવાલ પૂછી જોયા પણ રતન જાણે સાંભળતી જ ન હોય એ રીતે પૂછનારની સામે ઘડીક વળી તાકી રહેતી હતી. તો ઘડીકમાં પાછી આભમાં નજર માંડી રહેતી...

ગાંજાનો દમ લગાવી મહારાજ ઊભા થયા. ઘરની અંદર મા ખોડિયારનું થાપન કર્યું, વચમાં ખોડિયારની છબી ને બેઉ બાજુ બે ઉઘાડી તલવારો. મહારાજે પણ કપાળે સિંદૂર ચોળ્યું હતું. આખુંય દશ્ય ભેંકાર લાગતું હતું.

❑

૩૧

આખું ય ગામ-આબાલવૃદ્ધ રતનને ત્યાં ટોળે વળ્યું હતું.

હવે તો આભમાં ગડગડાટ પણ ન હતો. વાદળો પણ વીખરાવા માંડ્યાં હતાં.

આ વાતની વધાઈ ખાતાં હરિએ મહારાજને કહ્યું : 'વાદળાં ય વીખરાવા માંડ્યાં છે, મહારાજ.'

બીજાએ કહ્યું : 'તારા ડોકાવા લાગ્યા છે !'

'અરે તારા પણ દેખાશે ને આ છોકરી જો પાપ કબૂલ કરશે તો જેવી એ પરણતી વખતે ઘૂઘરા જેવી હતી એવી જ હું આજે ય પાછી કરી દઈશ એને.' ને પેલી બાજુ રતનને ઘેરી બેઠેલી દિવા વગેરે સ્ત્રીઓ તરફ નજર નાખતાં મહારાજે કહ્યું : 'એ છોકરીને નવાં ખેળભર્યાં કપડાં પહેરાવીને હાજર કરો, દિવા.' ખોડિયાર આગળ પખાજ તથા કરતાલ લઈને બેઠેલા ભજનિકોને હુકમ કર્યોઃ 'થવા દો ભાઈ ભજન : પાપ તારું પરકાશ જાડેજા.'

વસ્તાએ મહારાજ આગળ મુશ્કેલી જાહેર કરતાં કહ્યું : 'પખાજ વગાડનાર-અરજણ નથી એટલે-હું વગાડીશ પણ અરજણના જેવી મઝા નહિ આવે, મહારાજ !'

'બોલાવો ને તો અરજણને ?'

'માંદો પડી ગયો છે, મહારાજ.' અરજણની મા સ્ત્રીઓની મંડળીમાંથી બોલી. ઉમેર્યું : 'આપે એને ભેરવને બોલાવવા મોકલ્યો હતો એમાંથી કે' છે કે વાટે આવતાં બી ગયો છું !'

'ઓ એમ છે !' મહારાજ હસતા હતા. અરજણની માને કહ્યું પણ ખરું : 'ખેર, એક વાર આ છોકરીનું ભૂત કાઢવા દે, પછી અરજણનું ય કાઢી આપીશ.'

વસ્તાને કહ્યું : 'વગાડ તું તારે આવડે એવી.'

ભજનિકોમાં એક્કો ગણાતા સૂરપાળ ડોસાએ ભજન ઉપાડ્યું. મહારાજે પણ એની સાથે સૂર પુરાવ્યો :

પાપ તારું પરકાશ જાડેજા
ધરમ તારો સંભાળ રે,
તારી બેડલીને બૂડવા નંઈ દઉં
જાડેજા રે – એમ તોરલ કે' છે જી !...

ને તાનમાં આવેલા મહારાજે પેલી બાજુ જોઈ હાંક પાડી : 'બોલાવો 'લ્યા પ્રેતને પાલે પડેલી છોકરીને.'

મા તથા દિવા વગેરે રતનને સમજાવતાં હતાં : 'ઊઠ બેન, નવાં કપડાં પહેરી લે. મહારાજ આવ્યા છે તે તારા મનના બધા જ ગોટાળા કાઢી આપશે.'

રતનના મગજનું ઠેકાણું ન હતું, ઘડીકમાં આ બધાંને જોઈને ભમમાં પડી જતી હતી તો ઘડીકમાં વળી ભેરવને ન જોતાં સવાલ કરતી હતી : 'મા, ભેરવ કેમ દેખાતો નથી ?' – એક વાર તો એ રડી જ પડી : 'હું એને શું મોં દેખાડીશ ?'

દિવાએ હિંમત આપતાં બલ્કે વધામણી ખાતાં કહ્યું : 'ફિકર ન કર, રતન. તારે હવે મોં દેખાડવાની ચિંતા જ ટળી ગઈ છે. ભેરવ તો ગયો !'

'હેં ? ક્યાં ગયો ભેરવ ?' રતનનો જીવ જાણે ઊડું ઊડું થવા લાગ્યો.

આ સ્થિતિ જોઈને રતનની માએ દિવાને અડધું સાનમાં ને અડધું શબ્દોમાં સમજાવી દીધું કે, ભેરવ ગયો એવી વાત જ હમણાં રહેવા દો.

દિવાએ વાત વાળી લીધી : 'તારે માટે ઓસડ લેવા ગયો છે.'

'ઓસડ શાનું ?' રતને પૂછ્યું.

'તને એ હતી એવી કરી દેશે.'

રતન કંઈ પાગલ ઓછી થઈ ગઈ હતી ? બલ્કે આ બધા તમાસાને લીધે એ અડધી પાગલ થઈ ગઈ હતી-ને અડધી એ ભેરવને દગો દીધો એ વાતથી ને ભેરવ રખેને ચાલ્યો જતો એ પ્રકારની ઊલટાસૂલટી કલ્પનાઓમાં એનું મગજ ફરતું હતું.

માએ એને ઊભી કરતાં કહ્યું : 'લે આ લૂગડાં બદલી લે ને પછી ખોડિયારમાનાં પારા (ચારણો) આગળ કબૂલ કરી દે કે મા, મેં પાપ કર્યું છે માટે મને માફ કર.'

દિવાએ પણ ટાપસી પૂરી : 'બસ એટલું તું બોલી નહિ કે દુઃખ નિવારણ થયું નહિ.'

'એમ ખોડિયાર મા આગળ પાપ કબૂલ કરીશ તો મારું પાપ ધોવાઈ જશે, મા ?' રતનને જાણે આશાની ઝાંખી થવા લાગી. એણે તો કપડાં પણ બદલવા માંડ્યાં.

મા તથા દિવા એને ઓર આશા બંધાવતા હતાં. ભજન તરફ એનું ધ્યાન દોરતાં દિવાએ કહ્યું : 'સાંભળ, આ ભજન શું કે' છે :

> *'હરણ હણ્યાં લખ ચાર તોળાંદે*
> *હરણ હણ્યાં લખ ચાર રે*
> *વનના તે મોરલા મારીયા*
> *તોળાંદે-એમ જેસળ કે'છે જી...*

ભજનવાળા પોરો ખાવા વળ્યા. મહારાજે પેલી બાજુ કાન માંડ્યા. સ્ત્રીઓ જાણે રતનને સમજાવતી હોય એવું લાગ્યું. આના અનુસંધાનમાં મહારાજે જ્ઞાનની વાત કરવા માંડી : 'માણસને જેમ અજ્ઞાનતા છોડવી ગમતી નથી એ રીતે આ છોકરીને પ્રેત છોડવું ગમતું હોય તેમ લાગતું નથી'–

આ સાંભળી બાજુમાં બેઠેલા રતનના બાપ ચટ કરતાકને ઊભા થયા. મહારાજની વાતમાં હુંકારો ભણતા ભણતા અંદરના ભાગમાં ગયા.–

બારી પાસે ઊભા રહી આંખો, મોં અને નાક વાટે પાણી નીતારી રહેલી રુદનભરી રતને માને કહ્યું : 'જોઉં છું ને હું ! પાપ કબૂલ કરતાંય જો ભેરવ ઘેર ન આવે તો'–

અને જ્યાં બારી બહાર ડોકું કાઢી નાક નસીંકવા જાય છે ત્યાં જ રતનની આંખો સામેના આભમાં જડાઈ ગઈ, ચીસ પણ નાખી બેઠી : 'ભેરવ ! કેમ તું ઘેર આવતો નથી ?... છેટે છેટે કેમ ફરે છે ?... ભેરવ ! મારી ભૂલ થઈ ગઈ... મને'–

ત્યાં જ એ બેભાન થઈને–

સારું થયું કે સમજાવવા આવેલા જેસળે એને પકડી લીધી, નહિ તો–

ને મહારાજે પછી બેભાન રતનને થાપન આગળ સુવરાવવાનો હુકમ કર્યો. ભજનિકોએ અધૂરું ભજન આગળ ચલાવ્યું :

જેટલા માથાના વાળ તોળાંદે
જેટલા માથાના વાળ રે
એટલાં કુકર્મો મેં કર્યાં,
તોળાં દે રે... એમ જેસળ કે' છે જી.

ને મહારાજે ગૂગળનો ધૂપ કરી મંત્રનો જાપ કરતાં કરતાં રતનને ઊંજણી નાખવા માંડી :

અણસારે આંગળીના–
આંધી જગાડનારી
અછડતી ફૂંક મારી
વીજળીઓ ઠારનારી...

રતને હળવેક રહીને આંખ ઉઘાડી. માએ એને બેઠી કરી પાણી પાયું.

રતને વળી આસપાસ નજર નાખી. પણ ભેરવ હોય તો દેખાયને ! ને વળી એની આંખો–

મા એને સમજાવતી હતી : 'જો બેટા, પાપ કબૂલ કરી જા. તું જો એટલું કહીશ કે, "હે મા, મીં પાપ કર્યું છે' તો બસ પછી–'

'શું બસ પછી ?' રતન માની વાત સમજવા મથતી હોય તેમ લાગતું હતું.

મહારાજે કહ્યું : 'તારા અંગમાં ભરાયેલું ભૂત નીકળી જશે, બેન.'

'ને પાપ ?' રતન જાણે સ્વગત બોલતી હતી. રતનના આ પ્રશ્નથી મહારાજ ઉત્સાહમાં આવ્યા. કહેવા લાગ્યા : 'પાપ પણ ધોવાઈ જશે. હમણાં જ તેં ભજન ન સાંભળ્યું ? જેસલ ભગતે તો વળી લાખો પાપ કર્યાં હતાં. એનાં એ પાપને લીધે જ મુસાફરોથી ભરેલું નાવ ડોલમડોલ થવા લાગ્યું. તોળાંદે પોતે ભગવાનની ભક્ત હતી. એ સમજી ગઈ કે જેસળના પાપને

લીધે નાવ ડૂબવા લાગ્યું છે. એટલે પછી તોળાંદે કે' છે કે :'

આ સાથે જ મહારાજે લાંબા રાગે પેલું વળી ભજન લલકાર્યું. સાથે સાથે વસ્તાને મૃદંગ વગાડવાનો ઇશારો કર્યો, સૂરપાલને પણ સાદ પૂરાવવા સૂચન કર્યું.

આ વખતનો મહારાજ તથા સૂરપાળનો સૂર પણ ગજબનો હતો. જાણે પહેલી વખતનો સૂર એ માનવીનો માત્ર પ્રયત્ન હતો, જ્યારે આ વખતે ખુદ ખોડિયારે જાણે ભજનની હલકમાં પોતાની કાર્યસાધક એવી અસરકારક શક્તિ પ્રોવી હતી. શબ્દોમાં પણ અર્થ અને ભાવ જ નહિ માત્ર, મંત્રનું બળ પણ પૂર્યું હોય તેમ લાગતું હતં.

પખાજ વગાડનાર વસ્તો અને કાંસીજોડાં વગાડનારા શામળ તથા હરિ પણ કોઈ અનેરા આવેગમાં પોતપોતાનાં સાધનો પર હાથ રમાડી રહ્યા હતા. ભજનમાં ભાગ્યે જ સૂર પૂરાવનાર જેસળ અને મુખીએ પણ ઝીલતી વખતે સૂર પૂરાવ્યો. દોઢસો બસો માણસની એ આખીય માનવમેદની જાણે ભીતર બહાર ડોલી ઊઠી :

પાપ તારું પરકાશ જાડેજા
ધરમ તારો સંભાળ રે,
તારી બેડલીને બૂડવા નહિ દઉં
જાડેજા રે-એમ તોરલ કે' છે જી.

કડી પૂરી થતાં જ મહારાજે રતનનો ખભો ઢંઢોળતાં કહ્યું : 'ખોલી નાખ તાળાં મોઢેથી ને બોલી નાખ આ ખોડિયાર આગળ : મારી ભૂલ થઈ ગઈ મા, મને માફ કર ને મારામાં ભરાયેલું આ પાપરૂપી ભૂત કાઢી આપ.'

રતને હિંમત કરીને ઊંચે જોયું. કંઈક કહી નાખવા પણ જતી હતી. પણ વળી પાછી એ નકારમાં ડોકું ધુણાવતી ભીડેલા હોઠે બબડી રહી : 'ઉહું ઉહું ઉહું !'

'એમ ? નહિ જ બોલે ને ?' મહારાજે જાણે ચેતવણી ઉચ્ચારી.

બેઉ ઢીંચણ વચ્ચે માથું નાખીને બેઠેલી રતને નકારમાં ડોકું હલાવ્યું-અલબત્ત એ તો એની ધૂનમાં-પોતાની જાતને જ ના પાડી રહી હતી !

મહારાજે રતનને કઠોર અવાજે ને કરડી નજરે છેલ્લી ચેતવણી

આપી : 'જો હાં ! જંજીરો છોડીશ. પછી લોહીના કોગળા સાથે તું જ કહીશ કે મેં એનો સંગ કરીને પાપ કર્યું છે.'

મા પણ રતનને સમજાવવા લાગી : 'બોલી નાખ દીકરી, કે પ્રેતે મને ભૂરકી નાખી હતી એટલે મેં મહારાજનું ને માબાપનું કહ્યું ન માન્યું ને એ પ્રેતની સંગત કરીને મેં પાપ કર્યું છે.'

રતનને હજીય નકારમાં ડોકું હલાવતી જોઈ મહારાજે ધૂપિયામાં મૂઠી ભરીને ધૂપ નાખતાં રૌદ્રરૂપે ને આસુરી અવાજે મંત્ર ભણવો શરૂ કર્યો :

કાળી તું કરાળકાળી,
પગને પાવલે દરિયાને ડહોળનારી,
અણસારે આંગળીના વંટોળ જગાડનારી,
અછડતી ફૂંક મારી ગાજવીજ ઠારનારી,
ડુંગરિયા અસુરોને કરાલકાળ દોઢામાં દળીપીસી
ધરતીનો ભાર ઉતારનારી'–

મહારાજની જીભનો ઝપાટો, મોં ઉપરના કઠોર ભાવો અને હાથના અભિનયો વગેરેમાંથી એવું તો ભેંકાર વાતાવરણ રચાતું હતું કે સહુ કોઈ આંખો ફાડી અધ્ધર શ્વાસે આવી રહેલી અમંગળ ઘડીની જાણેઅજાણે ય પ્રતીક્ષા કરતાં હતાં–

મહારાજે-મંત્ર તો એ ચાલુ જ હતો પણ બોલવાની તરજ બદલી :

આગ આગ આંખો ને ઝાળ ભરી
પાંપણના અમથા પલકારામાં ભસમ કરી,
ભૂત પ્રેત પલીતની રાખોડી
આભમાં તું ઉડાડનારી !

આ સાથે જ ત્રાડ નાખી :

આવ મહાકાળી ! કરાળકાળી !
અસુરનું રુધિર પીનારી
ભગતની વહારે ચઢી
વંટોળનો ઘોડો કરી !–

મહારાજે અહીં બારી બહાર આભમાં જાણે નજર નાખી. ભેરવને ઉદ્દેશતા હોય તેમ કહેવા લાગ્યા : 'ભલે તેં મનેખનું રૂપ લીધું પણ આખર તું વાયરો ! સતનો ઢોંગ કરીને ભલે તેં આ છોકરીને ભોળવી નાખી પણ માનવીનામાં આત્મા બેઠેલો છે-લાંબા કાળ સુધી એમ છેતરાય નહિ'–

ને પછી આંખોમાં જાણે અમૃત ભરી રતનને માથે હાથ મૂકી મહારાજે સવાલ કર્યો : 'બોલ બેટા ! ભૂલ તારી કબૂલ કર !' – ત્રાડ નાખી 'આંકી નાખ પાપ હિંમત કરીને ?'

આ સાથે જ રતને મોં ઉપર દેવાયેલું લોકલાજનું તાળું જાણે ફડાક દઈને તોડી નાખ્યું : આભ સામે જોઈને કહી નાખ્યું : 'ભેરવ !... હું પાપી છું.' સામે મૂકેલી ખોડિયારની મૂર્તિ સામે નજર નાખી લાગલું ઉમેર્યું : 'મા ! અરજણ હારે મીં પાપ કર્યું છે.'

આ સાથે જ લોકોના ઉપર જાણે વીજળી પડી : કોઈ કોઈ બબડી પડ્યાં : આ શું ! અરજણ હારે પાપ ?

સફાળી ઊભી થઈ રતન પાગલની જેમ બારી આગળ જઈ આભમાં જોતી આરતભર્યા બલ્કે રુદનભર્યા અવાજે ભેરવને વિનવી રહી : 'ભેરવ ! મને માફ કર ! મારાથી ભૂલ થઈ... મને તું ભેગો તો થા !' આ સાથે એ બાજુમાંના ખાટલામાં બેસી પડી.

ઢીંચણ વચ્ચે મોં નાખીને રડવા લાગી; પરંતુ લોકોને એના તરફ ન તો હવે દયા હતી કે ન હતી એવી લાગણી પણ. દિવા જેવાને તો ઊલટાનો તિરસ્કાર હતો. એકબીજા તરફ નજર નાંખતાં નવાઈ સાથે જાણે વગર બોલ્યે કહેતાં પૂછતાં હતાં : 'આ શું ભાઈ ! આ તો કાંક અવળું જ નીકળ્યું.'

માયા સંકેલતા મહારાજે પણ વીખરાતાં ગામ લોકને પણ પરખાય એવા સૂરમાં આમ જ કહ્યું : 'ગમે તેમ પણ પ્રેતે હવે આ છોકરીનો સાથ તો છોડ્યો જ છે.' નિઃશ્વાસની જેમ ઉમેર્યું : 'બાકી એ ભેરવ આવ્યો હતો તો સતની પાવડીએ ચઢીને એ વાતમાં કશી ભૂલ જ નહિ !'ક્ષણેક થંભી ઉમેર્યું : 'અસત જોયું ને એ નીકળી ગયો !'

❑

૩૨

વંતરીઓ પાછળ પડેલો ભેરવ પૃથ્વીની હદ વટાવવા જતો હતો ત્યાં એને ખ્યાલ આવ્યો કે આ ખોળિયું હવે અહીં છોડવું પડશે.

શરીર છોડતાં પહેલાં એક વાર એણે પૃથ્વી તરફ નજર નાંખી. રતન કુંભીને અઢેલીને અંધારામાં બેઠી હતી, પછતાતી હતી : 'ભૂલ થઈ ગઈ ભેરવ મારી !... મને માફ કર !...'

ભેરવ પોતે સમજતો હતો કે રતન કંઈ ઉન્માદને લીધે કે મારા તરફના અણગમાને લીધે નહિ પણ અનેક જન્મોના સંસ્કારોથી સંચિત થયેલો ભૂતકાળ એને ઘેરી વળ્યો. મને એ વર્તમાનમાં જોવો છોડી પ્રેતની રીતે જોવા લાગી ને એમાં વળી વંતરીઓએ એની આસપાસ ભયની આંધી ઉઠાવી હતી પછી–

નિઃશ્વાસ નાખતાં ભેરવને થયું : ખેર ! દેવની જેવી મરજી ! બાકી ખોળિયું છોડું એ પહેલાં મારે એને મલવું જોઈએ... મલ્યા વગર જવાય જ નહિ – છેલ્લા રામરામ કરવા જ પડે !

ભેરવે ઘરના વાતાવરણમાં પ્રવેશ્યા પછી જોયું તો આખું ય ગામ ઠઠ વાળીને-ભેરવના હિસાબે તો રતન ઉપર જુલમ જ ગુજારતું હતું !–

મહારાજે આદરેલો પાપ કબૂલવાનો આ તમાશો જોઈને ભેરવને થયું : 'જોઈએ તો ખરા. આ બધા લઈ બેઠા છે તો રતન હવે પ્રેતની સંગત કરીને પાપ કર્યું એમ કહે છે કે પછી'–

ત્યાં તો રતન એને બારીમાંથી જોઈ ગઈ ને ધા નાખી : 'ભેરવ–?'

ભેરવને તો પોતાના માટે રતને પાડેલી આ હાકમાં પણ પહેલાંવાળો

રણકો જ લાગતો હતો – પ્રેમથી છલકાતો ને મિલન માટેની આરતથી ઊભરાતો !

એના દિલને ઘણું ઘણું થતું હતું : 'જાઉં ને રતનને કહી દઉં કે કંઈ નહિ ! તું પોતે હકીકતમા તો મેં કરેલા એકરારમાં ને ભયના વંટોળમાં ભૂલી પડી ગયેલી હતી. ને ભૂલા પડવું એ કંઈ પાપ નથી !'

પણ એકરારનું નાટક હજી ચાલતું હતું એટલે એ રતનની નજર બહાર નીકળી ગયો. છાપરા ઓથે સંતાઈને રતનની કબૂલાત સાંભળવા માટે એ એકકાન બની રહ્યો...

ત્યાં તો રતને – બીજું જ, અરજણ સાથેનું પાપ જ સહુ કોઈ સાંભળે એ રીતે કબૂલતાં કહી દીધું : 'ભેરવ !... મા ! હું પાપી છું. અરજણ હારે મીં પાપ કર્યું !'

રતનનો આ એકરાર સાંભળી આનંદના પૂતળા સરખો બની રહેલો ભેરવ દેવને જાણે કહેતો હોય તેમ બબડી પડ્યો : 'દેવ ! પ્રેમના પુરાવામાં માનવી પાસેથી આથી વિશેષ શું માગી શકો ?'–

રતને જગત આગળ બૂમ પાડીને કરેલો આ એકરાર સાંભળી ભેરવની આંખમાંથી ટપટપ કરતાં આંસુ બલ્કે રતન પ્રત્યેની કૃતજ્ઞતા જ ટપકવા લાગી !–

ગામ વીખરાયું એ વખતે તારામંડિત પાછલી રાત ધરતીને અજવાળવા લાખો દીવડા કરીને બેઠી હતી ને રતને કરેલા એકરાર ઉપર પ્રકાશ જાણે વેરતી હતી.

બારી આગળ ઊભી ઊભી રતન, નજરની અંદર તલસાટ ભરી આભની અંદર ભેરવને જાણે ઢૂંઢતી હતી.

પણ ભેરવનામાં ન તો પોતાનું મોં દેખાડવાની હિંમત હતી કે ન એનામાં દુઃખી દુઃખી થઈ રહેલી રતન આગળ ઉપસ્થિત થવાની જિગર હતી. મોટો સવાલ આ હતો : રતનને એ કયા શબ્દોમાં દિલાસો આપે... હવે તો એને પૃથ્વી છોડ્યા વગર છૂટકો જ ન હતો. પછી મલવાનો અર્થ પણ શો હતો ?...

તો બીજી બાજુ જે છોકરી સાથે જીવનનો સ્વર્ગીય આનંદ માણ્યો હતો એનાથી પહેલી અને છેલ્લી વિદાય લીધા વગર એ જઈ પણ કેવી રીતે

શકે ! ખાસ તો એને કહેવું હતું : 'ભલે હું શર્ત હાર્યો, બાકી મારા તરફના તારા પ્રેમમાં તલભારેય ઊણપ નથી'...

આમ ને આમ વિદાયની ઘડી આવી પહોંચી. પોતાનામાં હતી એટલી હિંમત લાવી ભેરવે ઝોકમાં પ્રવેશ કર્યો.

ઝોકની ગાયો ભડકી ઊઠી. સૂવાની તૈયારી કરતી રતન સહસા બબડી પડી : 'ભેરવ આવ્યો !' હર્ષઘેલી ચોપાડમાં એ દોડી આવી. ભેરવ થોડીક વાર સંતાઈ રહ્યો. એને ખાતરી હતી કે સફાળી દોડી આવેલી રતન એને જોતાં જ ભેટવા માટે ધસી આવશે. જ્યારે પોતે હવે એ સ્થિતિમાં હતો જ નહિ કે રતનને એ સ્પર્શી શકે !

નિરાશ થયેલી રતન જાણે ભાંગી પડી. કુંભીને અઢેલી બેસતી વખતે નિઃશ્વાસ પણ પાંચ મણનો નાખી બેઠી !

ત્યાં જ નેવાં આગળ એણે ભેરવ જોયો. ન માનતી હોય એ રીતે રતને પોતાની આંખો ચોળી. બોલી પણ ખરી : 'ભેરવ ?' જવાબ ન મળતાં ઊભી થઈને વળગવા પણ જતી હતી. પણ-સાચો ભેરવ હોય તો આવડો ઠંડો હોય નહિ એમ ગણી વળી પાછી બેસી ગઈ. બબડી પણ ખરી : 'હવે કેવો ભેરવ, અભાગણી ! હોત તો અત્યાર સુધી આવ્યો ન હોત !'

ભેરવ ઉપર નજર નાખતાં વળી બોલી : 'આવો આવો તો તેં કેટલી બધી વાર જોયો છે ?'

મહારાજે જતાં જતાં ચિત્તભ્રમ સરખી રતનના માથે હાથ ફેરવીને કહ્યું હતું : 'ભેરવ પોતે પ્રેત ભલે હતો દીકરી, પણ સતની પાવડીએ ચઢીને એ તારી પાસે આવ્યો હતો ને અસત જોઈને જતો રહ્યો !' આ વાત યાદ કરતી રતન ચોધાર આંસુ સારતી ભ્રમ ગણી કાઢેલા ભેરવને કહેવા લાગી : 'બાવજી જેવાએ ય છેવટે કબૂલ કર્યું કે તું એક સતિયો જીવ હતો. ને મને તો વળી સોએ સો ખાતરી હતી પણ તો ય ભેરવ ! મને માફ કર !' – રુદન આડે આગળ એ બોલી જ ન શકી.

ઢીંચણ વચ્ચે માથું નાખી ધ્રુસકું ખાવા જતી હતી ત્યાં એના કાને ભેરવનો જ પેલો અવાજ પડ્યો : 'માફેમાફ છે રતન !' – અવાજ જોકે ભાંગેલો હતો.

રતને એકદમ ઊંચે જોયું. નેવાં આગળ એ જ રીતે ભેરવને ઊભેલો જોયો. રડતાં રડતાં રતન બોલી : 'માફ છે તો પછી તું ક્યારનો ય એમ નેવાં આગળ કેમ ઊભો છે ?' રતનના મોંમાંથી શબ્દો નહિ પણ હૃદયના જાણે ટુકડા બહાર પડતા હતા.

ભાંગી પડવા જતી પોતાની જાતને સંભાળતાં ભેરવ બોલ્યો : 'શર્ત હું હાર્યો, તારો મારો સંબંધ પૂરો થયો, રતન !'

'પૂરો થયો સંબંધ ?' રતનનો પ્રાણ તૂટતો હોય એવો એનો અવાજ હતો.

'હા રતન !'

'શર્ત તો-હું સત ચૂકી એ જ ને ? કે'–

'એ જ શર્ત. દેવે મને કહ્યું હતું કે જે દિવસ એ માનવ છોકરીનો પ્રેમ તારા પરથી ખંડિત થશે એ દિવસ–'

રડયે જતી રતન વચ્ચે બોલી : 'ભેરવ ! તેં મને પહેલીથી આ શર્ત કહી હોત તો હું – તારી છાતીએથી છૂટી જ ન પડત પછી'–

રતનનો આ પછતાવો ને દુઃખ સાંભળવું ભેરવ માટે અસહ્ય હતું. વાત કાપતાં વચ્ચે બોલ્યો : 'જે વાત બની ગઈ એ બની ગઈ, રતન ! એનો હવે તું ગમે તેટલો અફસોસ કરીશ ને દિલ તારું આખું ય એ પછતાવામાં ઓગાળી નાખીશ તોપણ એ ભૂલ હવે સુધરવાની છે જ નહિ, માટે'–

રતને ભેરવને નહિ, કોઈક ત્રીજાને જાણે પ્રશ્ન કર્યો : 'થયેલી ભૂલ કદી સુધરે જ નહિ એમ ?'

'મારા મનથી તો કશું જ નથી, રતન. હું સારી પેઠે સમજું છું કે તેં આ ભૂલ કંઈ શોખની કે–'

'અરે...! તને ખબર નથી !' રતન જાણે ભૂલ ખાધેલા વાતાવરણને ઓઢીને બોલતી હોય તેમ બબડી પડી. કહેવા લાગી : 'એક તો તેં મને પ્રેત હોવાની વાત કરી ને અરજણ પણ મને કહેવા લાગ્યો કે, 'પ્રેમ પ્રેમ ને ભેરવ ભેરવ કરે છે પણ પ્રેત પોતે હોય છે જ છછુંદર જેવું. ફૂંકતું જાય ને કરડતું જાય !' ને એમાં પાછી આંધી ઊપડી. અમારા ઉપર કોઈ એવી ઘૂમરી આવી કે દીવો બૂઝાઈ ગયો ને મોતે અમને ઘેર્યાં હોય તેમ ભાગ્યાં ને માથે નાખેલો

સાલ્લો ય ઊડી ગયો. ભાગીને અમે ઘરમાં ગયાં તો ત્યાં ય ભેરવ, અમારી પાછળ જાણે મોત પડ્યું હોય એ રીતે બીકનાં માર્યાં અમે એકમેકની ઓથ લેતાં વળગી પડ્યાં ને ભાન પણ પછી એવું ભૂલી ગયાં કે–' આ સાથે જ રતનનો અવાજ બદલાઈ ગયો. બોલતી હતી તે પણ સ્વગત જાણે. એમ જાણે કે વીંટળાઈ વળેલા મોતને ભૂલવા ડૂબકી મારતાં હોઈએ તેમ–'

ભેરવ અહીં વચ્ચે બોલ્યા વગર ન રહી શક્યો. કહ્યું : 'તું નહિ કહે તોપણ હું સમજી શકું છું, રતન.' ઉમેર્યું : 'હું તો વળી આ તારી ભૂલને ભૂલ પણ નથી ગણતો. મારા ઉપરના તારા પ્રેમને આના લીધે કશી જ આંચ આવી હોય એમ મને નથી લાગતું.' ઉમેર્યું : 'ઊલટાનો મને તો એ પ્રેમ અત્યારે પશ્ચાત્તાપની ભઠ્ઠીમાં પડીને વધારે નિર્મળ, વધારે બળવાન બનેલો દેખાય છે. પણ શું થાય ! તારા મારા હાથની આ વાત જ નથી !' હસવાના પ્રયત્ન સાથે બબડ્યો : 'દેવ કે દુનિયા આપણને ઓછાં સમજવા બેસે છે ? અમારા ખુદ દેવ પણ ભૂતકાળના ગજ વડે જ પ્રેમને માપતા લાગે છે.' ને ઊમટી આવેલું દુઃખ ભારે એક શ્વાસ લઈને દિલની કોઈ કોતરમાં ચાંપી દેતો હોય એ રીતે વાત સંકેલતાં કહેવા લાંગ્યો.' ખેર રતન ! થનાર વસ્તુ થઈ ગઈ, માટે – હવે તો – કહેવા જતો હતો : 'પરભવ મળીશું.' પણ શર્ત હાર્યા પછી પોતાને માનવજન્મ મલવાની શક્યતા જ ક્યા હતી ? હવે તો એને શર્ત હારવાથી કાયમ માટે નર્કલોકમાં જ સબડવાનું હતું !

એટલું જ નહિ, નર્કાગારમાં પડ્યા પછી તો પૃથ્વીની લટાર મારવાનું પણ કાયમ ખાતે બંધ હતું. પછી–

ભેરવને થયું કે આ ઉપર એ ઝાઝો વિચાર કરશે ને પોતાનું મગજ ચસકી જશે તો-મગજ ચસક્યા પછી રતન સાથે માણેલા સ્વર્ગીય આનંદની યાદ પણ ખોઈ બેસશે ! ને તો તો પછી–

અને એણે રતનની વિદાય લેવા માંડી : 'ઠીક તો રતન !' પણ આટલું બોલ્યા પછી ગળું રુંધાઈ આવતાં 'જઉં !' એમ એ ન કહી શક્યો.

ભેરવને પગ ઉપાડતો જોઈ રતન સફાળી બેઠી થઈ ગઈ. ભેરવ તરફ ડગ ભરતાં કહેવા લાગી : 'તારે હવે જવાનું જ છે તો મને એક છેલ્લવેલ્લો ભેટ તો ખરો...!'

ભેરવ ચાર ડગ પાછળ હટી ગયો. બોલ્યો : 'હવે એ શક્ય જ નથી, રતન ! હું હવે સાચકલો પ્રેત છું.'

'છો રહ્યાં પ્રેત. મારે તારી છાતી ઉપર ઢળીને–' રતનને આવું કંઈક કહેવું હતું : 'ઢળીને... બસ ઢળી જ રહેવું છે. ઢળેલા જ રહેવું છે !'...

પણ એ પહેલાં ભેરવે એને વસ્તુસ્થિતિ સમજાવતાં કહ્યું : 'સમજી ગયો કે તારા મનથી હવે પ્રેતનો ભેદ પણ નથી રહ્યો પણ મને પ્રિયે ! દેવની મના છે !'

'મના છે... તારે મારે હવે ધરતી આભનાં છેટાં, ભેરવ !'

'હાં રતન ! – ધરતી–' ત્યાં તો રતને ભેરવને પાછળ નજર નાખતો જોયો.

વંતરીઓ ભેરવને કહેતી હતી : 'ચાલ હવે જલદી. દેવ ત્યાં તારી રાહ જોઈ રહ્યા છે. હવે તો સાલા છોડ એ ગંદી છોકરીને ?–'

ગંદી શબ્દ સાંભળતાં જ ક્રોધવશ બનેલો ભેરવ 'આવજે રતન' કહેતોકને વંતરીઓ પાછળ ઝપટાવ્યો. દાંત પીસી વંતરીઓને કહેતો હતો : 'હવે તો આમેય નર્કલોક છે ને છે તો તમને સાલી બેઉને જો કાચી ને કાચી ન કરડી ખાઉં તો–'

ભેરવને પીઠ ફેરવી જતો જોઈ રતનનાથી એક આર્તનાદ નીકળી પડ્યો : 'ભેરવ ! મને છોડીને ન જા. તારા વગર હું નહિ જીવી'–

પણ વાક્ય પૂરું કરે એ પહેલાં એ ધડીંબ દેતીકને જમીન ઉપર પછડાઈ પડી.

રતનના ઘાંટા સાથે પછડાટનો અવાજ સાંભળી ઘરમાંથી મા દોડી આવી. 'હાય હાય રતન' – આગળ એ કઈ બોલી જ ન શકી.

દીકરીને ખોળામાં લેતાં બૂમાબૂમ કરી મૂકી : 'હાય હાય રતની... આંખ તો ઉઘાડ ?'

❑

૩૩

પાછળ પડેલા ભેરવને ગોરી વંતરી દૂરથી કહેવા લાગી : 'અમારી વાત સાંભળ્યા પહેલાં આમ ગુસ્સે ના થા, દોસ્ત !

આગળ જઈને ઉભી રહેલી કાળી વંતરી પણ કહેતી હતી :

'અમને ય હવે તો તારી દયા આવે છે હાં કે.'

ભેરવ થોડોક ઠંડો પડ્યો, કે' છે : 'તમારા જેવી વંતરીઓની તો દયા પણ હવે ના ખપે !'

ગોરી બોલી : 'પણ અમે તને દેવ આગળ સાક્ષી પૂરાવવા લાગીશું.'

'શાની સાક્ષી ?'

'અમે કહીશું કે એ છોકરીને (રતનને) પેલા માણસ (અરજણ) જોડે પે'લાંનું હેત જેવું હતું એટલે આમ ગોથું ખાઈ ગઈ, દેવ, બાકી એ પછી આ છોકરી પોતાનું પાપ કબૂલ કરીને હવે સંપુર્ણપણે ભેરવને પ્રેમ કરતી થઈ ગઈ છે.'

'એથી શો ફેર પડશે ?'

'અમે કહીશું કે જો ફરીથી દેવ, ભેરવ સાથે શરત કરશો તો આ ભેરવ જરૂર જીતી જશે !' કાળી બોલી.

'જા જા સાલી, દેવ કઈ જુગારી ઓછા છે તે ફરીથી પાછા મારી જોડે !' નિઃશ્વાસ નાંખતા ભેરવ સ્વગતની જેમ બબડી પડ્યો. 'એ તો હવે વાત જ ગઈ,' ઉમેર્યું : 'દેવ ફરીથી શર્ત મારવાનું કહેશે તોપણ આપણે હવે નથી મારવી.'

'કેમ અલ્યા એમ ?' ગોરીએ જરા લાડથી પૂછ્યું.' ભેરવને બદલે

કાળી બોલી : 'માનવીના પ્રેમનો લહાવો લઈ આવ્યો એટલે !' કાળીની આંખો વ્યંગથી ભરેલી હતી.

'હા હા લહાવો.'

'તો હવે નર્કલોકમાં કાયમ ખાતે રહીને ખાયા કરો એ લહાવાનો લાડવો.' કાળી બોલી.

'હા હા લાડવો. રતને મને આટલા વખતમાં એટલું બધું ભાથું બંધાવ્યું છે કે કાળના કાળ સુધી ચાલ્યા કરશે !'

'ભાથું ?... સાચુકલું ભાથું 'લ્યા ? કાળીને નવાઈ લાગી. વિચારમાં પડેલી ગોરીએ પણ સવાલ કર્યો : 'શાનું ભાથું ?'

'પ્રેમનું – શાનું તે.'

આ સાથે જ બેઉ વંતરીઓ ખડખડ કરતી હસી પડી.

કાળી વંતરી કહેવા લાગી : 'પ્રેમનું ભાથું હતું તો એ છબીલીને છોડીને આપ સાહેબને પાછા શું કામ અહી પ્રેત લોકમાં પધારવું પડ્યું ?' આમ કહેતા એણીએ ભાગવાની તૈયારી પણ રાખી હતી.

'તમારે પાપે' ભેરવ બોલ્યો.

'અલ્યા અમારે પાપે કે તારી એ છોકરીએ છીનાળું કર્યું,' – અચાનકની છલંગ ભરી ભેરવે કાળીને પકડી લીધી. દાંત કચકચાવી ગળા ઉપર બેઉ હાથની ભીંસ જમાવી.

ભાગેલી ગોરીએ રાડારાડ કરી મુકી : 'દેવ... દેવ... બચાવો બચાવો !'

એજ ક્ષણે દેવ પ્રગટ્યા. ભેરવ તરફ કરડી એવી આંખ કરી હુકમ કર્યો : 'છોડ જોઉં !'

ભેરવે ભલે ગોરીને છોડી દીધી બાકી એનું ધ્યાન ક્યાંક બીજે – દૂર દૂરની પૃથ્વી તરફ મંડાયેલું હતું. એના કાને રતનનો અવાજ પડ્યો હોય એવો કંઈ ભણકારો વાંગ્યો હતો.

પણ આખર તો એ જ પાછો મનોમન બબડી રહ્યો : 'અરે ગાંડા, રતન શું ને અવાજ શું હવે !' ભાન આવતા દેવના પગે પડ્યો.

દયામણું એવુ હસતા દેવે એને પ્રશ્ન કર્યો : 'આવી ગયો ? કરી આવ્યો ને ઓરતા પૂરા ! મેં તો તને પહેલેથી જ કહ્યું હતું કે માનવી એ તો

પ્રકૃતિનું પ્યાદું છે ને સંજોગોનો શિકાર બનતાં એને વાર લાગતી નથી. છતાંય માનવીના પ્રેમની થઈ ગઈને ખાતરી હવે ? થાય છે ને પછતાવો ?'

નીચી મૂંડીએ સાંભળી રહેલો ભૈરવ બોલ્યો : 'ના દેવ !'

કાળી ગોરી વંતરીઓ એકબીજી સામે જોવા લાગી.

ગોરીના કામમાં કાળી વંતરી બબડી પણ ખરી : 'આ સાલો દેવ આગળેય એજ વાત કરે છે.!'

દેવે એને નવાઈ સાથે પ્રશ્ન કર્યો : 'અરે અબુધ, હાર્યો પાછો આવ્યો, છતાંય ના ?'

દેવ સામે એક પલકારો મારતાં ભેરવ બોલ્યો : 'શર્ત હાર્યો પણ માનવીના પ્રેમમાંથી શ્રદ્ધા નથી ડગી, દેવ.'

'હજીય ભ્રમમાં પ્રેતાત્મા, પણ ખેર, તારી આ માનવીના પ્રેમ પ્રત્યેની શ્રદ્ધા જોઈને નર્કાગારની નહી પણ કંટકવનની સજા કરું છું. બાકી ભ્રમ તું છોડી દે.'

'ભ્રમ નથી, દેવ. એ છોકરી ભલે ઠોકર ખાઈ ગઈ પણ પ્રેમ તો એનો ઊલટાનો મારા ઉપર વધ્યો છે, દેવ !'

ગોરીએ પ્રેત પ્રત્યેની મુગ્ધતા છુપાવતાં કાળીને ધીમેકથી કહ્યું : 'કેવો સાલો દેવ આગળે બોલે છે ! દેવે એના ઉપર મહેરબાની કરીને સજા ઘટાડી તોપણ એ એનું એ જ પૂંછડું પકડી રહ્યો છે.'

દેવ હસવા લાગ્યા. કહે છે : 'અરે મૂર્ખ, હજી પણ ઇન્દ્રિયોના મોહને પ્રેમ પ્રેમ કૂટ્યા કરે છે ? ખાતરી થવા છતાંય હજી એ જ ભ્રમ ?'

'ભ્રમ નથી, દેવ. એ છોકરીનું હેત તો ઊલટાનું'–

હાસ્યનો ઠપકો કરતા દેવ વચ્ચે બોલ્યા : 'એ છોકરીના વિલાપ ને આક્રંદ તને તાજાં છે ત્યાં લગી, થોડોક કાળ વિતવા દે પછી એ વિશે પણ તને ખાતરી થશે,' ઉમેર્યું : 'માનવીનું હંમેશાં આવું જ બનતું આવ્યું છે.'

'આપણને તો ખાતરીએ ખાતરી છે, દેવ !' ભેરવ બબડ્યો.

દેવનો મિજાજ હાથમાંથી જાણે છટકવા લાગ્યો, ક્રૂર એવું હસતા કે' છે : 'તારી મને દયા આવે છે, નહિ તો તારો આ ભ્રમ પણ હું ભાંગી નાખત.'

'આપ તો સદા દયાળુ છો પણ' – આમ કહી પ્રેતે વિનય સાથે પોતાનો વિરોધ ચાલુ જ રાખ્યો : 'ભલે એણીએ ઠોકર ખાધી દેવ, બાકી એનો મારા પરનો પ્રેમ તો દિવાની શગ જેવો આજે છે ને જ્યાં લગી એ જીવશે ત્યાં લગી'–

કોપેલા દેવે બરાડો પાડ્યો : 'કરવી છે આ રાગની પણ ખાતરી તારે ?'

'ખાતરી એ ખાતરી છે, દેવ !'

ગોરી કાળી પ્રેતને સમજાવા લાગ્યાં : 'અલ્યા એક વાર તો હાર્યો ને ફરીથી – આ ભાથું લઈ આવ્યો છે એ પણ મુર્ખા, જીદ કરીને શુ કામ ગુમાવે છે ?'

ગોરી કહેવા લાગી : 'તને જ્યારે ખાતરી થશે કે આ તારી શગ પણ ડોલી ગઈ છે પછી તું યાતનાઓથી ભરેલા પેલા કંટકવનમાં શાના આધારે ટકી રહીશ ?' પ્રેતે વંતરીઓને જાણે સાંભળી જ નહિ, બબડ્યો : 'શગ એમ ડોલે જ નહિ પણ !'

કોપેલા દેવે લપછપ છોડી આદેશ છોડ્યો : 'જા તો પેલી અંધાર ખીણની એકલતામાં ઊભો ઊભો તારી આ શગને પણ ડોલતી બુઝાતી જોઈ લે ને ભટક્યા કર પછી યુગાન્તર લગી ગોખરુ – થોરિયાની ઘનઘોર એ કંદરાવમાં.'

વંતરીઓ ખુશ થવાને બદલે જાણે ડરી ગઈ.

'જેવી આજ્ઞા !' ભેરવે પગ ઉપાડ્યો. પણ ચારેક ડગ તો ભર્યાં નહિ ને એના કાને ચિરપરિચિત રતનનો અવાજ અથડાયો. એ એકદમ થંભી ગયો.

દેવે પૂછ્યું : 'કેમ અટક્યો ?'

કાળીએ ભેરવને અડધું જાણે કાનમાં કહીને અડધું સાનમાં સમજાવીને સલાહ આપી : 'પડી જા દેવના ચરણોમાં !'

ગોરી બોલી : 'અઘોર યાતના યુગાન્તર લગી નહિ સહાય ! દેવને ચરણે પડી ક્ષમા માંગી લે, હજીયે કંઈ બગડ્યું નથી.' ઉમેર્યું : 'નર્કાગાર માફ કર્યું. તેમ આ પણ'–

આ દરમ્યાન દેવનું લક્ષ પૃથ્વીલોક તરફ ગયું હતું. એમના કાને પણ આ તરફ ધપી રહેલો કશોક અવાજ અથડાતો હતો. પોતે કશું સાંભળ્યું સમજ્યા જ ના હોય એ રીતે એમણે ભેરવનો જાણે ઉપહાસ કર્યો : 'હા, પૃથ્વીલોક તરફ છેલ્લી નજર નાંખી લે.'

ત્યાં તો આ બધાંના કાન ઉપર ચોખ્ખો અવાજ પડવા લાગ્યો.

પૃથ્વી તરફથી પ્રેતલોક તરફ ધપી રહેલી કોઈક ઔરત જાણે આ તરફ ધસતી ને ધા નાખતી આવતી હતી : 'ભેરવ... ભેરવ... ભેરવ...!'

ને સહુ કોઈની નવાઈ વચ્ચે રતનનો જીવ એ લોકોની નજરે પડ્યો.

અર્ધો રાજી, અર્ધો દુઃખી એવા અવાજે ભેરવ બોલી પડે છે : 'રતન ! તું અહીં ? પ્રેત લોકમાં ?'

'એવું ના બોલ, જ્યાં તું ત્યાં હું, ભેરવ.' ભેરવના પડખામાં ઉભતાં રતને ઉમેર્યું : 'તારો વિજોગ મને વસમો થઈ પડ્યો, ભેરવ !'

'હા. પણ જીવ આપીને વિજોગ ભાંગ્યો ! ને ઉપરથી પાછો હાથે કરીને પ્રેતલોક વહોર્યો, રતન ?' ભેરવ ઘડીભર દેવની હાજરી પણ ભૂલી ગયો. રતન સામે જોઈને કહેવા લાગ્યો : 'પ્રેમના અવતાર જેવી તારે તો સ્વર્ગ હોય કે પ્રેતલોક હોય, રતન ? વિજોગ થોડોક વેઠ્યો હોત તો આ પ્રેતલોક તો તારે ના વહોરવો પડત ?'

'પણ તને ભેગો વહોર્યો છે ને ? કેમ ભૂલે છે ?' રતન હવે પૂરેપૂરી સ્વસ્થ થયેલી લાગતી હતી.

'કોણ છે જીવ, તું ?' દેવે જરા કરડા સૂરમાં રતનને પ્રશ્ન કર્યો. ભાનમાં આવેલા ભેરવે રતનને કહ્યું : આ ઉભા છે એ પ્રેતલોકના દેવ છે રતન, પ્રણામ કર.'

રતને હાથ જોડી પ્રણામ કરતાં કહ્યું : 'મારું નામ રતન છે, દેવ !'

'ક્યાંથી આવી આવી રીતે ?'

'પૃથ્વી ઉપરથી, દેવ !'

'હાં, પણ આવી શું કામ આ પ્રેતલોકમાં ?'

'આની હારે જીવ મારો ગંઠાઈ ગયો છે, દેવ ! એ આવ્યો એટલે એની પાછળ હું પણ આવી !'

'અરે મૂર્ખ !' દેવથી જાણે અનાયાસે નિશ્વાસ નંખાઈ ગયો. ક્ષણ બે ક્ષણ આંખો મીંચી રતનનો ભૂતકાળ જાણી લીધો. બોલ્યા : 'અબુધ છોકરી, આવો સુંદર દેહ તેં મોહવશ થઈને ત્યાગી દીધો !' પૃથ્વી તરફ એમણે એવી રીતે હાથ કર્યો જાણે ત્યાં પડેલો રતનનો સુંદર દેહ દેખાડતા ન હોય !

રતન થોડીક ગૂંચવાઈ ન ગૂંચવાઈને જવાબ આપ્યો : દેહ મેં કંઈ જાણી જોઈને ફેંકી નથી દીધો, દેવ ! જીવ જ મારો એમાંથી નીકળી ગયો !'

વ્યંગભર્યું હસતા હોય તેમ દેવ બોલ્યા : 'હેતને લીધે, કેમ ?' ભેરવ તરફ એમણે એક પલકારો પણ મારી લીધો.

રતન બબડી : 'હા દેવ, હેતના લીધે !'

'નાદાન છોકરી ! તારા હેતની શર્ત હારીને તો આ અબુધ પ્રેત આકરી શિક્ષા પામ્યો છે ને અહીં પણ પાછી પ્રતારણા ?' કરડી નજરે ભેરવ તરફ જોઈને કહ્યું : 'હકીકતમાં તો આ છોકરી તારા જ કારણે પ્રેતલોક પામી છે એ હિસાબે તને ફરી મૂળ નર્કની જ શિક્ષા થવી જોઈએ. પણ ખેર, તારી શિક્ષા એક વાર મેં ઘટાડી છે એ મુજબ' આ સાથે દેવે હાથ લંબાવતાં હુકમ કર્યો : 'જા, ગોખરુ-થોરિયાથી ભરેલી એ ઘનઘોર કંદરાઓમાં યુગાન્તર સુધી ભટક્યા કર. નીકળ હવે–'

આ સાથે રતન દેવના પગમાં ઢળી પડી : 'નહિ દેવ, મારા પાપે એને સજા ન કરો. એને બદલે મને જ મોકલો. હું એ સજા–'

'એમ ?' દેવના મોં ઉપર નવાઈભરી દીપ્તિ ઝગી રહી. જ્યારે વંતરીઓ મોં વકાસી, ફાટી આંખે રતન તરફ જોતી હતી.

પાગલની જેમ ભેરવ બોલ્યો : 'અમને બેઉને મોકલો, દેવ.'

'બોલ ?' દેવે રતનની સંમતિ માંગી.

રતન ઉલ્લાસથી ઊભરાઈ ઊઠી. કે' છે : 'હા દેવ, બેઉને મોકલો.'

પેલી બે વંતરીઓ તો આ લોકોનું ગાંડપણ જોઈને રડવા સરખી જ થઈ ગઈ હતી.

ભેરવ તથા રતન તરફ ગૂઢ એવું હસતાં દેવે કહ્યું : 'જાઓ તો બેઉ જણ ભોગવ્યા કરો યુગાન્તર લગી.'

'હેંડ ભેરવ.' રતને ભેરવનો હાથ એવી રીતે પકડ્યો જાણે મેળે હલકી.

ભેરવને ખબર હતી, જમણા હાથે સ્વર્ગનો રસ્તો છે, ડાબા હાથે નર્કાગારનો ને વચ્ચેનો રસ્તો કંટકવનનો. છતાંય દેવને પૂછીને ખાતરી કરી : 'સામેના રસ્તે ને, દેવ !'

'રસ્તો જ તમને માર્ગ આપશે.' દેવે કહ્યું ને લાગલા એમણે મોં ફેરવી ઠરી ગયેલી વંતરીઓને સવાલ કર્યો : 'તમારું લોહી કેમ ઊડી ગયું ?'

કાળી બોલી : 'ઓ બાપ, એક તો ઘનઘોર અંધારું ને કંટકોથી ભરેલું અડાબીડ વન દેવ ! આ લોકની કેવી દશા થશે ?'

દેવે ગોરી સામે જોયું.

ગોરી કે' છે : 'મને દેવ, એમ થાય છે કે પ્રેમની અંદર એવું તે શું હશે કે આ બેઉ જણ હર્ષઘેલા થઈને કંટકવનના રસ્તે પડ્યાં છે !'

ત્યાં તો ખુશ થતી કાળી બોલી ઊઠી : 'એ વળ્યાં પાછાં, કંટકવન દૂરથી જોઈને જ ગભરાઈ ગયાં લાગે છે !'

દેવ પણ હસતા હતા. ઘૂઘર ચાલે આવી રહેલાં રતન-ભેરવને જોવા લાગ્યાં.

પાસે આવતાં ભેરવે કહ્યું : 'સામેનો ને ડાબા હાથનો, બેઉ રસ્તા બંધ છે, દેવ !'

'જમણી પાનો ?' દેવે પૂછ્યું. એમના મોં પર ભારોભાર પ્રસન્નતા હતી.

'એ તો અફાટ ઉઘાડો છે.' લાગલું ભેરવે ઉમેર્યું : 'પણ એ રસ્તો સ્વર્ગનો છે.' ભેરવના મોં ઉપર મૂંઝવણ હતી.

'છે તો સ્વર્ગનો પણ ભગવાનની ઇચ્છા એમ લાગે છે.' દેવ વિચારમાં હોય એ રીતે બબડ્યા. કહ્યું : 'જાઓ તો પછી સ્વર્ગમાં, જિવાત્મા !'

દેવના મોં ઉપર કરુણા જોઈને રતને હિંમત કરી નાખી. દયામણું મોં કરી દેવને વિનંતી કરી : 'દેવ, સ્વર્ગને બદલે અમને પૃથ્વી ઉપર મોકલોને તો !'

'હાં દેવ !' ભેરવના અવાજમાં પણ ઉલ્લાસભરી આર્જવતા હતી.

'અબુધ આત્માઓ, સ્વર્ગ સારું કે પૃથ્વી ? હાથે કરીને શું કામ પૃથ્વી

પરનું સંઘર્ષોથી ભરેલું જીવન વહોરવા બેઠા છો ?'

'અમને દેવ, એમ છે કે પૃથ્વી ઉપર પ્રેમનું સ્વર્ગ રચીશું !' ભેરવે ચાંપલુસી કરતો હોય તેમ કહ્યું.

ઘેલી રતને ટાપસી પૂરી : 'હાં દેવ !'

આ સાથે જ દેવની આંખોમાંથી પ્રસન્નતાનો વરસાદ જાણે વરસી રહ્યો. બેઉના માથે હાથ મૂકતાં દેવે કહ્યું : 'ભલે જિવાત્મા ! પૃથ્વી પર પ્રેમનું સામ્રાજ્ય વિસ્તારો ને તમારા ઓરતા પૂરા કરો. તથાસ્તુ !' દેવ અંતર્ધાન થઈ ગયા.

ભેરવ તથા રતને પણ પૃથ્વી તરફ મોં ફેરવ્યું. વંતરીઓથી વિદાય લેતાં ને દિલાસો આપતાં ભેરવ કહેતો હતો : 'ફિકર ન કરતા દોસ્તો, પૃથ્વી ઉપર જઈને અમે તમારા માટે તર્પણ કરી તમને પણ વહેલી તકે પ્રેતલોકમાંથી છોડાવીશું !'

વંતરીઓના આનંદનો પાર ન રહ્યો.

ને સ્વજનોને વિદાય આપતી હોય એ રીતે હાથ હલાવતી બેઉ વંતરીઓ દૂર દૂર જઈ રહેલાં રતન-ભેરવને કહેતી હતી : 'આવજો – ના રે ના, ભૂલ થઈ ભેરવા ! પ્રેતલોકમાં ફરી કદી ન આવશો... ને અમારા માટે વિધિ કરી પૃથ્વીમૈયાનો ખોળો ખૂંદવા ઝટ અમને બોલાવી લેજો !'

રતનનો હાથ પકડી ગતિ કરતો ભેરવ સામેથી કહેતો હતો : 'પહેલું જ કામ અમે તમારા ઉધ્ધારનું કરીશું.'

પતિને લઈ પૃથ્વી તરફ પાછી ફરેલી ઉલ્લાસઘેલી રતન પણ મધુરો ટહૂકો કરતી હતી : 'હા હા જરૂર. ટૂંક વખતમાં જ મલીએ છીએ... આવજો... આવજો.

❑❑❑